Phiếm 1

Phiếm 1

song thao

NHÂN ẢNH
2006

Phiếm

Song Thao

bìa và trình bày: Tạ Quốc Quang

NHÂN ẢNH tái bản lần thứ nhất - 2006

www.songthao.com

MỤC LỤC

ÂM DƯƠNG

Theo triết học cổ đại phương Đông, âm dương là những thế đối nghịch nhau của sự vật như: trời-đất, mặt trời-mặt trăng, nam-nữ, trắng-đen, ngày-đêm... Vợ chồng, vượt trên những đối nghịch, là tập hợp của âm dương. Theo Kinh Dịch, âm dương có giao cảm với nhau thì sự sống mới tồn tại và phát triển.

ngói âm dương lồ lộ
cảnh gắn bó yêu đương
kín đáo như đồ gỗ
cũng có mộng âm dương
muôn vật không xấu hổ
làm nghĩa vụ uyên ương
thì em đừng giả bộ

như kẻ ăn chay trường
dù em không ủng hộ
tình cũng mộng bình thường

(Lê Vĩnh Thọ)

Sự sống nẩy sinh ra do sự giao hòa giữa vợ chồng. Đó là một tiến trình tiếp nối từ đời nọ qua đời kia. Lấy vợ lấy chồng sinh con đẻ cái, chuyện bình thường chẳng có gì để nói. Đáng nói chăng là cái bất thường. Như một cặp vợ chồng người Đức sống với nhau đã 8 năm mà chẳng thấy có con cái gì. Tại sao người ta có con mà mình không có con, thắc mắc này đưa họ tới bệnh viện Lubek để khám bệnh cho ra lẽ. Sau những thí nghiệm, các bác sĩ cho biết là cả hai đều có khả năng sinh sản rất tốt và không có vấn đề gì trong việc thụ thai. Người chồng 36 tuổi và người vợ 30 tuổi, khi được hỏi chi tiết và nhịp độ các cuộc giao phối, họ đều ngớ ra và hỏi lại: "Ông nói cái gì?" Tới lượt các bác sĩ ngớ ra. Hóa ra hai vợ chồng chưa bao giờ biết chơi trò... đánh cờ người! Hai người bình thường, không chậm phát triển trí tuệ nhưng được nuôi dưỡng trong một môi trường rất sùng đạo nên không biết làm những động tác cần thiết để có con cái. Họ sống giữa Âu châu trong thế kỷ thứ 21! Cái hành động mà Con Tạo đã phú cho muôn loài, không học cũng biết, Con Tạo lại quên mất không ban cho cặp vợ chồng này! Những người khác, họ "bức xúc" ngay từ đêm tân hôn.

Tối tân hôn, cô dâu đóng cửa buồng không cho chú rể vào, ra một vế câu đối bảo đối được mới mở cửa. Cô dâu cười tươi như hoa đọc:

"Hang Thiên Thai, then khóa động đào, đóng chặt lại kẻo

chàng Lưu quen lối cũ."

Cô dâu đã dùng điển "Lưu thần nhập thiên thai" để ra câu đối. Chú rể cũng... chữ nghĩa ra gì, dùng điển "Bái Công nhà Hán dẫn quân vào cửa Tam Cốc" đối lại:

"Cửa Hàm Cốc, lỏng khuôn tạo hóa, mở toang ra cho ông Bái dẫn quân vào".

Nhờ ba cái chữ nghĩa vào cái thời mà chữ nghĩa còn dí mũi vào mọi chuyện, chẳng cần chìa khóa, cổng vẫn mở toang cho ông Bái lừng lững đi vào!

Từ cái đêm mà những nhà thơ có cả một bồ chữ nghĩa để xưng tụng đó, một nhà máy thiên tạo được dựng lên và làm việc hết... công xuất! Cứ bình thường ra, vợ chồng gần nhau, đúng kỳ đúng hạn, đến hẹn lại... lên, thì ắt phải có sự lớn mạnh nơi vòng số hai của sở hữu chủ cái hang Thiên Thai. Cứ sồn sồn như vậy, cũng chẳng có gì đáng nói. Cái bất bình thường mới đáng ngôn tới. Trong hai "đối tác" nếu một bên có trục trặc thì... lỡ hẹn. Không thành nước thành non gì được cả. Trục trặc có thể xảy ra ở phía này cũng như ở phía kia, bên dương hoặc bên âm. Đường xá nào có xa xôi gì mà cũng có thể kẹt... cầu. Cái cầu đó do bên dương chịu trách nhiệm.

Không phải cứ gọi là dương là... dương đâu! Nhiều khi dương mà cụp. Cầu kèo oằn oại, xe cộ kẹt cứng, đi đâu được mà đi. Ngày xưa thì chỉ có cách than thân trách phận, hay có trách chăng thì chỉ biết ngẩng đầu lên trách cái oái oăm của ông xanh. Thơ phú đâu có phải Sở Lục Lộ mà biết sửa cầu. Chỉ vài năm gần đây, từ năm 1998, mọi sự bỗng thay đổi, có tin vui giữa giờ tuyệt vọng, ông *Viagra* ra đời. Những chiếc đồng hồ quanh năm giờ nào cũng là 6 giờ rưỡi bỗng biết leo lên chỉ đúng ngọ. Trận mạc một thời gian, ông *Viagra* bỗng... xìu! Thay thế vào là hai cái tên mới vừa được Canada chấp thuận cho sử dụng: *Levitra* và *Cialis*.

Levitra do hai hãng dược phẩm Bayer Healthcare Pharmaceuticals và Glaxo Smith Kline bào chế. Nó hơn *Viagra* ở điểm nào? Nó nhanh hơn, chỉ cần 15 phút là cờ quạt tưng bừng mở hội trong khi *Viagra* cần gấp đôi thời gian. Trévor Morgan, một thương gia hồi hưu ở Ontario, khi được phỏng vấn về việc dùng *Levitra*, đã hồ hởi cho biết là chỉ cần uống một viên là 10 tới 15 phút sau đã xông trận được lần thứ nhất. Và 2 giờ sau là lần thứ hai!

Cialis, sẽ xuất hiện trên thị trường Bắc Mỹ vào tháng 12 sắp tới, đã được dân Pháp tuyên dương là viên thuốc *"week-end"* vì nó có tác dụng tới 36 giờ lận!

Tương lai? Các nhà nghiên cứu vẫn chưa bằng lòng. Họ không muốn các vị... mềm yếu phải mất thời giờ vàng ngọc trong lúc dầu sôi lửa bỏng nên đang đi tới chỗ... hít. Hít sẽ có tác dụng mau hơn uống. Công ty Vectura ở Anh đang ở giai đoạn thử nghiệm chót của thuốc hít VR004. Thành phần chính của thuốc này là *apomorphine hydrochloride*. Trong thí nghiệm mới đây với 35 vị bị rối loạn cờ quạt, 59% lên gân được trong vòng 8 phút. Có 3 trự chỉ cần 3 phút sau khi hít là... thấu trời xanh! Cuối năm nay, VR004 sẽ được thí nghiệm bao quát hơn để sẵn sàng... thế thiên hành hiệp!

Bắn để mà bắn thì như vậy, nhưng bắn mà có kết quả thì ngoài súng còn đạn. Đạn phải tốt. Vậy nhưng đạn dược ngày nay cứ xấu đi. Tại Hội Nghị Thế Giới lần thứ 18 về Sanh

Sản và Hiếm Muộn vừa kết thúc ở Montréal, Giáo Sư Tina Kold Jenson của Viện Đại Học Nam Đan Mạch đã trình bầy kết quả cuộc nghiên cứu rộng rãi trên các thanh niên tuổi nhập ngũ. Cứ 5 anh thì có một anh có số lượng tinh trùng dưới 20 triệu trong một *mililitre* tinh dịch, số lượng được Cơ Quan Y Tế Thế Giới WHO cho là... không đủ xài! Ngoài ra, trong một cuộc nghiên cứu chung tại 5 quốc gia Âu Châu, đạn của các chàng sanh trong thập niên 80 là tệ nhất. Tình trạng... nghèo nàn này không phải là do di truyền mà là vì môi trường sống. Người ta chưa có đủ những dữ kiện để qui tội cho các hóa chất được dùng như thuốc diệt cỏ *pesticide* chẳng hạn hoặc việc tiêu thụ các thực phẩm có pha trộn đầy hóa chất hiện nay. Nhưng có một điểm rõ ràng là con trai của các bà mẹ ghiền thuốc lá có tinh hoàn nhỏ và số lượng tinh trùng kém hơn những người khác.

Đạn dược kém chất lượng như vậy có cho gặp... bạn gái cũng như không. Chẳng nên hồ nên bột gì hết trọi! Biết nhờ ai?

Một cặp vợ chồng lấy nhau đã lâu vẫn chưa có con. Người chồng bèn hỏi ý kiến ông hàng xóm có bẩy con ở tầng trên. Ông hàng xóm cho ý kiến ngay:

"Dễ thôi! Nếu anh làm đúng như tôi bảo, mọi việc sẽ ổn cả. Trước hết, anh hãy đi mua một cục xà bông loại thật thơm, một lọ nước hoa và một cái chổi cán dài. Sau đó, anh bảo vợ anh tắm rửa sạch sẽ rồi xức nước hoa thật thơm."

Anh chồng thắc mắc:

"Thế còn cái chổi cán dài để làm gì?"

"Anh này chậm chạp thật! Thì để anh gõ lên trần nhà, tôi

sẽ xuống ngay!"

Chuyện vợ chồng mà đi nhờ vả người ngoài sinh ra lắm chuyện. Toàn những chuyện thuộc loại đại rắc rối. Cũng rắc rối không kém là khi "sản phẩm" rõ ràng thuộc loại... *homemade* mà lại không giống chi cái anh chồng đầu gối tay ấp nằm bên cạnh! Khó ăn khó nói lắm chứ! Sự nghi kỵ nhiều khi mang tới những thảm họa. Nếu bạn gặp trường hợp... khó chịu này, đừng vội nhìn người phối ngẫu với cặp mắt nghiêm khắc. Có khi đó chỉ là... rủi ro! Tiến sĩ Sinh Vật Học A. V. Kuzuhetsov, người Nga, mới khám phá ra là tinh trùng trên đường thâm nhập tế bào trứng có thể nghịch ngợm vớ theo ADN của các vi khuẩn, siêu vi khuẩn hay các vô sinh vật khác mà nó gặp trên đường tới đích. Người ta đã thử thí nghiệm bằng cách đưa vào tinh dịch loại *virus papillon*, một loại *virus* có tác dụng kích thích sự xuất hiện các khối u. Sau đó, người ta "rửa sạch" *virus* và lấy ra một vài tinh trùng "sạch". Kết quả làm cho các nhà khoa học sửng sốt. Trong thời gian ngắn ngủi giao tiếp giữa tinh trùng và *virus*, tất cả các tinh trùng đã nhiễm ADN của papillon. *Virus papillon* chưa phải là loại *virus* đáng sợ nhất trong số các *virus* mà các chuyên gia phụ khoa tìm được trong chất nhờn ở âm đạo phụ nữ. Như vậy, nếu vào nhà hộ sinh mà thấy đứa con sơ sanh do vợ mình vừa cho ra đời trông không giống mình mà giống ai đâu thì cũng cứ... bình tĩnh mà run! Nhiều khi đó chỉ là kết quả của sự "tinh nghịch" của chính các chú tinh trùng của bạn tiện tay vớ chút đồ chơi lạ trên đường tới chỗ... hẹn hò!

Bạn chưa yên tâm? Tùy ý! Biết đâu chỗ ma ăn cỗ! Một chú bé được một cậu bạn cùng lớp rỉ tai rằng tất cả người lớn đều có những bí mật riêng và rất dễ tống tiền họ bằng câu nói: "Tôi đã biết tất cả sự thực!". Về nhà, chú bé thử ngay với mẹ:

"Con đã biết tất cả sự thực!"

Bà mẹ vội dúi cho cậu 10 ngàn đồng và nói rất mềm mỏng:

"Đừng nói gì với bố nhé!"

Thấy ngon ăn, ông bố vừa đi làm về, cậu lại lập lại y chang với ông. Ông bố vội vàng móc ví cho cậu 50 ngàn đồng và bảo cậu giữ kín chuyện đừng nói với ai. Thấy kiếm tiền quá dễ bằng câu hù này, hôm sau, khi bác đưa thư vừa tới cổng nhà, cậu lại bổn cũ soạn lại. Bác đưa thư đứng lặng người, cặp kính trắng mờ đi, hai tay giang ra, nghẹn ngào nói:

"Nếu con biết hết sự thực rồi thì lại đây với...bố đi con!"

Tinh trùng là một thứ lăng quăng nên nó cứ... lăng quăng đi lạc hoài. Đường thẳng còn lạc huống chi đường... lòng vòng. Nhưng phải đi quanh cũng là chuyện chẳng đặng đừng! Như khi người bố bị dính ung thư, trước khi chữa trị đã lấy tinh trùng đem ướp lạnh để dành chẳng hạn. Một bà người Anh dấu tên đã hạ sinh một bé trai với tinh trùng của người chồng để đông lạnh tới 21 năm. Đây là một kỷ lục thế giới về thụ thai bằng tinh trùng ướp lạnh... già nhất! Một trường hợp khác, lần này ở California, đứa con được thụ tinh bằng tinh trùng đông lạnh ra đời sau khi người cha, ông Bruce Vernoff, đã chết được 4 năm. Pháp luật đâm ra bối rối. Từ trước đến nay, luật pháp chỉ công nhận là con của người cha quá cố nếu đứa con được sanh ra sau khi người cha mất tối đa là một năm. Quan tòa, chẳng thể không dựa vào văn kiện pháp lý, phải xử đứa con muộn mằn đó không phải là con của ông Bruce. Thực tế và pháp luật quay lưng lại với nhau. Bản án kéo theo cái đuôi... rắc rối! Trên phương diện pháp lý, bé Brandi Vernoff không được hưởng quyền thừa kế và các phúc lợi khác. Gia đình kiện. Pháp luật chẳng thể cứ bưng tai bịt mắt không ngó tới những tiến bộ y khoa. Các nhà lập pháp ở California cũng như tại các tiểu bang khác bỗng có việc làm. Họ đang soạn thảo một dự luật giải quyết những trường hợp thụ thai nhân tạo này.

Vợ thụ thai bằng tinh trùng đông lạnh của chồng đã rắc rối như vậy, thụ thai bằng cách xin tinh trùng của người khác còn rắc rối tới đâu! Toà án Tối Cao Québec cũng đang nhức đầu về chuyện này. Số là, một cặp đồng tính nữ vừa "cưới" nhau được một tháng trước khi một người sanh con. Trên giấy khai sanh, hai người là... bố mẹ chính thức của đứa con gái này. Nhưng cái anh chàng cho tinh trùng để thụ thai lại không chịu. Anh lý luận là chính anh mới là người cha "sinh học" của đứa nhỏ và đòi quyền thăm con theo định kỳ. Anh chàng này là bạn của người mẹ và tinh trùng không được cấy trực tiếp mà qua ống nghiệm. Khi tạo sinh cho người mẹ, anh có mặt ở bệnh viện. Khi người mẹ dính bầu, bà đã điện thoại báo tin cho anh bằng câu: "Chào bố!". Khi bà đập bầu, anh cũng có mặt ở nhà thương. Vậy thì con anh chứ con cái bà không có khả năng làm chồng mà đòi làm chồng kia à? Tòa án tính sao? Bà Chánh Án Suzanne Courteau phán như thế này: trong khi bà mẹ có lý khi cho là người cho tinh trùng không có quyền thăm con thì, trên thực tế, người cha sinh học đã liên hệ sâu xa vào việc này lại tin rằng ông ta có một vai trò; vì vậy, phải xem là việc hoạch định này bắt nguồn bởi mối liên hệ cũ hay bởi cặp vợ chồng đồng tính, đây là một yếu tố quan trọng quyết định sự việc. Bà Chánh Án rao nam rao bắc như vậy để câu giờ cho phiên xử quyết định vào tháng 9 sắp tới!

Rắc rối như vậy đã đau cái đầu chưa? Ông nhà văn Trang Châu bảo chưa! Ông húc vào chuyện rắc rối này bằng truyện ngắn "Thuê Tình". Một thiếu phụ " sâu sắc, tế nhị, ngăn nắp, nhan sắc không tệ" tìm tới phòng mạch của Bác Sĩ Trung, độc thân, khỏe mạnh, ham thích thể thao, để vòng vo tam quốc một hồi rồi đi vào điểm chính: *"Vấn đề của tôi như thế này. Tôi lập gia đình với Giang đã bẩy năm nay. Chồng tôi là thương gia, có cơ sở xuất nhập cảng lớn ở Tân Gia Ba. Chúng tôi không có con. Nguyên nhân hiếm muộn theo lời các bác sĩ ở Pháp là do phía chồng tôi. Nhưng anh ấy không chịu tin. Anh đi hết cô này đến cô khác với hy vọng có lúc anh chứng tỏ được anh vẫn có khả năng truyền giống. Tôi sợ nếu có một người đàn bà nào báo tin rằng cô ta mang thai với Giang, anh sẽ tin và có thể bỏ tôi để cưới cô kia làm vợ. Tôi mất chồng và sự nghiệp của chồng tôi sẽ về tay người đàn bà khác. Tại sao người đàn bà thông báo cho chồng tôi mình có bầu lại không phải là tôi? Như thế tôi sẽ giữ được tất cả. Tôi tìm kiếm một người đàn ông đủ điều kiện giúp tôi thực hiện ước mơ đó. Đủ điều kiện có nghĩa là diện mạo phải thật giống chồng tôi vì như thế đứa con có nhiều hy vọng giống Giang. Tiếp đến phải là một người đàn ông có kiến thức. Tôi gặp ông và vui mừng thấy đã tìm đúng người. Xin ông đừng nghĩ đó là một việc làm sai quấy mà xin ông hãy nghĩ ông đang làm một việc thiện, nếu không phải cho đời thì ít nhất cũng cho tôi".*

Và người đàn bà đề nghị Bác Sĩ Trung... làm việc thiện bằng cách cho bà mầm sống trong bụng một cách trực tiếp, không ống nghiệm lôi thôi. Trong chín đêm tại khách sạn, Trung... làm việc thiện. Kết quả là cái bầu. Truyện chuyển lòng vòng qua nhiều tình huống. Sự thực cuối cùng là người đàn bà chưa có chồng. Họ âm dương thành vợ thành chồng!

Âm dương, chúng đối lập với nhau nhưng lại luôn luôn cọ sát với nhau để ra chuyện...rắc rối! Ông Trang Châu dại dột tra chân vào. Tôi, tuy bạn với ông Trang Châu, nhưng tôi không dại như ông ấy. Tôi chạy!

06/2004

BIA

Nhậu rượu sang hơn nhậu bia, chẳng phải vì rượu đắt hơn bia mà vì nhậu rượu có... tư cách hơn! Một ông chỉ khoái rượu đã dè bỉu: "Uống bia chỉ tổ đi đái!". Nhưng trời nắng chang chang, nóng muốn cởi đến cả chiếc nhẫn hột xoàn, mà có một chai bia lạnh, nốc vài hụm, khà một cái, đã hết biết!

Bia phải uống lạnh. Bia không lạnh thì chẳng ra cái...thống chế gì. Muốn bia lạnh, người ta bỏ bia vào tủ lạnh hoặc bỏ đá lạnh vào bia. Cách trước được ưa chuộng hơn vì nó không làm loãng bia. Đi quá một bước, ngày trước, ở Saigon người ta làm bia đặc bằng cách bỏ bia vào ngăn làm đá của tủ lạnh cho đông đặc lại thành đá. Nghề nghiệp hơn, trong các quán nhậu, người ta bỏ bia vào *freezer*, sản xuất bia đặc hàng loạt.

Cái gì đi quá đà cũng... việt vị! Bia đặc chỉ được cái lạnh nhưng uống vào thì dở ẹc. Chất bia đi đằng chất bia, nước đi đằng nước rất vô duyên. Khi uống, vừa phải chờ cho bia tan, vừa cố nút như con nít ăn đá nhận, mất hết phong thái. Trước nữa, khi tủ lạnh thì chỉ có ở ... nhà tây thì muốn cho bia lạnh, người ta thả bia xuống giếng, chờ cho lạnh rồi kéo lên uống. Thả bia xuống giếng, bỏ bia vào tủ lạnh hay kiếm mấy cục đá bỏ vào ly bia, thứ nào cũng mất công. Thả bia xuống giếng thì phải chờ, quên bỏ bia vào tủ lạnh trước thì tiêu, mấy cục đá nhiều lúc cũng tìm mỏi mắt không ra. Muốn có cái rụp, búng chóc hai ngón tay là có bia lạnh ngay, được không? Được chứ! Ông Barney Guarino, Giám Đốc Điều Hành hãng Tempra Technology ở Anh, đã dõng dạc gật đầu. Ông là tác giả lon bia "lạnh tức thời" sắp được tung ra thị trường vào mùa hè này. Lon bia IC (Instant Cool) gồm có hai phần. Phần trên đựng bia được bao quanh bởi một lớp *gel* lỏng. Phần đáy chứa chất *dessicant* hút nước trong chân không và một khoang đặc biệt hút hơi nóng. Muốn uống, vặn một cái, lớp ngăn cách giữa hai phần bị vỡ. Chân không hút *gel* và hơi nóng vào phần đáy. Chất *dessicant* đưa tất cả hơi nóng và *gel* vào khoang. Nhiệt độ bia giảm đi 16 độ C. Lon bia trở thành bia lạnh. Độ lạnh này được giữ trong một tiếng, đủ để nhậu hết lon bia.

Nhậu bia không cần bày vẽ. Trái cốc, trái ổi, chùm ruột, mấy lát khế, mấy viên đậu phọng... cũng xong. Nhưng bia thường đi với mực nướng. Tình lắm, mà bắt lắm! Tuy vậy, bia cũng không chê thịt thà, nghêu sò ốc hến. Bia rất dễ tính.

không rượu mà say tít
nhấm nháp cánh và đầu...
em cũng như gà vịt
ngon nhất cái phao câu...
(Lê Vĩnh Thọ)

Ở Saigon, trời nóng, bia mới phát huy được hết...tần số của nó. Cứ chiều chiều là vỉa hè được bia chiếm lĩnh. Vỏ bia lăn long lóc trên đất. Sang nhất là bia Heineken. Sang hơn nữa là uống một nửa đổ một nửa! Không hiểu dân nhậu Saigon học được lối... sang trọng này ở đâu mà phí bia đến thế. Lối học làm sang này dẫn đến một màn rất... khó cười! Số là một hãng cà phê ngoại quốc dựng bảng quảng cáo trong đó có viết câu: Ngon đến giọt cuối cùng! Nhà cầm quyền ta, khí khái đầy một bụng, nổi giận liền! Quảng cáo như vậy là khinh dân Việt Nam nghèo phải uống vớt vát đến giọt cuối cùng, bèn ra lệnh dẹp ngay tức khắc. Hãng cà phê nước ngoài đành phải... nhập gia tùy tục: dẹp mà không hiểu mình mắc tội gì. Cũng chỉ có ở Việt Nam, bia nhậu với... ôm. Cũng thịt đấy. Nhưng thịt sống. Thịt chín ngon hơn, nhưng thịt sống... say hơn!

Dân Việt Nam ta ở hải ngoại, khi tụ nhau lại nhậu bia, cũng vẫn rất nặng về... mồi. Khác với dân bản địa. Uống bia là chỉ có bia hoặc cùng lắm vài miếng chip, mấy thứ hạt nhè nhẹ. Thế thôi. Uống bia có phong thái của bia. Nó là một thứ nước giải khát có tí chất cồn. Đầu thập niên 70, trong một chuyến ghé Tokyo, tôi ngụ tại một khách sạn nằm ngay trung tâm thành phố, có sân thượng là một lồng kính quay, cứ mỗi nửa giờ là quay xong một vòng. Giữa phòng là hai nhạc sĩ chơi dương cầm và vĩ cầm những bản nhạc tình quen thuộc, khách ngồi theo bàn đặt ngay sát tường kính, tầm mắt rộng rãi nhìn thấy phong cảnh thành phố Tokyo chầm chậm thay đổi dưới chân. Tối tối, tôi và một ông bạn Việt nam đi chung, leo lên ngồi uống bia nghe nhạc. Nơi quầy bia lừng lững một tấm bảng giăng ngang: "Nơi đây có đủ tất cả các loại bia trên thế giới!". Máu nghịch ngợm nổi lên, tôi bảo ông bạn mình thử gọi bia 33 xem có không? Ông bạn, vốn tay mê bia, muốn uống thử các loại bia ở Việt Nam không có, gạt ngang. Bộ ở Việt Nam uống chưa chán sao, vài ngày nữa về tha hồ uống! Khi anh bồi tới, mặc kệ ông bạn muốn đi chu du tới đâu thì đi, tôi gọi bia 33. Họ mang ra thật! Tối đó, nhìn chai bia 33 lùn tì chen chân với các chai bia đủ quốc tịch chung quanh, tôi bỗng thấy vui vui. Nhấp hớp bia, thấy ngon vô tả!

Bia, hình như ai cũng thích. Chẳng thế mà trên thế giới hầu như nước nào cũng có bia. Lạc trên một hoang đảo không có bia quả là một cực hình.

Robinson lạc trên hoang đảo đã lâu ngày, cuộc sống thiếu thốn làm anh thèm khát đủ thứ. Một ngày kia, trong lúc đi bắt cá trên bờ biển, anh chợt phát hiện một cô gái đẹp, gần như trần truồng, đang ôm một chiếc thùng cố gắng bơi về phía đảo. Robinson cứu sống cô gái rồi hỏi:

"Cô có mang theo người được thứ gì không?"

"Gần như không - cô gái đáp - Tôi chỉ có thứ mà đàn ông ai cũng thích thôi!"

Robinson sáng mắt lên hỏi như reo:

"Thật ư? Nghĩa là, cái thùng này chứa đầy bia?"

Bia do ai sáng chế ra mà thần sầu như vậy? Chính dân chúng thành Babylone đã là tác giả của bia từ 8000 năm trước Công nguyên. Khoảng 2000 năm sau đó, người Ai Cập mới biết làm bia chứa trong những bình lớn. Tới thế kỷ thứ 17, nhà bác học Antonius Van Leeuvenkoek mới quan sát các yếu tố tạo nên bia. Hai thế kỷ sau, nhà bác học Louis Pasteur mới chứng minh được là sự lên men bia không phải chỉ là phản ứng hóa học, mà còn có sự tham gia của các vi sinh vật kỵ khí, đó chính là men bia. Men bia là một loại nấm đơn bào nhiều công dụng thường được dùng để sản xuất bia, rượu, rượu vang, bánh mì...

Men bia sống thường được sử dụng làm thuốc trong các dược phẩm chữa cơ thể mệt mỏi, kiệt sức, thiếu máu, kém ăn, chậm tăng trưởng, bị *stress*, rối loạn thần kinh. Khi kết hợp với *selen*, nó tạo thành phân tử *selen* hữu cơ, có tác dụng gia tăng hiệu năng làm chậm quá trình lão hóa, bảo vệ tế bào gan, bảo vệ tim mạch, chữa các bệnh ngoài da do gan suy yếu. Men bia sống còn có tác dụng chống nhiễm trùng bằng cách tăng cường hệ miễn dịch hoặc làm thực phẩm bổ sung cho phụ nữ mang thai và cho con bú. Chưa hết, men bia còn giúp tái tạo những vi khuẩn cần thiết cho sự tiêu hóa ở đường ruột, thường được dùng song song hay sau một đợt điều trị bằng kháng sinh, hoặc khi bị loạn khuẩn ruột. Men bia còn có tác dụng lên da, tóc và móng. Lợi ích của men bia đa dạng như vậy nên người ta thường nói: mỗi ngày uống một lon bia, khỏi cần đi bác sĩ!

Uống một lon thôi, làm một hơi hơn một lít, dám xỉn lắm! Rượu say thì bia cũng say được vì bia cũng có chất cồn như rượu. Chuyện xỉn vì bia nó... lảo đảo lắm. Cháu tôi, rượu quất vài ly như không, bia nhúng miệng vào là chân nam đá chân chiêu ngay. Em tôi, chỉ một hớp bia là mặt biến thành mặt... Quan Công, ngay cả thứ nước cam có chất hơi Bireley's ngày xưa ở Việt nam cũng có khả năng tô hồng cả mặt mũi. Bạn tôi thì cả két bia vẫn cứ nói cười rổn rảng, kê người nọ hích người kia như thường. Bia say hay không... tùy người đối diện!

Chưa hết một két bia đã xỉn, trên đường mò về nhà anh bợm bị ngã rách mông. Tới nhà, khi thay quần, liếc trong gương thấy vết thương, bợm nhậu cố gắng băng bó sau khi sát trùng cẩn thận. Ngả lưng xuống giường, vợ vẫn ngủ say, anh yên chí là đã qua mặt được... hiền thê. Đến sáng, bừng tỉnh vì tiếng tru tréo của vợ, anh tỉnh queo hỏi:

"Có chuyện gì vậy?"

"Tối hôm qua ông lại xỉn phải không?"

Anh gạt ngang:

"Bậy nào! Đâu có!"

Vợ gằn giọng:

"Thế ai bôi thuốc đỏ, dán bông băng đầy cánh tủ gương đây?"

Say, nó bắt mình làm nhiều chuyện lắm. Có người say đứng ôm cột đèn mà khóc. Có người thì giương cặp mắt lờ đờ, nhìn hết người này đến người khác, cười ngu ngơ. Người thì phá phách ồn ào, chửi bới om sòm, người thì lẳng lặng leo lên giường ngủ. Có một điểm chung là chẳng ai nhận là mình say.

Một anh chàng say khật khưỡng bước vào nhà, làm mặt

tỉnh, ngồi phịch xuống ghế nệm, mắt cố nhướng lên nhìn về phía chiếc tivi. Rất lâu sau, anh ta càu nhàu:

"Phim gì mà chiếu mãi một cảnh rừng cháy thế này?"

Vợ càu nhàu lại:

"Uống vừa thôi, ông! Tivi bán rồi, còn trơ lại cái lò sưởi đấy!"

Thi sĩ say lại khác. Hết Budweiser đến Coors, thơ cứ hùa theo hơi bia mà lần về những ngày cũ, rất anh rất em.

Từ Bud đêm chạy qua Coors
Đến khi Coors hết đời thua luôn rồi
Đêm ngồi nói chuyện trời ơi
Xuống tới đất hỡi có bồi hồi nhau

....

Như anh thương em một ngày
Với tay nhành ổi đã bày rốn xưa
Bây giờ áo mới che vừa
Không ai nhỏ nữa mà sao đưa về

(Nguyễn Nam An)

Tuổi nào nhìn thấy rốn mới biết yêu? Tuổi nào mới học đòi biết say bia? Câu hỏi trước không trả lời được. Câu hỏi sau, ông Thống Kê Canada mới trả lời đây. Theo bản nghiên cứu dựa trên cuộc phỏng vấn 4296 em tuổi từ 12 tới 15 thì tuổi trung bình say lần thứ nhất trong đời là 13,2. Lớn hơn một chút, 15 tuổi, thì có tới 44% em cho biết là đã nếm mùi say. Bắt đầu nếm mùi bia hay rượu thì có 42% em ở tuổi từ 12 tới 15, 66% em ở độ tuổi 15. Học đòi theo ông Lưu Linh sớm hơn là các em có cha mẹ lơ là hoặc ít nghiêm khắc với con cái. Sự khác biệt là 1,1%. Các em có cha hoặc mẹ ghẻ có tỷ số nhậu và dùng cần sa gấp đôi số các em có gia đình đầy đủ cha mẹ ruột. Không có sự cách biệt nhiều giữa các em sống ở thành thị và vùng quê.

Bia tưởng là "hiền" hơn rượu, nhưng đối với những người có bệnh thống phong thì không phải vậy. Bệnh này, tiếng Anh gọi là *gout*, đã hành tới cả vua Henry VIII và nhà khoa học Charles Darwin. Nó làm sưng tấy và đau nhức trong các khớp xương từ tay tới chân. Bệnh phát sinh vì trong máu có nồng độ cao chất *acid uric*. Thông thường *acid uric* được thải ra theo đường tiểu, nhưng nếu trong máu có quá nhiều *acid uric* thì chúng sẽ kết tinh lại quanh các khớp xương và gây ra đau đớn nhức nhối. Theo Bác Sĩ Hyon Choi, tác giả của bản nghiên cứu vừa được phổ biến trên tạp chí y học *The Lancet* thì đau đến nỗi người bệnh không thể đắp một tấm trải giường lên chân được! Nhóm chuyên gia tại bệnh viện đa khoa Massachusetts (Mỹ), đã theo dõi 47 ngàn nam nhân viên trong 12 năm và đã ghi nhận được có 730 người bị "gút". Bia có liên hệ đến bệnh thống phong này vì, cũng theo cuộc nghiên cứu, những người uống trên hai chai bia mỗi ngày, có tỷ lệ mắc bệnh cao gấp 2,5 lần những người không uống. Nhưng những người uống rượu thì lại chỉ có tỷ lệ 1,6 lần nhiều hơn. Tại sao vậy?

Theo Tiến sĩ Hyon Choi thì khả năng bị bệnh thống phong của những người uống rượu ít hơn người uống bia là vì chất *purine*, một chất có nhiều trong bia và có rất ít trong rượu. Chất *purine* này có thể tác động lên *acid uric* trong máu và làm gia tăng tác hại của chất cồn đối với cơ thể.

Đi đứng khó khăn, bước lên mỗi bậc thang là một cực

hình thường là "hình phạt" cho các chiếc bụng bia có tuổi. Nhưng tại các nước đã phát triển thì bệnh này đang lên cao trong giới trẻ. Từ xưa tới nay, bệnh thống phong thường là độc quyền của nam giới. Nữ giới chỉ bị bệnh này khi mãn kinh vì, theo các chuyên gia, chất kích thích tố nữ *estrogen* đã giúp cho thận lọc được *acid uric* ra khỏi cơ thể.

Bia "gút" mà không... *good!* Nó đã tạo ra bệnh đi lệch bệch lại còn tạo ra thói xấu. Thói nhét các thứ tạp nhạp vào chai bia vừa uống cạn chẳng hạn như mẩu thuốc lá, kẹo cao su, vỏ chanh, giấy gói kẹo, vỏ đậu phọng... Thói xấu này làm phiền các nhà sản xuất bia vì ở Bắc Mỹ, nơi chúng ta đang sống, vỏ chai bia được thu lại để... đựng bia tiếp. Thường thì một vỏ chai có thể dùng đi dùng lại được 15 lần rồi mới phế thải. Về phương diện... *rì xai*, việc dùng lại này rất lợi, vừa đỡ rác rưởi, vừa đỡ tốn tiền. Một vỏ chai bia giá khoảng 15 xu, vứt đi sau khi xài là vứt luôn 15 xu. Rửa sạch và dùng lại thì chỉ tốn 2 xu! Xu, nghe ra thì nhỏ, nhưng cứ tưởng tượng một nhà máy bia trung bình cho ra 200 triệu chai bia một năm thì số tiền tiết kiệm được là bao nhiêu? Những thứ tiện tay nhét vào vỏ bia thỉnh thoảng lại được phát hiện vẫn nằm trong chai bia chưa khui thì... tăm tiếng cả một nhãn hiệu bia. Chai bia... tạo phản này mà được đưa lên mặt báo vẽ vời thêm thì hậu quả khôn lường cho nhà sản xuất.

Vì vậy, các nhà sản xuất rất thận trọng trong việc tái sinh vỏ chai bia. Điển hình là tại nhà máy bia Labbatt ở LaSalle, Québec, mỗi năm sản xuất 850 triệu chai bia, các vỏ chai thu về được các nhân viên kiểm soát trên dây chuyền để bảo đảm chai đã được mở nắp và xếp hàng ngay ngắn đúng vị trí trước khi chui vào máy rửa chứa được một lúc 10 ngàn vỏ chai bia. Trước hết, máy xúc chai với nước nóng 75 độ C, làm bắn ra tất cả các tạp chất trong chai. Sau đó chai được ngâm vào một hỗn hợp *caustic soda* để rửa bên trong và bóc giấy nhãn bên ngoài chai. Chai được đưa vào nhiều khoang khác trong 20 phút để rửa với hỗn hợp *sodium hydroxide* rồi được tráng rửa trong 10 phút với nước nóng 20 độ C. Tới đây, vẫn có những tạp chất chưa chịu buông tha chai nên người ta phải khám xét chai bằng máy chụp hình điện tử. Máy sẽ chụp phía trên và dưới mỗi chai rồi so sánh với chai tiêu chuẩn mẫu. Chai nào không vượt qua được cửa ải sẽ bị gạt ra ngoài dây chuyền. Thường có khoảng 1% chai... rớt trong lần kiểm tra điện tử này. 99% chai... đậu kỳ sát hạch sẽ được xả nước lạnh lần chót trước khi được đưa vào dây chuyền tròn để được đổ đầy bia mới và đóng nắp. Rửa kỹ như vậy nên trong năm 2002, hãng Sleeman ở Guelph, Ontario, chỉ có 14 chai bị than phiền trong 200 triệu chai xuất xưởng và trong năm 2003, con số này xuống còn có 4 chai! Cũng trong năm 2003, hãng bia Molson cứ trong 1 triệu chai sản xuất thì chỉ có 6 chai có... vấn đề!

Bia là một chữ tiếng Việt dùng đỡ của tiếng Anh. Nó có nghĩa là... la-de! Nhưng nguyên thủy tiếng Việt cũng có... bia. Những ai đã ở trong quân trường chắc hẳn chưa quên những giờ đi bãi thực hành tác xạ. Tay giữ chắc súng, nòng chĩa thẳng ra phía trước, mắt dán vào từ lỗ chiếu môn đến đỉnh đầu ruồi, và khi nghe tiếng hô “Bia Lên” thì bóp cò súng, nhắm vào bia vừa được dựng lên phía trước mà xả đạn.

uống bia thì tôi thích
làm bia thì còn khuya...
có em rất có ích
vì em thích làm bia...
bọt bia vọt trúng đích
em đỡ đạn rất xuya...

Ơ hay, cái ông nhà thơ Lê Vĩnh Thọ này, nói chuyện bia mà chẳng thấy quân trường đâu cả!

05/2004

CÀ PHÊ

Cà phê cõng nhiều thứ trên lưng. Nỗi buồn, nỗi nhớ, niềm vui, khắc khoải, cô đơn, chán chường... Cà phê hình như không chỉ là cà phê mà chính là cuộc sống tâm tình. Trong lần trở lại Saigon đầu năm 2003, thả bộ trên đường Tự Do cũ, tôi bâng khuâng khi đi ngang qua quán Cái Chùa Pagode của một thời tuổi trẻ. Nơi đây, anh một cái cà phê đen, em một ly *café liégeois*, ngồi gửi mắt cho nhau, không một câu nói mà ngàn lần hiểu. Nơi đây, bạn bè viết lách chụm đầu vào nhau, những ly cà phê đen đắng trước mặt, huyên thuyên về những trang viết vừa xong. Nơi đây, những buổi chiều phơn phớt bụi mưa, một mình chạm mặt với chiếc ly sứ trắng, chất cà phê thơm nồng, trắng tay tình yêu, tương lai cũng trắng xóa trong đầu. Nơi đây, những tên bạn bận đồ lính, áo quần còn khét mùi thuốc súng, vội vã gặp lại bạn bè... hậu phương, chửi thề với nhau một trận, rồi chia tay, ngày mai có còn đông đủ như ngày hôm nay không?

Thành phố nọ trở về vui một bữa
Đám cô hồn, mấy đứa buồn như nhau
Tiếng hát Khánh Ly, quán mờ đèn lu
Ai nức nở xoáy hồn ta, đau nhói
Mắt mỗi đứa nhắm nghiền
u hồn khói thuốc
Đêm bên ngoài, hay
đêm của thanh xuân
Giọt đen cà phê, quạnh đặc linh hồn
Đôi mắt bạn bè chao ơi, buồn quá đỗi

(Trần Hoài Thư)

Nơi đây, ngày nay đã mất dấu, mất hẳn, không còn cà phê, Chùa đã tan tành nhường đất cho *Saigon Tourist*.

Cà phê còn cõng... tranh. Họa sĩ Đinh Cường, hiện cư ngụ tại Burke, đâu đó quanh vùng Virginia, sáng nào cũng lóc cóc đi uống cà phê một mình. Tiệm là *Starbucks*, một tiệm Mỹ, nhỏ thôi. Chàng ngâm nga tách cà phê, tay buồn tình vẽ lên những miếng giấy lau tay. Anh chủ Mỹ thích, làm thân. Rồi mời chàng mang tranh tới treo trên vách tiệm. Khách uống cà phê thích. Người này thỉnh một tấm, người kia thỉnh một tấm. Cứ lai rai với những tấm tranh nho nhỏ. Ly cà phê thế mà được việc!

Cà phê còn cõng... Chúa. Ông mục sư trẻ David Manafo, 30 tuổi, mục sư phụ tá nhà thờ *Rockfield Christian Church* ở Lachine, thành phố láng giềng của Montreal, có sáng kiến tổ chức từ đầu năm 2001, đêm Cà Phê Hội Ngộ *(Gathering Café)* hàng tháng. Bên những ly cà phê, mọi người nghe nhạc rock, thảo luận về các vấn đề tôn giáo. *Expresso, Cappuccino* dễ đưa tâm hồn con người bay bổng lên trời cao!

Cà phê, thuốc lá, rượu, đó là bộ tam sên rất bốc cho đời sống tinh thần. Không có chúng, đau đầu muốn chết!

Một bệnh nhân phàn nàn với bác sĩ là ông ta thường xuyên bị đau đầu. Bác sĩ hỏi.

"Ông có uống cà phê không?"

"Thưa bác sĩ, tôi chẳng bao giờ mó tới cái món mất ngủ đó."

"Ông có uống rượu không?"

"Thưa bác sĩ, tôi chưa bao giờ uống lấy một giọt."

"Ông hút thuốc lá chứ?"

"Thưa, tuyệt đối không."

"Còn chuyện phụ nữ?"

"Ồ, tôi không hề nghĩ tới chuyện đó."

"Thế thì ông đúng là thánh rồi! Có thể vầng hào quang trên đầu ông hơi bị chặt!"

Rượu có hại, chuyện đã rõ ràng. Không tin cứ tu thử một chai *Johnny* Đi Bộ hay đánh bay một ông *Remy Martin* coi. Thuốc lá? Dễ sợ lắm! Cứ đọc những câu cảnh cáo trên bao thuốc, cứ ngắm những tấm hình rỗng phổi cũng nằm rõ ràng trên bao thuốc, mà miệng vẫn phì phèo nhả khói thì đúng là... anh hùng! Muốn nhắm mắt không thấy không đọc hả? Cái cung cách tránh những tên vàng tay đen răng như tránh... hủi đã đủ thấm chưa? Còn cà phê? Hại là cái cẳng!

Một anh chàng vẻ mặt lo lắng đến gặp bác sĩ.

"Thưa bác sĩ, vợ tôi ngoại tình. Mỗi lần tôi bắt được quả tang là cô ta lại bảo tôi hãy bình tĩnh và uống một tách cà phê. Xin ông hãy cho tôi một lời khuyên."

Bác sĩ ngần ngừ hỏi.

"Liệu tôi có thể khuyên anh điều gì đây?"

"Tôi uống cà phê nhiều như vậy có hại cho sức khỏe lắm không?"

Hại nhưng vẫn uống. Uống tới chết luôn. Bạn cười tôi nói ngoa? Không, đây là chuyện thật, chuyện của ông bác họ tôi. Năm 1975, chỉ vài tháng sau cái tháng tư kinh hoàng đó, ông bác đi tập kết từ năm 1954 trở về thăm gia đình. Ngày đi tập kết, ông mang theo một cô con gái, còn bà bác tôi và một cô con khác ở lại. Ông về với anh con rể, chồng của cô gái đi theo ông ra Bắc. Nhà ở trong một hẻm gần chợ Tân Định nên hai cha con ra chợ thăm thú hoài. Về tới nhà, hai cha con cứ suýt soa thứ gì ở trong này cũng nhiều quá. Thịt bò treo nguyên từng cái đùi to tổ chảng, hàng hóa ê hề, toàn những thứ đồ ngoại không, cà phê ngon ơi là ngon. Một bữa, bà bác tôi đi vắng, ông một mình ở nhà, lấy phin pha cà phê. Không biết có phải vì thèm quá hay không mà ông lèn cà phê đầy chặt chiếc phin. Uống xong, ông nằm ngủ và... thăng luôn. Ông sống với... tư bản không được tròn 3 tháng!

Uống như điên thì có anh chàng Pierre Bélanger, 32 tuổi, dân Montréal. Anh uống ly cà phê đầu tiên trong ngày khi đang cạo râu, một ly nữa khi đang đọc báo và ăn sáng. Trên đường đi làm, ghé ngang qua *Second Cup* thỉnh một ly cối mang theo uống trên xe. Vào sở, cứ tì tì với cái máy pha cà phê. trên đường về, cùng chúng bạn ghé tiệm làm một cái *expresso*. Buổi tối, không thấy chàng khai báo có uống thêm không, nhưng chắc không tránh khỏi "nghiệp". Tổng cộng, Pierre bỏ vô bao tử khoảng 40 *ounces* cà phê mỗi ngày!

Nghiện chăng? Còn phải ngôn! Một nghiên cứu mới đây của *National Institute on Drug Abuse* ở Mỹ vừa được phổ biến tháng trước trên tập san *Journal of the American Medical Association* cho biết là tiêu thụ khoảng 300 *miligrams caffëine* mỗi ngày trong ba ngày liên tiếp là đủ gây ra nghiền rồi. Mà 300 miligrams *caffëine* chỉ tương đương với 2 ly cà phê loại 8 ounces thôi! Hai ly cà phê mỗi ngày? Quá dễ để sa chân vào vòng... tục lụy! Tại các thành phố lớn, góc đường nào hầu như cũng có tiệm cà phê. Mời mọc nhau quá. Chẳng cứ ở các thành phố lớn, ở Việt Nam trước đây, nơi những thành phố trên vùng cao nguyên hẻo lánh, tiệm cà phê cũng nằm trong lòng bàn tay. Đời lính, ghé uống với nhau một ly, mai đây biết có còn ngồi được với nhau không!

hai thằng ngồi ở trong sương sớm
trên cao nguyên và giữa chợ trời
ly cà phê uống trong thời chiến
vẫn đậm đà hương vị chia phôi

(Phan Ni Tấn (N.D.))

Cà phê như một... cứu rỗi. Theo Hiệp Hội Cà Phê Canada, một tổ chức quy tụ các nhà trồng tỉa, nhập cảng, chế biến và bán lẻ cà phê, dân Canada đã tiêu thụ 14 tỷ ly cà phê mỗi năm! Ba phần tư dân số thành niên ở Quebec uống cà phê! Ly uống cà phê thông thường từ 6 tới 8 *ounces* đã phồng lên thành từ 10 tới 12 *ounces*. Với những chiếc ly... Phù Đổng Thiên Vương như vậy, *caffëine*, chất bị kết tội trong cà phê, cũng vươn mình lên theo.

Caffèine là một chất kích thích hệ thống trung khu thần kinh, tạo cho người ta cảm giác tăng thêm sinh lực. Nó làm giảm sự buồn ngủ và làm cho người uống thêm hoạt bát và thân thiện với những người chung quanh. Nhưng mặt khác, *caffèine* lại khiến cho người ta bứt rứt khó chịu, gần như hốt hoảng, và rối loạn tiêu hóa. Nó còn bị qui tội liên hệ với các chứng bệnh ung thư, tim mạch và... bất lực nữa! Ngưng dùng cà phê, có thể gặp những triệu chứng chóng mặt, nhức đầu trong khoảng 12 đến 36 tiếng và kéo dài trong 2 tuần lễ. Roland Griffiths, một nghiên cứu gia chuyên về *caffèine*, giáo sư Đại Học John Hopkins ở Baltimore lưu ý mọi người tới cái gọi là "suy nhược cuối tuần". Quá nửa số người uống cà phê đều đặn mắc chứng này khi cuối tuần ở nhà họ dùng ít cà phê hơn những ngày đi làm. Ông cho biết là thường thì nghỉ ngơi cuối tuần, người ta phải cảm thấy thoải mái và khỏe khoắn hơn, nhưng những người thường xuyên uống cà phê lại cảm thấy bứt rứt, khó chịu và... chán đời. Một số khác còn cảm thấy buồn nôn và có những triệu chứng như bị cúm.

Cà phê có chất *caffèine* (135 *mg* trong một ly cà phê đen 8 *ounces*, 95 *mg* trong một ly cà phê tan liền cùng thể tích), ai cũng biết như vậy. Nhưng ít người biết là tội không phải chỉ có cà phê. Các thứ nước uống khác cũng có *caffèine*. Kể sơ sơ ra cũng thấy trà có 50 *mg caffèine* trong một ly 250 *mililitre*, trà sâm chanh 100 *mg* trong chai nửa lít, sữa chua *chocolat* 85 *mg* trong một ly, *chocolat* đen 20 *mg* trong một thanh nặng 28 *gram*, *chocolat* sữa 6 *mg* trong một thanh 28 *gr*, coca cola 34,5 *mg* trong một chai 335 *ml*, pepsi cola 42 *mg*, diet cola 46,5 *mg*.

Đối với trẻ em ở Bắc Mỹ, các thứ *cola* là những người bạn quen thuộc hàng ngày, lúc nào cũng kè kè bên cạnh. Nhưng cà phê mới là thứ bạn mà chúng muốn kết thân. Để tưởng mình thành người lớn! Alessandra Catalogna, mới chỉ có 11 tuổi, đã tập tành uống cà phê. Hơi đắng! Thế nên em phải cho vô thật nhiều đường và sữa. Thành một thứ "chè cà phê"! Em thích nhất là cà phê *cappucino* lạnh khá ngọt của tiệm *Tim Hortons*. Tập mãi rồi cũng quen, Alesssandra cùng bạn bè đồng trang lứa thường tụ họp nhau ở *Second Cup*, *Tim Hortons* hoặc *Java U* khi tan học hoặc những ngày nghỉ cuối tuần. Các nam sinh, trạc tuổi 14, 15, cho biết họ ưa tới tiệm cà phê vì thích không khí người lớn, chuyện trò với bạn bè, ngồi làm bài hoặc... nghía con gái!

Một cô bé choai choai nói với cô bạn trong một tiệm cà phê.

"Mỗi khi uống cà phê, tao thấy mắt cứ đau nhói."

Cô bạn hất đầu.

"Vậy mày hãy bỏ chiếc muỗng ra trước khi uống!"

Loại tập sự bao giờ cũng có những vấn đề như vậy. Những em sớm uống cà phê thường hiếu động, phá phách, hay vi phạm kỷ luật nhà trường. Chuyên viên dinh dưỡng Donna Drury của bệnh viện Nhi Đồng Montréal cảnh báo là các em đã quá bị kích động bởi truyền hình, phim ảnh, *computer* và chơi *game*, nay lại thêm cà phê nữa thì thật là tai hại. Ngoài những hậu quả trên, chất *caffêine* còn làm cho cơ thể các em chậm tiếp nhận *calcium* và tăng huyết áp. Ngoài ra, trẻ em uống nhiều *cola* hay cà phê sẽ không có thể hấp thụ đủ sữa, nước và sinh tố D. Bởi vậy, Y Tế Canada mới khuyến cáo số lượng hạn chế *caffeine* là 45 *mg* mỗi ngày cho trẻ em từ 4 tới 6 tuổi, 62 *mg* cho lứa tuổi 7 đến 9, và 85 *mg* cho lứa tuổi 10 đến 12.

Cà phê, đối với nhà văn Võ Phiến, lại được nhìn theo một cách khác. Nó đi song song với thể loại truyện. Từ truyện dài qua truyện ngắn, đến truyện thật ngắn, truyện cực ngắn, văn học cứ tò tò theo bước cà phê. *"Chúng ta sống trong thời đại của cà phê espresso. Trước kia trà Nhật uống mỗi lần tốn tới 4 giờ đồng hồ, không thế thì sai điệu. Trước, ta uống cà phê phin, cái nồi ngồi trên cái cốc cũng cả tiếng đồng hồ. Bây giờ muốn ngon muốn đậm mà khỏi nhẩn nha, có espresso. Rù rù một cái, xong một cốc nhỏ, đậm đen, tợp một tợp, "đã" muốn chết. Truyện thật ngắn hướng tới cà phê espresso."* (Văn Học, California, số 214&215, tháng 2&3/2004, trang 10).

Truyện *Khi Chiều Xuống* của nhà văn Trang Châu đúng là một truyện thật ngắn. Chỉ vẻn vẹn 3 trang sách cỡ chữ 13.

Một cặp tình nhân đã chia tay nhau 8 năm, nàng đi lấy một ông chồng già nhưng có địa vị vững chắc. Ba năm đầu xa nhau, họ hẹn nhau đi uống cà phê 5 lần. Uống cà phê chỉ là cái cớ, cà phê cà pháo xong rất nhanh, họ chui vào *motel* cho nhau thể xác. Cú điện thoại cô gái gọi cho người tình cũ lần này xảy ra sau 5 năm không gặp nhau.

"Chiều nay đi uống cà phê với em."

"Em cần anh nhiều không?"

"Em đang như một mình."
"Cần anh lấp chỗ trống trong tâm hồn hay... đâu khác?"
"Đồ quỷ!"

....

"Em muốn đi uống cà phê với anh chiều nay. Nhưng chỉ uống cà phê thôi nhé anh! Đừng có... gì khác, nếu không em sẽ không đủ can đảm trở về."

Chúng tôi, một số tên viết lách ở Montréal, cuối tuần thường hú nhau đi uống cà phê. Chuyện văn học, chuyện trên trời dưới biển, chuyện kim cổ đông tây... Lai rai cũng mất cả mấy tiếng đồng hồ. Nhưng chúng tôi là những người... hồn nhiên. Uống cà phê là uống cà phê. Chứ không ấm ớ như nhân vật truyện của Trang Châu. Mặc dù Trang Châu cũng là một trong số... chúng tôi!

02/2004

CẦY

Chó lúc sống gọi là con chó, lúc chết gọi là chó chết. Nhưng khi cái xác chó leo lên bàn nhậu thì cải danh thành cầy. Tại sao vậy? Các nhà ngữ học chắc không khoái món cầy nên làm ngơ về sự đổi tên này. Tôi thì ấm ức, muốn cho ra ngô ra khoai, bèn đoán đại, trúng thì tốt không trúng cũng... huề! Ăn thịt chó có lẽ trong lòng vẫn cảm thấy cấn cái nên người ta... kỵ húy. Đổi ra cầy cho an tâm. Đến nhà văn Vũ Bằng, ca tụng hầu hết các món ăn Bắc Kỳ trong *Miếng Ngon Hà Nội*, ngòi bút ông thao thao những con chữ ngợi ca. Ngay cả đến những món không... qui ước lắm như hầu lốn, lòng lợn, tiết canh, ông vẫn cứ phóng bút thoải mái. Vậy mà đến món thịt cầy ông bỗng khựng lại. Trong bài *Thịt Cầy*, ông mở đầu bằng những dòng rao nam rao bắc rất khổ tâm: *"Đã định không nói, nhưng không nói không chịu được. Ờ mà nếu ca tụng thịt cầy mà mang tiếng là thiếu văn minh thì mình cũng đành chịu cái tiếng thiếu văn minh vậy, chớ nói đến miếng ngon Hà Nội mà không nói đến thịt cầy, người ta quả là thấy thiếu thốn rất nhiều. Chỉ thiếu có một người, vũ trụ bao la hiu quạnh...Huống chi lại thiếu thịt cầy thì còn vui sống làm sao?"*

Tại sao đụng tới cầy lại khựng lại như vậy? Cũng như mấy quán bán thịt chó cũng chẳng dám nghênh ngang trương bảng hiệu để rõ là thịt chó mà núp dưới những cái tên chỉ phảng phất mùi rựa mận. Chỗ thì Cờ Tây, nói lái của chữ Cầy Tơ. Chỗ thì Mộc Tồn, diễn nôm ra là Cây Còn, đọc lái lại thành Con Cầy. Chỗ thì Lá Mơ, nói xa nói gần tới thứ rau chuyên trị thịt chó. Chỗ thì Sống Trên Đời, mon men từ câu thơ: *Sống trên đời ăn miếng dồi chó/ Chết xuống âm phủ hỏi có hay không?* Đại Hàn, một dân tộc cũng... chó hạng nặng, khi tổ chức Thế Vận Hội tại thủ đô Seoul, cũng bắt dân chúng dấu đi những tiệm bán thứ... quốc hồn quốc túy này. Ăn thịt chó là làm mất mặt nhau lắm sao?

Mùa đông năm 1967, tôi được mời tới dự một bữa ăn tại nhà một mục sư Tin Lành ở Hoa Thịnh Đốn. Ông mục sư này đã từng có thời tới rao giảng Tin Mừng tại Việt Nam, rất mến Việt Nam, đã tổ chức bữa ăn này nhân có tôi từ Việt Nam qua. Nếu chỉ có gia đình ông ấy với tôi thì bữa ăn đã rất Việt Nam. Nhưng để cho vui, ông mời thêm khoảng hơn một chục người Mỹ, bạn của ông. Bữa ăn quả thật vui, vui cho tới khi không biết có phải vì rượu vào không mà miệng ông lại phun ra... thịt chó! Ông khơi khơi kể là ông đã ăn thịt chó ở Việt Nam. Những cặp mắt xanh quanh ông bỗng như bị lửa đỏ. Tròng xanh tròng trắng cứ trợn trừng cả lên. Các bà lấy khăn ăn lên che miệng. Họ nhìn ông bỗng như xa lạ. Ông vẫn tỉnh bơ nói nói cười cười, lại còn khen thịt chó rất ngon. Có mấy bà đã dợm đứng lên. Mọi cặp mắt đổ dồn qua tôi. Như không phải nhìn một con người. Họ hỏi tôi để xác nhận có phải ở Việt Nam người ta ăn thịt chó thiệt không? Tôi lúng túng, không nhận thì không được, mà nhận thì, trong bối cảnh quá bất tiện này, mất mặt bầu cua quá! Tôi cứ giữa hai lằn đạn mà ... ấp úng. Thì cũng có người ăn, nhất là ở thôn quê, nhưng chó ở Việt Nam không phải giống như chó ở Mỹ. Người ta ăn thịt chó Việt Nam chứ không ăn thịt chó Tây chó Mỹ!

Cái ấp úng của tôi cũng có... căn bản lắm chứ. Chó Tây chó Mỹ, ai thèm ăn! Vừa hôi, vừa lạt, vừa tanh, lại... ngoại lai. Lại phải viện tới tiên sinh Vũ Bằng. *"Cái giống chó 'bẹc giê', 'pê ki noa', cái giống chó 'bát sê' cũng như giống 'phốc', nói tóm lại tất cả các giống chó tây phương, cấm có ăn thịt được. Thịt cứ dai như chão rách, mà hôi quá ăn không ra cái 'thớ' gì. Chó ăn, phải chính cống là giống chó ta, không được lai căng một tí một li ông cụ".*

Chó ta, tuy vậy, không phải... cá mè một lứa đâu. Cũng có đẳng cấp đàng hoàng. Nhất bạch, nhị vàng, tam khoang, tứ đốm. Không hiểu mấy ông tổ sư... chó ngày xưa, khoa học đến đâu, mà lại nối được mầu lông chó với chất lượng thịt cầy? Nhưng trong giới sành điệu, bảng sắp hạng trên vẫn được tôn trọng từ đời này qua đời khác. Cứ như là kinh sách!

Cầy nguyên thủy chỉ có bốn món căn bản: luộc, nướng, rựa mận và dồi. Sau này, nhân loại tiến bộ, cầy cũng mon men leo lên bằng... bò. Bẩy món đầy đủ. Món nào cũng... nhức răng!

Bữa ăn thịt cầy gần đây nhất của tôi là đầu năm ngoái, 2003. Bữa đó, chúng tôi nhậu nơi nhà ký giả Hà Túc Đạo ở gần phi trường Tân Sơn Nhất. Bàn ăn la liệt đủ món... quê hương, kể cả món *hot* nhất lúc đó ở Saigon là món cá điêu hồng. Mọi người đã đến đủ, chỉ chờ Văn Quang và Nguyễn Quốc Thái. Thời gian cứ uỡn ẹo đi mà hai ông văn thơ này vẫn mù mịt tăm cá. Điện thoại di động. Cười hề hề bảo là sắp tới. Sau ba cú điện thoại dục dã, tới thật. Bị trách móc, Văn Quang giơ ra cái túi xách. Còn phải đi kiếm thuốc cho mấy ông Việt Kiều. Nguyễn Quốc Thái kể công. Tụi này phải đi tới nơi chân truyền nhất, loại xịn chính gốc! Mở ra. Cầy! Độc có hai món: luộc và dồi. Đầy đủ đoàn phụ tùng giềng, lá mơ, húng chó, mắm tôm pha chanh! Bữa đó tôi hơi xấu tính. Cứ nhè cầy mà tì tì với *Martell!* Sao mà... chó thế không biết! Ngon đâu mà ngon lạ ngon lùng. Món luộc đã nhức răng, món dồi thì hết biết. Đúng là cứ hỏi... có hay không?

Để cho quý vị còn nghi hoặc đến cái khiếu sành ăn của Diêm Vương, tôi lại mời ông Vũ Bằng về giúp một tay... tả tình tả cảnh cái món xuống tới Âm Phủ mới tiếc hùi hụi! *"Sao mà có những người có óc vĩ đại lại đi nghĩ ra được cách làm được cái thứ dồi ngon lạ ngon lùng đến thế, một tổ hợp tiết tấu đến như thế, hở Trời? Gắp một miếng chấm muối chanh, rồi đưa cay một hơi rượu, ta thấy tất cả tiết, sụn, lá thơm và đậu xanh ở trong miếng dồi nâng đỡ nhau, đoàn kết nhau thành một khối bất khả chia lìa, không những thấy ngon lành cho khẩu cái mà thôi, nhưng lại còn làm cho ta mát gan nở ruột vì cái đẹp tinh thần do sự nhất trí tạo thành. Ai cũng đã ăn dồi lợn, và ai cũng ăn dồi của người Tây mà ta thường gọi một cách nôm na là "sốt sích". Bằng thế nào được dồi chó, phải không ông? Dồi chó làm khéo thì cái ruột phải ken kỹ cho mỏng như tờ giấy, đến lúc ăn vào nó cứ giòn tan, không mềm lừ những tiết như dồi lợn, mà cũng không bã như rơmi kiểu dồi tây; nhưng nó nhuyễn lừ đi, nhai kỹ lại hơi sừn sựt, bùi béo nhưng không ngấy, ngan ngát nhưng không nồng mùi tỏi."*

Luộc đã vậy, dồi đã vậy, cái món chả chó cũng... đê mê phát khiếp!

Ăn rồi xách nón ra về
Thấy hàng chả chó lại lê chân vào
Chả này bà bán làm sao?
Ba đồng một gắp lẽ nào chẳng không
Dối rằng lại nghĩ đến chồng
Gần đến cánh đồng ngả nón ra ăn!

(Ca dao)

Chả chó là cái chi chi mà cô thôn nữ đi chợ, lê lết đủ thứ hàng quà, bụng căng mà trông vẫn thấy thèm, nói là mua về cho chồng, nhưng mới tới giữa đường đã ngả nón ngồi phệt bên đường mà... đớp! Chả chó, chân dung nó như thế này. Giềng già, mẻ, mắm tôm trộn vào với nhau. Thịt chó, cắt thành từng miếng bằng đốt ngón tay, vừa nạc vừa mỡ, bỏ vào thứ... hợp chất lừng lừng trên, bóp cho đều, để vài tiếng đồng hồ cho ngấm. Xiên vào thành từng xiên. Rồi nướng. Than phải là than tàu, lúc nào cũng quạt liền tay cho đỏ, thịt xèo xèo cháy, mỡ nhỏ xuống than bốc khói thơm lên quyện vào thịt. Mùi thơm nương theo làn gió làm khổ những cánh mũi, làm ứa nước miếng. Ăn một miếng chả chó chấm với muối tiêu, cắn một miếng ớt, quên hết trời trăng!

Rựa mận lại là một... chiêu khác! Cũng mắm tôm, gừng già, mẻ trộn với nhau. Thêm hành, muối vừa đủ. Cho thịt cầy vào bóp kỹ, để chừng một tiếng đồng hồ rồi ninh. Trước khi ninh trộn thêm tiết chó vào. Ninh cho tới khi quánh lại "*đưa bát rựa mận lên ngang mặt, nheo một con mắt lại mà không thấy nổi lên những rằn ri của bẩy sắc cầu vồng, thế là chưa biết nấu*" (Vũ Bằng). Cái thứ hợp chất đan kết với nhau một cách chặt chẽ này mà ăn với bún, bẻ thêm một miếng bánh đa nướng thì... tuyệt cú mèo!

Cầy, nó chẳng tha những chiếc áo thầy tu. Lỗ Trí Thâm trong Thủy Hử, dù có bị đời bỉ thử là "sư hổ mang" cũng cứ... cầy. Một ông hổ khác, ông Thiên Hổ, bút danh của cha Nguyễn Quý Lãm, Chủ Nhiệm nhật báo Xây Dựng của Saigon trước 75, cũng... cầy như ai. Trong *Hồi Ức Bốn Mươi Năm Làm Báo*, nhà báo Nguyễn Thụy Long tiết lộ: "*Những bữa cơm trưa ở tòa soạn báo thường có món thịt chó, tôi không ăn được bèn biến, nhưng có hôm cha cũng dụ tôi ở lại được, ăn cơm với chả chiên, nhưng rồi tôi cũng khám phá ra món ấy là món chả chó!*"

Ở hải ngoại, chúng ta cũng... tu. Tu giữa đời! Chó quẩn quanh đầy dẫy bên cạnh, như những cậu ấm cô chiêu, nhưng cầy thì tuyệt nhiên mất bóng. Nhiều người nhớ cầy nên... vọng tưởng, thịt heo một miếng làm tạm... giả cầy. Giả cầy dĩ nhiên không phải là cầy, cái thứ thịt dắt răng ba ngày vẫn còn thơm! Vậy mà ông bạn tôi ở Mỹ, cầy thiệt trăm phần trăm mới tài chứ! Cú phôn với giọng nói đẫm nước miếng báo cho tôi biết là trong tủ lạnh nhà ông đang nằm nguyên một cái đùi chó. Thứ thật một trăm phần dầu. Ỡm ờ cho sốt tiết bạn bè một đỗi rồi chàng mới bật mí. Nguyên là cô con dâu người Đại Hàn về chơi Đại hàn, khi trở lại Mỹ, không biết bằng cách nào mà dấu nguyên được một đùi chó trong hành lý để làm quà cho ông bố chồng theo đạo... dựa mận! Bạn tôi cất vào trong tủ lạnh, bảo quản còn hơn giữ cái thân mình, mỗi lần... lên cơn chỉ dám dè xẻn xẻo ra một chút cho đỡ... tương tư. Khi rựa mận, lúc chả chìa, khi luộc, lúc nấu măng. Ăn xong lại... a lô cho bạn bè chúng thèm chơi!

Thượng điền tích thủy hạ điền khan! Chúng ta đang ở hạ điền, bỏ ra một xín, vù một cái là tới thượng điền. Có mà khối! Chó tràn lan. Và rẻ rề! Rẻ nhất trong các thứ thịt. Khu ông Tạ, "nghĩa địa" chó từ những ngày di cư, vẫn cứ tấp nập dân làng... chó. Thịt cầy ở đây thuộc trường phái cũ, rất cổ điển. Món nào món nấy còn... khăn vấn áo the! Muốn theo thời một chút, chịu khó chạy lên đường Ba Tháng Hai, gần nhà thờ Vinh Sơn. Món dựa mận ở đây... số một! Hẻm Cống Quỳnh, cạnh nhà sách Thanh Niên, là địa chỉ của món chó... xô bồ. Xô bồ đây là nói về dân nhậu. Thượng lưu có, hạ lưu có, trung lưu cũng... lưu lại. Nhiều dân nhậu cho rằng ăn thịt chó phải xô bồ, tuệnh toạng như vậy mới đúng... chó. Chứ cứ đút đầu vô tiệm thịt chó máy lạnh bên hông Sở Thú, gần cầu Thị Nghè, sạch thì có sạch, sang thì có sang, nhưng không có không khí. Cũng quanh quẩn bên cầu Thị Nghè, có chó...

ôm. Không phải ôm chó đâu. Tây đầm chi đâu mà bầy đặt! Đây là nơi có thịt chó trên bàn, thịt người bên cạnh. Hai thứ đều thơm nhưng mỗi mùi thơm một cách khác. Thứ thơm của thịt chín và thứ thơm của thịt... sống!

Hà Nội... Chó! Hay là Hà Nội Phố?

Nhật Tân phố chó

Quảng Bá phố phò!

Phò không ăn nhậu gì tới chó. Nó là thứ thức ăn của... chim. Chó mới là thứ thức ăn của người. Vậy đi ăn thịt chó thì chớ tới Quảng Bá, cứ Nhật Tân mà thẳng tiến. Đã có thời nơi đây có xấp xỉ ba chục tiệm thịt chó nhưng nay thì chỉ còn khoảng một chục. Nếu được mách bảo trước nên tới quán Anh Tú thì... nhức đầu. Vì ngày nay quán danh Anh Tú đã bị lạm dụng. Anh Tú Béo, Anh Tú Xịn, Anh Tú Nhà Kính, Anh Tú Nhà Lá, Anh Tú Rởm... Biết anh nào mới là Anh Tú chính cống? Mỗi Anh Tú, cũng như những anh hàng xóm Hồ Kiểm, Trần Mục, A Trang..., là một căn nhà được làm theo kiểu nhà sàn, lợp mái cọ, ngồi ăn trên chiếu trải trên sàn nhà. Ăn thịt chó kiểu này, mỏi chân lắm!

Ngày xưa, muốn ăn thịt chó, người ta chẳng phải mỏi chân ra tiệm. Người ta giết chó nuôi trong nhà. Con chó mực trong truyện ngắn *Cái Chết Của Con Mực* của Nam Cao là một chú chó già, ghẻ lở, có nhiều tật xấu. Người ta đã định thịt nó nhiều lần nhưng nó vẫn được hưởng... án treo! Khi Du trở về, số phận nó hầu như đã được định. Du là chủ cũ, đi xa lâu ngày, nay trở về, thấy con chó cũ ra mừng thì thương, nhưng nó ghẻ lở gớm ghiếc quá làm chàng không dám ve vuốt như ngày chàng còn nhỏ, thường chơi đùa với con mực. Những ngày sau đó, trong đầu Du cứ lởn vởn nửa thương con vật trung thành cũ, nửa ghê tởm cái nhơ nhớp của nó. *"Sau cùng thì chàng bực mình: chàng nhận ra rằng một con chó đã làm mất sự bình tĩnh của tâm hồn chàng. Và đột nhiên chàng muốn giết con Mực lắm. Chàng muốn có đủ can đảm để giết người. Phải dám giết mà không run tay khi cần phải giết. Còn làm được trò gì nữa nếu chỉ giết một con chó mà tim cũng đập?"*

Lòng đã quyết, khi thấy con Mực ngủ bên bờ dậu, Du rón rén cầm cái gậy bước tới định đập chết con Mực. Nhưng chàng như cảm thấy ngạt thở, lòng quả quyết tiêu tan hết. Khi con Mực giật mình thức giấc, chàng hoảng hốt vụt mạnh. Con Mực rống lên một tiếng và chạy trốn trong vườn. Cả đêm đó, Du thấy toát mồ hôi và nhất định không giết con chó nữa.

"Nhưng gần sáng chàng còn đương mơ mộng, thì đã nghe tiếng Hoa gọi cuống cuồng lên. Con vật khốn nạn không biết mỏi mệt thế nào mà ngủ quên đi ngay ở giữa sân để đến nỗi bị Hoa úp được... Hai ba người nắm vào hai đầu gậy tre ngáng sẵn bên cạnh thúng rồi Hoa mới hé miệng thúng lên. Thấy sáng con Mực nhô ra ngoài cái mõm ướt thở phì phì. Hoa nhích lên tí nữa nhưng một cái đầu gối đã tì sẵn trên thúng. Mực lách cả cái đầu ra. Cái gậy đè mạnh xuống. Con vật khốn nạn không còn kịp kêu. -Đè chặt, thật chặt, đừng buông nó ra nó cắn đấy! Du kêu lên như thế nhưng tiếng chàng đã run run. Con chó phì ra một cái nữa: hơi thở mới thoát ra một nửa bị tắc. Cái gậy đè sát đất. Mắt nó trợn lên. Lòng đen ươn ướt cứ đờ dần rồi ngược lên lẩn một nửa

vào mí trên. Lòng trắng đã hơi đục. Lúc Hoa trói xong cả chân trước, chân sau và buộc mõm rồi thì con chó đã mềm ra không còn cựa cậy nữa. Du nghẹn ngào nén khóc..."

Những ngày còn nhỏ ở Hà Nội, tôi đã có lần mục kích ông hàng xóm làm thịt con chó nuôi trong nhà. Ông âu yếm gọi nó lại. Nó vẫy đuôi nhưng chân còn ngại ngùng. Hình như linh tính báo cho nó điều chẳng lành. Nhưng rồi nó cũng rón rén bước lại, thè lưỡi liếm chân ông. Ông bỗng bóp cổ con chó, cột chặt bằng sợi dây thép, xiết cổ cho tới lúc lưỡi nó thè ra. Tôi nhìn kỹ vào mắt con chó tội nghiệp. Thấy vẻ ngạc nhiên hơn là oán thù. Có lẽ nó ngạc nhiên vì sự đổi thay của người chủ mà nó vẫn phục tòng. Cho tới khi nhắm mắt!

09/2004

CHÓ

Trong quán nhậu, khách gọi anh bồi:

"Anh ơi, cho hai đĩa thịt dê nhé!"

Cùng lúc đó, một ông khách mới vào quán kêu:

"Cho tôi hai đĩa thịt chó!"

Anh bồi hướng vào bếp la lớn:

"Hai dê ăn thêm, hai chó mới vào!"

Anh bồi không có ý hỗn. Anh chỉ muốn giản tiện công việc bằng cách hà tiện được lời nói nhưng vẫn đầy đủ ý nghĩa làm cho anh bếp hiểu được. Nhưng không phải anh không có lý. Bởi vì một cuộc khảo sát mới đây của Viện Đại Học California ở San Diego cũng "đồng hóa" chó với người!

Nếu chúng ta có óc quan sát, mỗi khi ra đường hay dạo chơi trong công viên, chúng ta sẽ thấy những người dắt chó và chó có điểm giống nhau. Trong số báo tháng 5 vừa qua của chuyên san *Psychological Science*, Michael M. Roy và Nicholas J. S. Christenfeld của Viện Đại Học California ở San Diego đã cho biết là người ta cho rằng chó và chủ của nó có những điểm giống nhau rất nổi bật. Hai nhà nghiên cứu thử làm một cuộc khảo sát bằng cách chụp hình 45 con chó và chủ của chúng, thu thập chi tiết về giống chó và thời gian chó ở với chủ. Sau đó, họ cho 28 sinh viên ghép cặp chó và chủ bằng cách quan sát những điểm giống nhau giữa chó và người. Từ nghiên cứu này, hai tác giả đã kết luận là khi người ta chọn một con chó để nuôi, cũng như khi người ta chọn vợ hoặc chồng, người ta chọn một sinh vật có những điểm tương đồng với mình!

Một chàng nghiện rượu than phiền với bác sĩ:

"Cứ mỗi sáng tôi mở tủ lạnh là lại thấy có một con chó nhìn chằm chằm vào mình."

Bác sĩ gật gù rồi khuyên:

"Uống ít đi và chuyển gương từ tủ lạnh sang chỗ khác nhé!"

Để tránh tình trạng khá phiền phức này, tôi phải nói ngay là tôi không thích chó. Chẳng phải vì từ khi di tản qua Canada, thấy chó được những em đầm thơm như múi mít ôm ấp, cho ngủ chung giường, tôi mới ghét chó. Chẳng lẽ lại ghen với chó! Mà là vì hồi nhỏ tôi đã từng bị những chú cầu đớp vào chân. Lần tôi nhớ nhất là lần bị chó của bà thím họ sơi tái. Bà thím tôi là người giàu có, nuôi một chú chó *berger* to như con bò, cao tới ngang vai tôi, nghe nói cho ăn toàn thịt bò! Khi tôi được mẹ sai tới nhà bà thím, tôi run run bấm chuông điện. Đằng sau cánh cửa sắt kiên cố, tiếng chó sủa đã làm tôi muốn bỏ về. Cánh cửa nặng nề được bà người làm kéo ra, tôi rụt rè không dám vào. Bà phải trấn an tôi và đuổi chó đi. Tôi vừa bước chân vào, chú cầu đã lừa được bà người làm một cú ngoạn mục, đớp vào đùi tôi một phát ngọt sớt. Nghe tiếng la của bà người làm, bà thím tôi mới khệnh khạng bước ra, kéo tôi vào, lấy thuốc đỏ xức vào mấy vết răng chó đã rỉ máu. Khi tôi chào ra về, bà dúi vào tay tôi mấy viên kẹo hạnh nhân... Tây và dặn tôi đừng nói với ai!

Tôi vẫn còn may hơn bác Lê trong truyện ngắn Nhà Mẹ Lê của Thạch Lam. Bác Lê nghèo nhưng rất giầu con. Tới 11 đứa lận, đứa lớn nhất mới 17 tuổi, đứa bé nhất còn phải bế trên tay. Nghèo và giầu chênh lệch nhau dữ như vậy nên nhà bác đói triền miên là điều... hợp lý! Bác thương bày con đói nên tới nhà ông Bá giầu nhất làng xin gạo mặc dù cậu Phúc, con trai ông Bá, đã dọa là sẽ thả chó ra đuổi.

"Bỗng có tiếng chân người rầm rập, đến tiếng gọi, rồi lũ trẻ thấy bác Đối và một người nữa khiêng bác Lê vào trong nhà. Trên bắp chân người mẹ, máu đỏ chảy ròng ròng.

Thằng Lê hiểu ngay mẹ nó bị chó ông Bá cắn. Bác Đối đặt người bị thương xuống chiếu rồi ra đi, sau khi dặn:

- Bây giờ bác lấy lá lốt mà rịt cho nó cầm máu. Chó Tây cắn thì độc lắm đấy.

Khi bác đi khỏi, lũ trẻ xúm quanh lấy mẹ. Thằng Hi vừa mếu máo vừa hỏi:

- U làm sao thế u?

Bác Lê nén cái đau, giảng cho con biết:

- Thật cậu Phúc ác quá! Đã không cho thì thôi, lại còn

thả chó ra đuổi; tao đã chạy mà không kịp, nên nó cắn phải. May gặp bác Đối, chứ không biết bao giờ mới lê được về đến nhà.

Bác ngừng lại nhìn đàn con ốm yếu, rồi thở dài:

- Thế là mẹ con biết lấy gì mà ăn cho đỡ đói bây giờ?"

Đêm ấy bác Lê lên cơn sốt, rồi mê sảng. Hai hôm sau bác chết!

Chó, nhất là chó tây, dễ ghét như vậy nên nhiều người không thích chó. Chó, vẫn là thứ đi bốn chân, có tắm rửa tới đâu đi chăng nữa vẫn có mùi... chó!

Từ trên xe, hai vợ chồng nhìn thấy một con chó bị thương nằm bên đường. Họ dừng lại, cô vợ ôm nó vào trong xe và nói:

"Anh nhìn này, nó run lẩy bẩy vì lạnh. Em phải làm sao bây giờ?"

"Ủ nó vào giữa hai chân ấy."

"Nhưng mà hôi lắm!"

"Bịt mũi nó lại!"

Mùi chó còn là mùi... ác nữa! Trong xì căng đan về vụ hành hạ tội nhân tại khám đường *Abu Ghraib* ở Iraq, chó cũng có dự phần vào. Các chú quân khuyển đã được mang tới để dọa tù nhân. Trung sĩ quân khuyển Michael Smith khai là được lệnh mang chó tới địa điểm thẩm vấn tù nhân để trắc nghiệm thử xem chó trận có khả năng hù tù nhân đến... đái ra quần như thế nào. Trung sĩ Smith cho biết là có lúc được lệnh cho chó trận sủa cách người tù hoảng kinh chỉ có 15 phân! Như vậy, chó ác hay là người ác?

Chó vẫn thường được coi như một con vật trung thành và

dễ thân thiết với chủ nhất. Ở bên xứ sở tạm dung này, người thương thương chó thì nhiều. Ghét chó như tôi thường vẫn bị dè bỉu là... thiếu văn minh! Cứ thử đi vòng vòng trong một *shopping center* là biết liền. Thấy bóng một chú chó là mọi người, nhất là các bà các cô, xúm vào ve vuốt đùa giỡn. Trông thật... ngứa mắt! Nhiều người còn thương chó hơn thương con. Một ông bạn tôi mới quen biết đã luôn miệng nói về cậu ấm của ông mà ông thương mến gọi bằng... cậu. Ông tán tụng cậu về đủ mọi điều làm tôi ngạc nhiên. Có ai lại thương con đến mê muội như vậy? Nhưng thôi, thương con là quyền của ông ấy, lấy lẽ chi mà phê phán? Khi tình cờ nói tới chuyện gia đình, tôi mới hỏi về số con của ông, ông ngẩn ngơ. Không, tôi có cháu nào đâu! Cậu là chú... cẩu của ông! Cứ tưởng tượng nếu ông bạn tôi mất chó!

Một người đàn ông đến bót cảnh sát:

"Thưa ông thanh tra, tôi xin trình báo là vợ tôi mất tích. Cách đây một tuần, cô ấy dắt chó đi dạo và không thấy về."

"Ông có thể tả qua vợ ông được không?"

"Cô ấy tóc vàng, mà không hình như tóc đỏ. Không cao lắm, nhưng hình như cũng không phải thấp. Mắt cô ấy mầu xanh lơ, xanh lá cây thì đúng hơn."

"Thôi được rồi, thế con chó của ông giống gì, có to không?"

Người đàn ông nói một mạch không ngừng nghỉ:

"À, giống *Bri*. Nó cao 65 phân, lông mày hung nhạt, mũi đen, mắt mầu hạt dẻ sẫm, có một vết sẹo nhỏ dưới cằm, nó có đeo một miếng thẻ số ZA 3823976."

Thường khi đi lạc chó biết đường về. Chó vốn là một

con vật thông minh. Nó hiểu được tiếng người. Nhưng hiểu được tới đâu? Chú chó Rico, loại *border collie*, 9 tuổi, ở Berlin, Đức, được coi là... thần đồng! Tập san Science đã "phỏng vấn" và có bài về chú chó giống *canine* này trong số mới xuất bản. Chú có thể hiểu được nghĩa của 200 từ. Người ta đã thử sai chú bỏ đồ chơi vào trong hộp rồi mang tới cho một người nào đó, chú hiểu và thi hành đúng. Khi đưa cho chú một món đồ chơi, nói tên đồ chơi, chú nhớ được. Một tháng sau, mặc dù chỉ được nghe tên món đồ chơi đó có một lần, chú vẫn lấy ra đúng được món đó khi được sai bảo. Julia Fischer, thuộc Viện *Max Planck* về tiến hóa nhân chủng, người đã làm thí nghiệm với chú chó Rico, đã cho rằng chó có khả năng học hỏi và suy luận, khả năng mà từ trước tới nay người ta cho là chỉ có ở con người. Trong một thử nghiệm khác, Rico đã được chủ sai vào bếp lấy ra một món đồ, chú đã lấy đúng tới 37 trên 40 lần! Người ta còn thử tài Rico bằng cách để một món đồ hoàn toàn mới lẫn vào trong 7 món đồ Rico đã biết, rồi nói tên món đồ mới để sai chú lấy ra, cái tên Rico hoàn toàn chưa nghe thấy bao giờ. Vậy mà trong 10 lần thử nghiệm, chú đã lấy ra đúng tới 7 lần. Các nhà nghiên cứu đã giả thiết là Rico đã biết suy luận, giống như con nít, rằng những cái tên mới ám chỉ những món đồ mà chú chưa biết tên. Để thử trí nhớ của Rico, người ta không cho chú thấy và không nhắc tới tên những món đồ mới ấy trong một tháng, rồi đặt 4 món đồ mới đó lẫn lộn với 4 món đồ chú đã quen thuộc, bảo chú lấy ra. Trong 6 lần thí nghiệm, chú đã làm đúng tới 3 lần. Thành tích 50% đúng này tương đương với trí thông minh của một đứa trẻ 3 tuổi!

Paul Bloom, một tâm lý gia chuyên về môn phát triển tâm lý của Đại Học Yale đã nhận xét là trí thông minh của Rico thật đáng chú ý nhưng cũng vạch rõ rằng Rico chỉ hiểu được 200 từ trong khi một đứa trẻ 9 tuổi, cùng tuổi với Rico, hiểu được hàng chục ngàn từ và mỗi ngày có thể học thêm được 10 từ mới. Ngoài ra, Rico đâu có nói được! Stanley Coren, một tâm lý gia của Viện Đại Học British Columbia, đã cho biết loại chó *border collie* vẫn được coi là lanh nhất trong giống chó *canine*. Lanh hiểu theo nghĩa là học và làm theo những huấn lệnh của chủ. Sau giống *canine* là các loại giống *poodle, sheepdog, Labrador, papillon, rottweiler*, và chó chăn nuôi ở Úc.

Gần nhà tôi là một gia đình gồm hai vợ chồng mù. Ra đường, mắt của họ là hai chú chó. Tôi mù tịt về chó nên chẳng biết chúng thuộc giống gì nhưng đó là một loại chó được huấn luyện để chuyên dắt người mù. Tôi đã có lần tò mò đi theo xem chú chó... làm ăn ra sao. Chú thành thạo dẫn người khiếm thị tránh những chỗ đường mấp mô, ướt át, nhìn trước nhìn sau khi dẫn chủ qua đường, dắt lên xe buýt, xuống *métro*. Khi đã lên xe thì nằm phủ phục bên dưới chân chủ, không phá phách, không gầm gừ với người lạ. Mỗi buổi sáng, chồng một con chó, vợ một con chó, dẫn ra đường cho làm vệ sinh. Họ cầm một đầu dây xích, quay vòng tròn cho chú chó xoay quanh theo một vòng tròn tưởng tượng, miệng gọi tên chó, cho tới khi con chó đứng lại, xả đồ thừa. Người chủ mù, không biết bằng cách nào, do xúc giác hay khứu giác, biết ngay là chú chó đã... hoàn tất nhiệm vụ, vội rút chiếc bao nhựa từ trong túi ra, cúi xuống thu lượm "thành quả" một cách chính xác và gọn gàng!

Chó như vậy mới là... chó. Chúng có một tấm lòng. Julia McNicholas, tâm lý gia người Anh, thuộc Đại Học Warwick, trong một buổi thuyết trình tại *Royal College of Nursing*, đã đề nghị là các bác sĩ phải kê đơn mua thú vật cho người già và người bệnh vì thú vật đã chứng tỏ được khả năng làm giảm huyết áp cao, tránh được sự buồn chán và trầm uất, cũng như có thể cứu được mạng sống của người già và người bệnh. Thú vật gì cũng được: thỏ, mèo, heo, chồn, vẹt... Và nhất là chó. Điều quan trọng là phải hợp với sở thích và tình trạng bệnh của người già hoặc người bệnh. Chẳng hạn như người bị đứt mạch máu, cần cử động tay để hồi phục, nên nuôi loại thú thích quanh quẩn bên chủ để được ve vuốt.

Chó còn làm được nhiều việc khác. Như việc nhà chẳng hạn.

Ngay sau khi bị đuổi việc, người giúp việc liền móc túi lấy năm chục ngàn đồng đưa cho chú chó trong nhà. Bà chủ lấy làm ngạc nhiên:

"Cô có điên không đấy?"

"Tôi không bao giờ quên ơn ai đã giúp đỡ tôi. Con chó này đã giúp đỡ tôi lau chùi chén bát trong suốt thời gian tôi ở đây!"

Rồi còn chó cảnh sát, chó quan thuế, chó tìm người mất tích, chó cứu thương... Chó thật... vạn năng. Chó lao động rất đáng thương. Nhưng chó kiểng thì... nói làm chó gì!

con chó con đã chết
đất đỏ vùi mõm đen...
việc gì phải thương tiếc

phí giấy má ban khen...
chó chết chuyện tưởng hết
còn lắm chuyện là em...
người sống thua chó chết
sống chết ai thòm thèm...
đoạn kết là đoạn tuyệt
có hậu không nhá nhem...
tình tôi dù thống thiết
chó chết hết tòm tem...
(Lê Vĩnh Thọ)

Chó chết hết chuyện. Người ta thường nói như vậy. Nhưng mấy ông bạn nhậu của tôi còn cự nự. Chó chết còn nhiều chuyện lắm. Toàn những chuyện... thơm lừng!

06/2004

CÕI TẠM

Nghỉ hè, nghỉ phép, ta thường đi chơi xa, trú ngụ tạm tại khách sạn. Dăm ba bữa nửa tháng, lại trở về nhà. Thường khi về nhà, lọt vào khung cảnh cũ, ngả mình trên chiếc giường quen thuộc, ta luôn luôn cảm thấy thoải mái, thú vị. Khách sạn là cõi tạm, nhà là cõi thực. Cuộc đời này là một cõi tạm. Hầu như mọi người đều nghĩ như vậy. Nhưng cái cõi tạm này, chúng ta tạm trú hơi lâu, quen hơi quen tiếng, nên khó rời. Biết là tạm mà vẫn cứ thích ở... khách sạn!

Ông bạn da đen của tôi, rất tha thiết được chầu Chúa, đạo Cơ Đốc thuần thành, Chủ Nhật nào cũng đi nhà thờ, trong túi không bao giờ quên tờ giấy hai chục đô cúng dường, cuốn Thánh Kinh luôn luôn đeo theo người, nói câu nào cũng mời Chúa về góp tiếng cho chắc ăn. Một bữa, thấy ông vất vả với công việc, tôi giỡn.

"Này, Gabriel, cuộc sống coi bộ nhiều mồ hôi quá nhỉ?"

Bạn tôi cười nhe hàm răng trắng lạnh.

"Đời mà! Chúa đã phán "Con phải đổ mồ hôi trán lấy bát cơm ăn". Mình cứ phải theo ý Chúa vậy chứ sao."

Tôi làm bộ tỉnh phán theo.

"Tôi thấy cậu là con cưng của Chúa, sao không xin Chúa cất về ngồi bên chân Chúa cho nhàn hạ cái thân!"

Gabriel lắc đầu quầy quậy.

"Còn sớm quá! Tôi còn mấy đứa con nhỏ phải nuôi, chắc Chúa cũng hoãn cho một thời gian nữa chứ!"

Bạn tôi không nói rõ một thời gian là bao lâu, nhưng bằng vào cái lắc đầu hung hãn như vậy, tôi dè chừng chắc là phải lâu lắm!

Một ông bạn khác, ung thư thời kỳ cuối, con cái đã chồng vợ đâu vào đấy, đời chẳng còn gì phải lo lắng, cuộc sống rất thoải mái về vật chất, nhưng cái đau đớn của tật bệnh thật khôn lường, chép miệng than thở khi tôi tới chơi.

"Mình cũng tới tuổi rồi. Nhưng nếu Trời cho ít năm nữa thì quý hóa quá!"

Sống có vất vả, đau đớn đến thế nào chăng nữa, vẫn cứ thích bám vào cõi tạm. Sao vậy? Bởi vì cái cõi mà người ta gọi là vĩnh hằng, miên viễn, vô ưu... ta chưa hề biết tới chăng? Hay là bởi vì từ cõi tạm bước qua cõi thật đó, người ta phải xuôi tay nằm dưới ba tấc đất hoặc uốn người trong ngọn lửa thiêu? Toàn những trò khó chơi cả.

Nhà sinh học Susanne Wiigh-Maesak, người Thụy Điển, vừa phát minh ra một trò mới. Trò này coi bộ dễ chịu hơn. Thi hài người chết sẽ được làm lạnh cực nhanh đến -18 độ C và sau đó nhúng vào nitơ lỏng có nhiệt độ -196 độ. Thi hài, sau khi được lấy ra khỏi dung dịch siêu lạnh, trở nên giòn tan như kính và vỡ vụn thành một hợp chất dạng bột. Tất cả số nước còn lại được hút vào một khoang chân không, trước khi cho chạy qua một màn kim loại để lọc bỏ tất cả những vật thể còn sót lại (những thứ cấy ghép trong thân thể) chưa phân hủy. Bột thi hài, sau đó, có thể được thiêu đốt, hoặc được chôn trong một quách làm bằng tinh bột bắp, đặt trong hố nông khoảng 30 phân. Sau khoảng một năm, *oxy* và vi khuẩn sẽ phá hủy chúng hoàn toàn, biến thi hài trở thành cát bụi. Bà Wiigh-Maesak cho biết bà đã đăng ký bản quyền phương pháp này ở 35 quốc gia. Phương pháp này giúp tránh làm vẩn đục môi trường như hai phương pháp thông dụng hiện nay là hỏa thiêu và chôn dưới đất quá sâu làm trì trệ quá trình phân hủy.

Không phải là các nhà sinh học, mấy ông bạn tôi cũng bầy ra nhiều cách... vượt biên từ cõi sống qua cõi chết vui lắm. Như ông Du Tử Lê chẳng hạn.

khi tôi chết hãy đưa tôi ra biển
đời lưu vong không cả một ngôi mồ
vùi đất lạ thịt xương e khó rã
hồn không đi sao trở lại quê nhà

Ông Luân Hoán còn cãi cọ với... thinh không.

không từ đất sao phải về với đất
thịt xương này không thể mất khơi khơi
khi tôi chết xin đem giùm thi thể
chia cho thù lẫn bạn nhậu chơi

Ông Lưu Nguyễn cứ thiên thai lơ lửng.

mai này ta sẽ ra đi
người ơi có nhớ có gì nhắn không
trăm năm mây trắng bềnh bồng
về nơi đã đến mà lòng thảnh thơi

Dặn dò rối rít xong các ông ấy đi... uống cà phê. Bởi vì cái chết vẫn chưa trong tầm mắt. Cõi tạm này mới đích thực trong tầm tay. Tạm lâu ngày dễ có ảo tưởng đây mới là cõi thật.

Đời người được bao lâu? Trăm năm trong cõi người ta. Trăm năm? Mấy người được trăm năm? Bà cụ 114 tuổi của kỷ lục Guinness vừa qui tiên, nhà cầm quyền Việt Nam đang vận động cho một cụ bà Việt nam, cũng 114 tuổi, được ghi vào thay thế. Lóng rày, coi bộ Việt Nam ham giữ kỷ lục thế giới dữ. Hết bánh dầy, bánh chưng, bánh tét lớn nhất thế giới (có ở đâu khác làm thứ bánh này không nhỉ?), nay muốn đầu tư vào kỷ lục tới sự sống của con người (bệnh kỷ lục có phải là một biến tấu thời mở cửa của bệnh thành tích ngày cũ chăng?). Kỷ lục là thứ xịn. Thường thường bực trung khó với tới. Ông anh tôi bảo cứ sáu chục cái xuân già là gỡ đủ sở hụi rồi. Thêm được năm nào là *bonus* của trời đất, cứ hân hoan mà cám ơn!

Trong cái thời gian sống chỉ là tích tắc so với đời sống của vũ trụ, con người quậy như điên. Đủ món ăn chơi. Kèn cựa, khích bác, tranh dành, lừa đảo, xô đẩy, chém giết... nhau. Mỗi người cố thu vén cho riêng mình. Nhà sang, xe xịn, lợi danh, tiền bạc... Mặc sức mà vung tay vung chân. Mặc sức mà lèn cho đầy túi tham. Nhiều người sống trong cái sân si tối tăm trong suốt cuộc sống. Trẻ, tiết vịt còn chảy rần rần trong người, hung hăng con bọ xít đã đành. Già, máu tưởng đã phải nhiễm lạnh mà vẫn cứ sân sân si si phát khiếp. Như Bà Margaret Ann Thomas-Irving, 58 tuổi, cư dân ở Hartford, Connecticut chẳng hạn. Từ tháng 10/2002 đến tháng 7/2003, trong vòng chưa đầy một năm, đã một mình cướp nhà băng tới 12 lần. Tổng cộng số tiền cướp được là 19 ngàn đô. Vũ khí của bà chỉ là khẩu súng đồ chơi con nít, hoặc ngon hơn, chẳng súng siếc gì cả chỉ dọa nhân viên ngân hàng là trong ví có súng là họ nộp tiền ngon ơ!

Cướp có nghệ thuật hơn là hai vợ chồng James Roland Clark, 71 tuổi, và Deloris Jane Clark, 66 tuổi, dân Florida. Ông chồng xách một bao cát vào ngân hàng dọa là chất nổ, bà vợ rồ sẵn máy xe chờ ở ngoài cửa. Cướp xong ông chạy ra phóng lên xe vù mất. Nhờ một gói thuốc nhuộm cho phát nổ sau đó cảnh sát mới tóm được hai ông bà già chịu chơi này.

Bà già Connie Parker, 74 tuổi, cư ngụ ở Nassau, tiểu bang Nữu Ước vừa trúng số độc đắc 25 triệu. Khi đi lãnh thì, sau khi trừ thuế má, bà cầm tay được 7,3 triệu. Bà ôm chặt lấy tiền, nhất định không chia cho ông chồng Kenneth Parker, 77 tuổi, đang bị ung thư phổi thời kỳ cuối. Ông chồng cho biết là ông đã đưa cho bà 20 đô để bà đi mua số nhưng bà cãi lại bà đã mua số bằng tiền riêng của bà. Ông chồng tức giận đâm hai đơn một lúc. Một đơn đòi chia tiền, một đơn xin ly dị sau 16 năm rưỡi chung sống. Rút cục, cụ đi đường cụ tôi đường tôi, và bà Connie phải thỏa thuận chia cho ông chồng một số tiền không rõ là bao nhiêu nhưng, theo tiết lộ không chính thức, là một phần ba số tiền bà lãnh.

Thất thập cổ lai hy. Hiếm có thiệt! Sống đã từng ấy tuổi

tưởng tay chân đã làm biếng nhấc lên nhấc xuống, ai ngờ vẫn cứ chụp giật như máy. Để làm chi? Ôm về cõi viên mãn chăng? Cõi bình an đó có cần những thứ phù phiếm của cõi tạm này không?

Một cặp vợ chồng già đã trên 80 tuổi mà vẫn khỏe mạnh. Họ ăn uống kiêng khem và tập thể dục hàng ngày. Không may hai cụ qua đời do một tai nạn xe buýt, họ lên thiên đàng và được thánh Phêrô đón tiếp nồng hậu. Thánh Phêrô đưa hai người đi coi nhà bếp khổng lồ, hồ bơi, phòng tắm hơi, sân chơi *golf*... Lóa mắt vì sự sang trọng của ngôi nhà, cụ ông hỏi thánh Phêrô.

"Chúng tôi có phải trả tiền cho những thứ này không?"

"Tất cả đều miễn phí, đây là thiên đàng mà!"

Đến giờ ăn, thánh Phêrô đưa hai cụ đến môt phòng ăn sang trọng, thức ăn ê hề. Cụ ông hỏi.

"Thưa Ngài, tất cả các món ăn này cũng miễn phí cả sao?"

"Tất nhiên!"

Cụ ông lại rụt rè hỏi tiếp.

"Chúng tôi có thể ăn tùy thích, không phải lo ngại dư mỡ, đường, *cholesterol* chứ ạ?"

"Không, tôi đã bảo là cụ đang ở trên thiên đường cơ mà! Cụ có thể ăn uống no say tùy thích mà không sợ bị mập phì, đái đường hay nhồi máu cơ tim gì cả."

Bỗng nhiên mặt cụ ông trở nên đỏ gay, quay sang cụ bà quát to.

"Tất cả do lỗi của bà! Nếu bà không ép tôi phải ăn uống kiêng cữ và tập thể dục hàng ngày thì tôi đã lên đây sớm hơn mười năm rồi!"

Cái cõi mông lung đó đâu phải chỉ có thiên đường. Những nơi khác có vui như vậy không?

Hai bợm nhậu ngồi bên chai rượu đã cạn quá nửa. Một ông hỏi.

"Ông bạn nghĩ là có thế giới bên kia hay không?"

Ông bạn gục gặc đầu.

"Có chứ! Mà chắc ở bển cũng vui vẻ lắm, nhậu nhẹt lu bù."

"Sao ông biết?"

"Thì ông thấy đấy. Mấy chả đi có cha nào thèm quay về đâu!"

Dương sao âm vậy. Dân gian vẫn cứ tin như thế. Cái cõi đầy bí ẩn đó được hiểu như là một nối dài của cõi tạm này, cũng có cuộc sống và những cung cách sống cụ thể như nhau. Vậy nên mới có dịch vụ gửi UPS không thiếu thứ gì qua cõi mờ ảo đó. Nhà cửa, xe cộ, quần áo, nồi niêu soong chảo, vàng bạc, tiền đô giấy lớn 100.000, và cả... điện thoại di động nữa! Mấy bà thương chồng cũng không quên gửi những nàng hầu trắng trẻo xinh đẹp xuống cho các ông chồng bớt cô đơn. Dĩ nhiên, trước khi hóa vàng, mấy bà không quên rạch mặt, chọc mù mắt hình nhân để thỏa cơn ghen kéo dài qua hai cõi!

Tin như thế bị coi là tin nhảm. Mê tín! Nhưng mâm cơm cúng ngày giỗ ngày tết chắc có ý nghĩa khác. Không ai nghĩ là người từ cõi kia về ăn như chúng ta ăn (cơm canh còn nguyên đó chứ có hụt đi chút nào đâu!) nhưng làn khói nhang ấm áp mời người quá cố về thụ lộc được hiểu như là một cách tưởng nhớ tới người thân đã bước sang cõi khác trước chúng ta. Tấm lòng thương tưởng của chúng ta thể hiện qua cách cúng những món ăn mà người thân quá cố ưa thích khi còn sinh tiền.

Trong nghĩa trang, một ông dọn cơm canh cúng trên mộ vợ. Một ông người bản xứ thành kính đặt bó hoa trên ngôi mộ bên cạnh. Lễ bái, cầu kinh xong, ông bản xứ hỏi ông Việt nam.

"Bộ ông tin rằng vợ ông có thể về ăn được những thức ăn ông cúng như vậy chăng?"

Ông Việt nam bình thản hỏi lại.

"Bộ ông cũng tin rằng vợ ông có thể về ngửi được bó hoa ông đặt trên mộ kia chăng?"

Chỉ một bước ngắn, chúng ta chuyển từ cõi này qua cõi khác. Ai cũng ngại ngần trước nhịp bước vô định này. Cõi tạm, cõi... khách sạn, chúng ta đã quen nếp sống. Cõi thực, cõi... nhà, chúng ta u u minh minh. Cái bước dùng dằng từ một chỗ đứng cân bằng trên mặt đất sang chỗ chênh vênh mây trời là cái bước mỗi con người phải trải qua. Cái điều chắc chắn sẽ xảy ra này chúng ta không muốn nghĩ tới. Càng thêm tuổi, chúng ta càng làm lơ không muốn nghĩ tới. Không nghĩ thì làm sao mà hiểu được.

Thế giới có triệu điều không hiểu
Càng hiểu không ra lúc cuối đời
Chẳng sao khi đã nằm trong đất
Đọc ở sao trời sẽ hiểu thôi.

(Mai Thảo)

02/2004

CỞI

Yêu nhau cởi áo cho nhau
Về nhà mẹ hỏi qua cầu gió bay.

Bài ca dao quen thuộc này đã được phổ nhạc và hát lung tung phụ diễn với những màn cởi, nhất là trong các đám cưới. Cũng may là dân gian ngày xưa hiền lành, chỉ cởi toàn những thứ thuộc vòng ngoài, nếu không nhiều cô dâu sẽ bị lúng túng và nhiều chú rể có thể đứng tim vì bị những con mắt hai họ ăn cỗ trước mình.

Ngày nay, tôi e rằng tình hình không yên tĩnh như vậy. Yêu nhau, lắm chuyện lắm! Tới đâu thì tới. Lúc ngoảnh mặt nhìn lại thì... con ong đã tỏ đường đi lối về. Gặp những anh chàng họ khác thì may, gặp đúng anh chàng họ Sở thì anh ta qua màn hai liền. Từ cởi qua cỡi. Cỡi đây là cỡi ngựa thiệt phóng vù vù như gió.

Yêu rồi cởi, đã đành. Không yêu cũng cởi. Chuyện này liên quan đến các ông họa sĩ, mà tôi thì nhiều bạn họa sĩ lắm, các ông ấy mà mắng mỏ thì thật phiền. Vậy phải nói ngay rằng làm nghệ thuật là nghệ thuật. Con mắt các ông ấy nghiêm túc lắm. Thật mà coi như giả. Các cô người mẫu cứ yên tâm cởi. Không cởi mới sinh chuyện!

Chuyện như thế này. Một cô người mẫu khỏa thân tới xưởng vẽ của họa sĩ làm việc. Buổi sáng, họa sĩ đang uống cà phê (Ôn Đinh Cường nì, ôn hay uống cà phê, nhưng không phải chỉ vì uống cà phê mà đích thị là cái ông họa sĩ trong chuyện này đâu!) bèn bảo cô người mẫu.

"Còn sớm chán, cô ngồi uống với tôi một ly cà phê rồi mình làm việc sau."

Hai người đang uống cà phê, có tiếng chân đi lên thang gác, họa sĩ tái mặt vội bảo cô người mẫu.

"Cô cởi quần áo lẹ lên! Nhà tôi lên đó!"

Chẳng biết các bạn có biết tới nhiếp ảnh gia chuyên đi các thành phố lớn, kêu người ta ra đường khỏa thân cho ông chụp hình hay không? Tôi thì không nhớ được tên ông này (mà nhớ làm gì nhỉ?). Tới nơi nào ông cũng được hưởng ứng nhiệt liệt. Cần trăm người thì ngàn người đến. Cần ngàn người thì vài ngàn người đến. Bao giờ số người tới cũng nhiều hơn số người cần. Bữa ông tới thành phố Montréal này, thì trên một ngàn người đến theo tiếng gọi của nghệ thuật. Mọi người phải có mặt từ sáng sớm lúc người ta còn nằm trên giường trong một buổi sáng lạnh lẽo, tự cởi quần áo, nằm la liệt trên đường phố theo sự chỉ dẫn của ông. Tôi đã được coi những bức ảnh nghệ thuật này. Trông cứ như một bày heo bị cạo lông con ngửa tênh hênh, con chổng khu lên trời. Con đực con cái, rõ mồn một! Tiền nong gì đâu. Thích cởi thì rủ nhau ra cởi tập thể cho vui vậy thôi!

Cái tội của mấy anh đàn ông là có cặp mắt lé. Cái người đáng phải nhìn, chẳng nhìn, lại cứ thấp thỏm đi nhìn những người chẳng giây mơ rễ má gì với mình. Cặp mắt của các bà lại là cặp mắt của những người chăn dắt. Ra đường chẳng nhìn đường xá, chỉ nhìn vào cặp mắt ông chồng. Mà cặp mắt của các ông có làm gì cho cam. Họ chỉ đang giải đáp một thắc mắc về tâm lý.

Một ông than phiền với bạn.

"Kỳ lạ thật, vợ mình dù có mặc bất cứ một bộ đồ mới, kiểu lạ thế nào đi nữa thì mình cũng chẳng thấy gì khác lạ cả. Còn với những cô gái khác thì dù có mặc đồ cũ, mình cũng vẫn thấy mới lạ phải không?"

"Đúng vậy!"

"Có gì đâu! Nguyên nhân là khi ta đã biết rõ món hàng rồi thì dù có thay đổi lối gói hàng kiểu cách thế nào đi chăng nữa, ta cũng chẳng còn hồi hộp chờ mong gì thêm!"

Trong các bộ phận trên cơ thể người đàn ông, cặp mắt là bộ phận hư nhất. Nó hư là vì cái gọi là thời trang. Thời trang có cái tính sơ ý. Việc phải làm cứ lơ là không chịu làm. Quần áo để làm gì? Có tối dạ đến đâu cũng biết quần áo là để che đậy thân thể. Thời trang lại là anh tối dạ hạng nhất. Nó chẳng biết che chỗ nào, đậy chỗ nào nên lộn tùm lum lên. Các bà giận là phải. Giận nên tạo ra thời trang mới cho đã nư!

Một tối nọ, một bà không mặc gì hết trong phòng ngủ.

Thấy lạ, ông chồng hỏi.

"Hôm nay bà làm sao thế, có bị bệnh tâm thần không vậy?"

Bà ưỡn người ra.

"Ông không hiểu gì về thời trang hết! Đây là mốt áo ngủ mới nhất đấy!"

Ông chồng gật gù.

"Cũng được, nhưng nếu mà đem ủi nó sơ qua một chút thì có lẽ đỡ hơn!"

Chuyện cởi có lẽ tới đây có thể chấm dứt được rồi. Vì nó đã đi tới chỗ chẳng còn gì để cởi nữa. Nhưng chuyện cởi nó lạ lắm. Hồi sau mới lắm điều hay. Nhất là khi có dính vào tí tiền. Không phải là tiền còm đâu đấy nhé. Nói ra toàn hàng triệu không. Đầu sỏ là mấy ông thày cởi. Tôi không phải là độc giả của mấy tờ báo người lớn như *Playboy*, *Hustler*...(phải nói ngay ra vậy cho bảo đảm!) nên không biết tên mấy ông chủ báo thày cởi này. Thỉnh thoảng ngó lên TV, thấy quanh mấy ông lúc nào cũng có những em bé pưng pưng thơm phức vây kín chung quanh, thấy nổi máu ghen tị. Những em bé đắt giá đó, các ông, vốn là những người tốt bụng, nên chia sẻ với mọi người với cái giá dễ chịu lắm. Năm bẩy đồng gì đó (tôi không bao giờ mua nên không biết rõ!).

Ngày xưa, khi tờ *Playboy* còn một mình một chợ, chẳng phải cạnh tranh với ai cả nên nghệ thuật lắm. Hình ảnh toàn loại năm chục phần trăm. Đồi núi phương bắc thì rộn rã ánh đèn *flash* nhưng đồng ruộng phương nam vẫn màn che trướng rủ. Đồi nào ra đồi nấy. Núi đẹp một vẻ thiên nhiên.

Thần thánh có ngó mắt qua cũng vẫn thánh thiện được như thường. Thế rồi cái thế giới chúng ta đang sống càng ngày càng quá quất lắm. Được voi đòi tiên. Mà toàn thứ tiên nguyên thủy. Đồi núi cũng phô ra mà đồng ruộng cũng đẫm ánh mặt trời. Nhức nhối con mắt lắm! Vậy mà đã yên cho đâu. Mấy em người mẫu, tháng tháng phô ra, thì cũng thế thôi. Nhàm!

Mấy ông thày cởi là những nhà sáng tạo đầy... sáng tạo. Mà còn sành tâm lý nữa. Biết tính tình mấy anh đàn ông là tính tình... khoa học. Biết cái gì thì muốn biết tới nơi tới chốn, tới tận cùng ngóc ngách của vấn đề. Thế nên, chẳng cần phải là kiều nữ, chẳng cần phải là đồng ruộng núi đồi loại xịn, cứ bà nào cô nào nổi tiếng trên báo chí là các ông tới đòi cởi cho thiên hạ coi. Chuyện nghe như chẳng dễ. Đang là những nhân vật thời sự được báo chí ngày ngày nhắc tới, dễ gì cởi. Có họa là điên. Các ông thày cởi biết là chỉ có một thứ làm cho đàn bà nổi điên được: tiền! Cái gì cũng có giá cả. Đến mấy thứ đồ cà chớn bầy bán trong cửa hàng cũng còn có giá, huống chi mấy thứ xịn. Thứ xịn có giá của thứ xịn. Bao nhiêu? Tùy. Nhưng chắc chắn có giá. Cứ đúng giá là... ngã giá!

Điển hình là em Monica, người được báo chí thổi phồng lên tuy chỉ có mỗi cái tài là thổi kèn cho ông Tổng Thống thổi kèn *saxophone*. Tài cán hơn thì có chị Katarina Witts, ngôi sao trượt băng nghệ thuật người Đức. Tới giá là cởi. Còn người anh hùng của nước Mỹ trong chiến tranh Irak Jessica Lynch giá bao nhiêu?

Cô binh nhì Jessica này bỗng được Bộ Quốc Phòng Mỹ

bơm lên thành một anh hùng. Đầu năm 2003, Jessica được điều qua Irak, xung vào Đại Đội Bảo Trì 507. Trên lý thuyết đây là một đơn vị hậu cần ở cuối đoàn xe tiếp liệu gồm tám ngàn chiếc dài một trăm dặm, một vị trí an toàn. Cái tích tắc tạo nên một anh hùng chỉ là một tích tắc rủi ro xảy ra vào ngày 23 tháng 3 năm 2003. Đội xe có binh nhì Jesssica đã chạy lạc đường ở thị trấn Wasiryah. Họ bị phục kích và cuộc chạm súng đã diễn ra ác liệt suốt một ngày. Những người chạy đều bị bắn chết, những người chống trả bị bắt và nữ chiến sĩ Jesssica đã anh dũng chiến đấu tới giờ phút cuối cùng. Quân đội Hoa Kỳ đang nóng lòng muốn có được một anh hùng cho cuộc chiến bèn đội vòng hào quang cho Jessica, người đã chiến đấu anh dũng cho tới khi bị bắt với thương tích cùng mình. Cuộc giải thoát Jessica khỏi một bệnh viện của Irak sau đó gay cấn như một phim trinh thám là một dịp tốt để quân đội Mỹ làm ồn ào cả thế giới. Cuốn phim truyền hình *Saving Jessica Lynch* do đài NBC thực hiện với nữ tài tử Regan được chiếu trong dịp lễ Tạ Ơn vừa qua đã bốc tên tuổi Jesssica lên tới trời xanh. Cả thế giới ngẩn ngơ trước hình ảnh cô gái nhỏ của thị trấn Palestine nhỏ bé. Riêng mấy ông thầy cởi không ngẩn ngơ. Đầu óc họ làm việc ngay. Cởi được em này thì hốt bạc triệu dễ như lấy đồ trong túi.

Ông thầy Larry Flynt, chủ báo Hustler, chớp ngay được thời cơ. Ông đã có trong tay những tấm hình Jessica trăm phần trăm. Ông mua được những tấm hình này với giá bao nhiêu? Ông lắc đầu không nói. Ông đã có ý định phổ biến những tấm hình hốt bạc này nhưng ông đã nghĩ lại thấy không nên làm hỏng hình ảnh một anh hùng của nước Mỹ, một Jeanne d'Arc thời nay!

Jessica có phải là một anh hùng không? Trong cuốn hồi ký bạc triệu *I Am A Soldier, Too* mới được tung ra thị trường bán đắt như tôm tươi, Jessica đã lắc đầu không nhận mình là một anh hùng. Trong một cuộc phỏng vấn truyền hình cô đã thành thật xác nhận: "Họ (quân đội Mỹ) đã lợi dụng tôi để tuyên truyền. Tôi không muốn hưởng những gì mình không làm". Cô đã chẳng chiến đấu chiến điếc gì hết, súng của cô bị kẹt đạn ngay từ những giây phút đầu tiên của trận chiến, cô không bắn được lấy một viên đạn! Những gì cô còn nhớ được là đã sụm xuống và cầu nguyện.

Jesssica đã hiên ngang từ chối làm người hùng của nước Mỹ. Cô đúng là một người can đảm. Bạn có muốn nhìn rõ đường tơ kẽ tóc của người can đảm này thì hãy chuẩn bị tiền sẵn để mua báo Hustler. Giá bao nhiêu? Tôi không biết (đã bảo là tôi không phải độc giả của tờ báo này mà!).

Bạn tôi, ông Luân Hoán, thấy ông Larry Flynt múa cũng múa. Ông Larry lót tay bằng đô la để cởi, bạn tôi cởi bằng thứ mà bạn tôi rất giàu có: thơ!

với thân thơm suối thơm đồi
xin em dành một cõi ngồi tôi riêng
một mình tôi được ưu tiên
một mình tôi đủ thẩm quyền nhớ nhung
sẽ chạm tình dọc sống lưng
sẽ khắc thơ giữa hồng trung chánh tòa
cho em mặc sức trổ hoa
bốn mùa vĩnh viễn đều là mùa xuân
em tha hồ cởi áo quần

ngâm mình giữa cõi nhớ nhung sinh tồn
câu thơ lục bát dẫu mòn
vẫn còn thơm ngát lũng cồn nữ vương

Mà này, sao cứ nhè phụ nữ mà cởi? Xem ra bất công quá chừng chừng. Cởi các ông một chút cho vui. Nghe ra khó vui quá! Thây kệ, không vui cũng cởi. Cho có nếp có tẻ.

Nhà sắp có khách, bà vợ tay chống nạnh hất hàm hỏi ông chồng.

"Bộ ông định mặc quần đùi để tiếp khách hay sao vậy?"

Ông chồng hậm hực.

"Phải, tôi muốn mọi người đều biết bà đã nuôi tôi như thế nào!"

Bà vợ không phải tay vừa.

"Được! Nếu vậy ông hãy cởi luôn cái quần đùi ra đi, để cho họ thấy là ông có đáng để nuôi hay không!"

12/2003

COMPUTER

Mãi tới năm 1985, khi đặt chân tới phi trường Mirabel, mở đầu cho cuộc đời định cư tại Montréal, lần đầu tiên tôi mới thấy chiếc computer. Trong phòng lập thủ tục nhập cảnh, tôi chăm chăm nhìn vào cái máy vuông vắn, không thể không hỏi để được xác nhận đó đúng là chiếc *computer*. Ở Việt Nam, tôi đã nghe nói về nó rất nhiều nhưng đã bao giờ thấy mặt mũi nó đâu. Tôi lặng người đi. Mình đã bắt lại được nhịp sống của thế giới!

Thực ra, trước năm 1975, Việt nam cũng đã có máy điện toán rồi đấy chứ. Hồi đó người ta gọi là máy IBM. Hình như chúng ta chỉ có hai cái, một tại Phủ Thủ Tướng, một tại Bộ Quốc Phòng. Mỗi cái máy hồi ấy kềnh càng chiếm nguyên cả một căn phòng và, như một đứa con cưng, lúc nào cũng phải có máy lạnh mát rười rượi. Đó là tôi được nghe nói vậy chứ tận mắt có bao giờ được chiêm ngưỡng dung nhan cô con nhà giầu được cưng như cưng trứng, hứng như hứng hoa này đâu. May ra chỉ được nhìn thấy... đồ phế thải của cô. Đó là những tấm bìa, lớn chừng bằng một cuốn sổ tay, mầu vàng xỉn, in chi chít chỉ có hai con số 1 và số 0, được bấm lỗ ngang dọc tùm lum. Và hình như cũng chính những chiếc máy này đã là giám khảo chấm thi cho những cuộc thi Tú Tài ABC khoanh mà chúng ta gọi là Tú Tài IBM!

Từ những chiếc máy kềnh càng chiếm nhiều chỗ như thế đến chiếc máy gọn gàng nằm trên bàn của nhân viên Di Trú tại phi trường Mirabel, thế giới đã đi những bước dài. Từ năm 1985 đến nay, nó không bước nữa mà chạy, loại chạy của những lực sĩ vô địch điền kinh!

Computer bây giờ có mặt ở bất cứ xó xỉnh nào. Tại tư gia cũng như trong các văn phòng làm việc. Ngành nào bây giờ cũng có phải chiếc *computer* can dự vào. Con người bây giờ đã nhẵn mặt nó. Chắc dễ trong số nhân loại lúc nhúc ngày nay chẳng có ai nhà quê như tôi hồi 1985. Ai cũng bạn bè với cái anh mặt vuông có tính nhớ dai này. Đến họa sĩ Thái Tuấn, bàn tay tài hoa đã bao nhiêu năm lấm lem sơn dầu, mà ngày nay cũng đã bỏ sơn dầu để táy máy với cái *computer*. Những bức tranh ông vẽ gửi cho tôi, tuy nhờ vả cái anh mặt vuông này, vẫn là những thiếu nữ rất Việt Nam, rất... Thái Tuấn. Trong những bức thư riêng, ông cho biết là vẽ bằng *computer* rất tiện và sạch, tay chẳng lấm lem mầu sắc.

Computer là cái gì mà tài tình dữ vậy? Cả nhà đang quây quần sau bữa cơm tối, cậu con trai nhỏ hỏi:

"*Computer* là gì hả bố?"

"Bố không biết."

"Thế *internet* là gì ạ?"

"Bố chịu."

Bà mẹ cắt ngang.

"Thôi, con đi chỗ khác chơi, đừng quấy rầy bố nữa!"

"Bà đừng có cản con như vậy! Con nó phải tò mò hỏi để mở rộng kiến thức chứ!"

Computer rất tiện, ai cũng phải công nhận. Chẳng tiện mà bài viết cho báo, gõ vào máy xong, *e-mail* một cái là chỉ phút sau tòa báo nhận được ngay, chẳng cần đánh máy lại, cứ thoải mái trình bầy và in ra, nhấp nháy là xong. *E-mail* (ông Bưu Điện chắc ít ưa cái trò này!) là nhịp cầu làm ngắn lại những khoảng cách địa lý vời vợi của trái đất. Dù ở bất cứ nơi đâu, Canada, Mỹ hay Việt Nam, Úc... chỉ bấm một cái, phút trước phút sau là đã bắt tay nhau được. Chúng ta bây giờ, ngoài địa chỉ nhà, còn có địa chỉ *e-mail*. Địa chỉ nào cũng nhất thiết phải có một mẫu tự lạ hoắc đứng nghênh ngang ở giữa. Đó là chữ @. Chữ gì mà kỳ cục, chẳng ra cái... *alphabet* gì cả. Ai mà cắc cớ đẻ ra cái chữ khó chịu này? Cái ông khác đời này tên Ray Tomlinson, làm việc tại Ngũ Giác Đài ở Hoa Thịnh Đốn. Ông dùng chữ này từ năm 1972 để diễn tả nghĩa "tại đây". Chính cái ông cắc cớ này cũng không ngờ mình là tác giả cái chữ mà ai dùng điện thư cũng phải xài tới. Cái hình dáng không giống ai của chư @ đã là một sự chia rẽ quốc tế! Nó giống cái gì cà? Dân ta, chắc vốn trải qua nhiều nhục nhằn của tù tội nên trông ra liền hình cái còng tay, gọi ngay là A còng. Hay, thử nghĩ thanh thản hơn, còng với càng cũng xêm xêm như nhau nên trông nó giống hình cái càng cua? Chanh muối tiêu quá! Dân một vài nước khác lại trông nó giống cái đuôi. Người Đức gọi nó là đuôi khỉ, người Phần Lan gọi là đuôi mèo, người Na Uy gọi là đuôi heo, người Đan Mạch gọi là đuôi heo nái. Người Thái Lan và người Hung Gia Lợi, ở xa nhau thế mà chí lớn gặp nhau, đều gọi là con sâu. Bốn cái chí lớn khác là Pháp, Do Thái, Đại Hàn và Ý gọi là ốc sên. Người Thụy Điển gọi là móng mèo trong khi người Ba Lan gọi là mèo con. Cùng nhìn thấy cái uốn éo dễ thương của chữ @ nhưng người Nga lại gọi là chó con, dân Hy Lạp gọi là vịt con và người Trung Hoa gọi là chuột nhắt. Chỉ có người Hòa Lan đi riêng ra một trường phái khác và gọi là... dế khỉ!

Thực tế nhất là anh Mỹ, thấy sao đọc vậy, gọi là AT (ở đây), chẳng đuôi cũng chẳng dế gì cả, mất thời giờ! Thực tế như ông Bill Gates vậy. Ông Bill Gates, chủ hãng *Microsoft*, nhờ *computer* mà làm giầu nhanh như gió. Chỉ trong vòng ít năm, ông đang từ một chuyên viên kiết xác nhảy lên làm... tỷ phú. Mà tỷ phú đông địa nhất thế giới. Nhiều tiền nhưng ông không phóng tiền. Chuyện kể là ông ấy rất kỵ chi tiền làm giàu cho mấy anh chủ *parking* nên cứ lái xe chạy lòng vòng tìm chỗ đậu miễn phí ngoài đường. Tôi giống ông Bill Gates được có mỗi điểm này. Những điểm khác, chẳng giống được. Chẳng hạn như ông ấy đã lập ra hội thiện Melinda Gates (theo tên vợ) vào năm 2000 và bỏ ra tới 6 tỷ đô la và 54% thu nhập để giúp đỡ khắp ta bà thế giới. Doanh thu trong năm 2003 của *Microsoft* trên 32 tỷ đô Mỹ! Mục đích của hội thiện này nhằm cải thiện tình trạng y tế và giáo dục toàn cầu. Trước những đóng góp lớn lao của cặp vợ chồng tỷ phú trẻ tuổi này, tạp chí Business Week đã gọi họ là "một gia đình hoàng tộc thế hệ mới, tự gây dựng cơ đồ và đầy lòng hảo tâm". Và Hoàng Gia Anh vừa quyết định trao danh hiệu Hiệp Sĩ cho ông. Tước hiệu cao quý này đã được Nữ Hoàng Anh Elizabeth II quyết định sau khi tham khảo ý kiến Ngoại trưởng Anh Jack Straw vì "thành quả của *Microsoft* đã thay đổi phương thức làm việc của giới doanh nghiệp và ảnh hưởng to lớn tới nền kinh tế Anh Quốc". Vì mang quốc tịch Mỹ nên Bill Gates sẽ không sử dụng tước hiệu *Sir*. Thay vào đó, Nữ Hoàng sẽ đặt sau tên ông chữ "KBE" (*Knight Commander of the Most Excellent Order of the British Empire*). Lễ tấn phong sẽ được tổ chức tại điện *Buckingham* vào một thời điểm "phù hợp cho cả hai bên". Hai ông bà có 3 con. Những cậu ấm cô chiêu này sẽ nhung lụa suốt đời chăng? Hai ông bà dự tính sẽ chỉ để cho các con 10 triệu đô (không phải tỷ đâu đấy nhé!) vì họ muốn các con họ sẽ như họ: phải tự mình làm việc và vươn lên với ý chí của chính mình!

Sinh viên Việt Nam cũng đã từng được ơn mưa móc từ cái hội thiện này qua các học bổng và trang thiết bị. Chẳng cứ sinh viên, cậu bé Nguyễn Khánh Anh Hoàng, mới 11 tuổi, vừa đoạt được cúp vàng của cuộc thi Công Nghệ Thông Tin và Truyền Thông Khu vực Châu Á-Thái Bình Dương (*Asia Pacific ICT Awards*) tổ chức tại Thái Lan vào tháng 12/2003 vừa qua. Em đang là học sinh lớp 6 trường Trung Học Ngô Tất Tố, quận Phú Nhuận, Saigon. Em đoạt giải với nhu liệu "Em Học Toán" viết bằng *Visual Basic* dành riêng cho học sinh lớp 1. Điểm đáng nói là em đã tranh tài với các học sinh hơn em tới 6 lớp! Cha của em, kỹ sư Nguyễn Long Khánh, cho biết là em đã được gia đình hướng dẫn học đàn dương cầm, Anh Văn và tin học từ năm em mới hoc lớp 1. Thứ nào em cũng xuất sắc hết. Riêng về tin học, em đã đoạt được nhiều giải trong nước nên được trường *Infomatic Vietnam* trao học bổng để học hết chương trình B tin học. Khi kiểm tra trình độ, trường đã chuyển em qua học chương trình lập trình viên quốc tế với các sinh viên năm thứ 3 Đại Học. Vậy mà cuối khóa em đậu luôn thủ khoa, nhận bằng MCP.NET (lập trình theo công nghệ mới nhất) của *Microsoft* do ông Bill Gates ký.

Cái ông Bill Gates làm mưa làm gió khắp năm châu bốn biển này chắc phải là người thông minh nhất thế giới? Thường là như vậy. Nhưng...

Trên một chiếc máy bay đang gặp nguy hiểm vì trời giông bão có năm người tất cả: viên phi công, đấu thủ Michael Jordan, Bill Gates, Đức Giáo Hoàng và một anh chuyên đi giao *pizza*.

Bất thình lình, viên phi công bước ra khỏi phòng lái, thông báo cho 4 hành khách là máy bay vừa bị sét đánh và sẽ nổ trong ít phút nữa. Ông vắn tắt cho biết tình hình cứu cấp: "Chúng ta có tất cả 5 người nhưng trên máy bay chỉ có 4 chiếc dù. Tôi là phi công, tôi lấy một chiếc!" Nói xong, ông đeo dù nhảy ra khỏi máy bay.

Michael Jordan đứng bật dậy. "Tôi là thể thao gia danh tiếng nhất thế giới. Thế giới này cần những thể thao gia lớn, vậy tôi phải sống." Anh vơ vội chiếc dù và thoát ra khỏi máy bay.

Bill Gates không chịu thua. "Tôi là người thông minh nhất thế giới. Thế giới này cần những người thông minh, tôi cũng phải sống!" Dứt lời, ông ôm chiếc dù nhảy xuống.

Còn lại vị Giáo Hoàng và anh giao *pizza*. Giáo Hoàng nói với anh. "Ta đã sống lâu hơn con, vậy con lấy chiếc dù chót đi. Ta sẽ về với Chúa trong chiếc máy bay này!"

Anh giao *pizza* bình tĩnh thưa. "Thưa Đức Thánh Cha, Ngài không phải chết theo chiếc máy bay này đâu! Người thông minh nhất thế giới đã nhảy ra khỏi máy bay với chiếc túi đeo lưng của con!"

Phiếm vậy cho vui một chút chứ ai thông minh bằng Bill Gates! Không thông minh sao vơ vét nhanh đến thế? Và kỳ đổi thiên niên kỷ vừa qua, giới *computer* khốn đốn để đổi từ con số 19 ra con số 20, tạo thêm dịp đọ sức cho cái túi khôn của Bill Gates. Nhưng suýt chút nữa, con người đã không phải vất vả với những "con bọ" thế kỷ này.

Trước khi thế giới bước qua một thiên niên kỷ mới và lúc hai ông Bill Clinton và Yeltsin còn lãnh đạo hai nước bá chủ thế giới, Thượng Đế cho gọi 3 ông Bill Clinton, Boris Yeltsin và Bill Gates lên chầu. Ngài tỏ ra rất bất bình về những gì đang xảy ra trên trần thế. Và Ngài tức giận cho biết là Ngài sẽ tiêu hủy thế giới trong 3 ngày nữa. Ngài cho các ông lui về để loan báo cho các thân nhân, bạn bè và các cộng sự viên.

Bill Clinton vội triệu tập nội các. "Tôi có một tin vui và một tin buồn để thông báo tới toàn thể quý vị. Trước hết, tin vui là chúng ta quả thật có một Thượng Đế. Tin buồn là ông ấy sẽ tiêu diệt thế giới trong 3 ngày nữa!"

Boris Yeltsin cũng thông báo cho các cộng sự viên. "Tôi có một tin vui và một tin kinh khủng cho các bạn. Tin vui là chúng ta có 1 Thượng Đế. Tin kinh khủng là ông ấy sẽ tiêu diệt thế giới trong 3 ngày nữa."

Bill Gates họp các nhân viên lại. "Tôi có 2 tin vui cho các bạn. Thứ nhất, Thượng Đế tưởng tôi là một trong ba nhân vật quan trọng nhất trên thế giới này. Thứ hai, các bạn khỏi phải nhọc công với những con bọ thiên niên kỷ cho Windows nữa!"

Nói tới *computer* là phải nhắc tới ông Bill Gates, không tránh được. Nhưng cái ông B.G. nhiều tiền lắm của lại vang danh trong chốn *hitech* này làm tốn nhiều chỗ quá. Tới lúc quên ông ấy đi là hơn. Chúng ta nói chuyện về một ông B.G. khác, ông Bùi Giáng đi! Ơ hay, ông Bùi Giáng thì có dính líu gì tới cái *computer*? Thậm chí có lẽ ông ấy chẳng bao giờ nhìn thấy cái *computer* cũng nên! Trước 1975, làm gì đã có *computer* trên bàn mà nhìn. Sau 1975, ông ấy bận xuống đường giỡn chơi với chuồn chuồn giờ đâu mà tơ với tiếc! Không biết computer nhưng ông ấy biết và rất thích các người đẹp. Trong đời Bùi Giáng, có 4 người đẹp được ông tôn sùng. Đó là Marilyn Monroe, Brigitte Bardot, Kim Cương và Phùng Khánh.

Mông Rô nàng ấy xa rồi
Còn em Brigitte không lời Bardot
Tuy nhiên bồ liễu lồ gồ
Tam thu khai mở ngọc hồ tuyết băng
Hồng hưu sơn hải câu trường
Lầm than hạc phát phi thường trở cơn

Khi Bùi Giáng vĩnh viễn nằm xuống, xác thân được quàn nơi chùa thì Kỳ Nữ Kim Cương, cảm tấm lòng tri mộ, có tới viếng xác. Không thấy báo đưa tin Phùng Khánh, người được ông thường gọi là "mẫu thân", có tới viếng ông không tuy bà cũng ở chùa! Phùng Khánh chính là Ni Sư Trí Hải, một thiền sư nổi tiếng, vừa viên tịch tại Việt Nam trong một tai nạn xe hơi. Khi Sư Cô Trí Hải mất, cụ Nguyễn Tường Bách có nhắc lại một giai thoại về Sư Cô. Nó có liên quan tới cái *computer*.

Một ngày nọ, Sư Cô nói.

"Thì ra cái máy vi tính hắn cũng giống tâm người."

"Giống chỗ nào, thưa cô?"

"Mình ở trong một cái hồ sơ (*file*) nào đó thì mình không thể xóa (*erase*) nó được. Mình ra khỏi nó mới xóa được nó."

"Thưa vậy thì giống chỗ nào?"

"Tâm cũng thế thôi. Đang giận thì khó mà biết mình đang giận lắm!"

Thiền với cái *computer* như vậy thì ông Bill Gates cũng chịu thua. Thua đứt đuôi! Đuôi khỉ, đuôi mèo, đuôi heo hay đuôi heo nái?

01/2004

CON

Trong mỗi phòng khách của các gia đình Việt Nam hầu như đều có sự hiện diện của bộ Tam Đa ở chỗ trang trọng nhất. Phúc, Lộc, Thọ, đó là ba điều ước của con người ngẩng đầu lên xin với Trời cao. Của cải và sống dai, khỏi phải nói, được là cám ơn trời đất liền một khi. Nhưng con cái? Nhìn tượng ông già bế đứa nhỏ chợt thấy ngao ngán. Già mà còn bồng với bế, mệt chết! Thập niên 60, tại trường Đại Học Văn Khoa Saigon, có cụ Cử Nguyễn văn Bình, cụ Cử khóa cuối cùng của "cái học nhà Nho", dạy chữ Hán. Cụ vóc người nhỏ thó, tưởng có thể dùng một tay xách bổng lên được, luôn luôn áo dài đen, khăn xếp đen đi dậy học. Một bữa, cả trường xôn xao vì tin cụ vừa có con. Mấy ông bà giáo sư Pháp, Đức, Mỹ Úc, Tân Tây Lan... há hốc mồm nhìn cụ. Hom hem như cụ, quá thất tuần như cụ, vậy mà mầm sống vẫn nở được.

Mấy ông bà giáo sư tây đầm cứ *what* ầm ỹ với đám sinh viên chúng tôi. Chúng tôi, đứng vững trên văn hóa Việt, trả lời đó là điều đại phúc trong đời sống của một người, niềm vui "lão bạng sinh châu"!

Óc thực tế của người Tây phương đinh ninh rằng sinh con ra cũng phải có... kế hoạch: làm sao nuôi con, giáo dục con, giúp đỡ con cho tới khi chúng khôn lớn. Sản xuất bừa bãi đâu có được! Óc dựa vào Trời của Đông Phương thì... lộc trời cứ nhận vì... trời sinh voi trời sinh cỏ, hơi đâu mà lo. Bố không lo được thì mẹ lo, mẹ không lo được thì họ hàng lo, chòm xóm lo và... trời lo. Cứ nhận cái đã rồi... *que sera sera!*

Lộc đó, ngày nay, Đông cũng như Tây, đều có khuynh hướng mang trả lại cho Trời. Trời chẳng nên rộng rãi quá. Mỗi gia đình, một hoặc hai lộc thì được, để lộc bò ngổn ngang, mũi giãi ròng ròng thì chẳng nên. Càng ngày người ta càng thắt... dạ con khít hơn. Viện Thống kê Canada vừa phổ biến kết quả thống kê thực hiện năm 2002, theo đó thì trong năm này, có 328.802 trự ngoe ngoe chào đời. Tỷ lệ sinh sản trung bình của mỗi gia đình chỉ là 1 con rưỡi! Chỉ trong một thập niên, tỷ lệ này đã sụt xuống tới 25,4 phần trăm.

Người ta ước đoán, với xu thế của cuộc sống ngày nay, tỷ lệ này sẽ còn xuống thấp hơn nữa. Những cuộc biểu tình mới đây ở Thủ Đô Hoa Thịnh Đốn với cả vài trăm ngàn người tham dự đòi tự do ngừa thai, phá thai đã làm cho các chính trị gia cũng phải quy hàng. Bà Thượng Nghị Sĩ Tiểu Bang Nữu Ước Hillary Clinton cũng có mặt. Và ứng cử viên Tổng Thống của đảng Dân Chủ John Kerry, một tín đồ Thiên Chúa

Giáo, cũng hùa theo kiếm phiếu làm nhăn mặt các chức sắc Vatican.

Mỗi đứa trẻ được làm người không phải do ý muốn của Trời mà do sự chọn lựa của con người. Mà con người ngày nay rất thực tế. Họ gạt đi những ý niệm siêu hình, đạo đức đã chi phối cuộc sống từ ngàn xưa để tự thu xếp cuộc sống cá nhân.

Thủy hỏa tương đồng, âm dương phối hợp có anh bao cao su nằm chình ình làm kỳ đà cản mũi. Hoặc thuốc thang, chích ngừa, viên tối hôm trước sáng hôm sau, làm sục sôi âm dương có cũng như không. Những món phòng ngừa không phải chỉ có trong thời đại này mà còn xuất hiện từ thuở xa xưa, xa lắc xa lơ.

Người Ai Cập, từ năm 1550 trước Công Nguyên đã mon men... cãi ý trời. Họ dùng một loại nút gạc làm từ bông hạt, tẩm lá cây keo và cây chà là nghiền nát, trộn cùng mật ong. Phương pháp rất thô sơ nhưng cũng có tác dụng vì lá cây keo lên men sẽ thành *acide lactic*, một thành phần trong chất diệt tinh trùng vẫn được dùng ngày nay. Khoảng 3000 năm trước, ở Ấn Độ và Ai Cập, phụ nữ dùng phân cá sấu hay phân voi, bôi vào âm đạo trước khi giao hợp để tránh thụ thai. Tính *acid* cao của phân có thể đã tạo ra phản ứng diệt tinh trùng. Giản dị hơn, phụ nữ trong những năm đầu thế kỷ thứ 18 sử dụng một nửa trái chanh. Tính *acide citric* của chanh cũng tỏ ra có tác dụng.

Ngăn ngừa như vậy để mỗi đứa trẻ ra đời là một vị khách được mời hẳn hoi. Chúng là những vị khách được chào đón trong hân hoan.

Ngoan con nhé mẹ giờ đang mang nặng
Con đạp làm gì mẹ ngủ không yên.
Nằm trong đó đất với trời giống cả
Hôm nào chào đời sẽ thấy nắng vô biên
Cha như người điên nhớ về bè bạn cũ
Những ơ thờ như mũi giáo xuyên tâm
Con cựa quậy đêm vài lần chắc đủ
Cứ nghĩ đời vui trong đó yên nằm

(Nguyễn Nam An)

Được chào đón hơn nữa là những đứa trẻ ra đời trong... ống nghiệm. Đó là những đứa trẻ mà bố mẹ khao khát có. Họ không có khả năng tạo sinh theo thiên nhiên nên phải nhờ bàn tay của khoa học. Tinh trùng của người cha và noãn sào của người mẹ được... hò hẹn nhau trong chiếc ống thủy tinh. Chúng phối hợp với nhau thành phôi thai và được đưa trở lại tử cung của người mẹ để phát triển bình thường. Có một điều không bình thường là thụ thai theo lối này dễ... trúng cá cặp! Cặp hai, cặp ba, hoặc hơn nữa. Nguyên do là vì sự muốn ăn chắc của các bác sĩ. Thường họ cấy vào tử cung vài phôi thai phòng bất trắc. Khoa học càng ngày càng tiến bộ, những phôi thai được cấy thường khỏe mạnh và... tay trong tay với nhau mà phát triển. Từ năm 1995, thông thường các bác sĩ cấy 4 phôi thai một lần, cho tới năm 2001 thì hạ xuống còn 3. Cũng trong thời gian này, số vụ thụ thai trong ống nghiệm thành công từ 20% tăng lên tới 27%.

Sinh cá cặp là điều không được khuyến khích. Nó ảnh hưởng tới dự tính của gia đình và sức khỏe của cả mẹ lẫn con. Hiện đang có những cuộc tranh luận về việc Chính

Phủ Mỹ có nên ấn định số phôi thai được cấy trong mỗi vụ không. Giới y khoa có vẻ không muốn có sự ràng buộc này. Họ muốn để toàn quyền cho các bác sĩ và những người liên hệ. Ở Anh và Ba Tây thì đã có quy định là mỗi lần chỉ có thể cấy từ hai đến bốn phôi thai. Kể từ khi đứa bé trong ống nghiệm đầu tiên được sinh ra vào năm 1978, "kỹ nghệ" này đã phát triển nhanh chóng. Chỉ trong vòng 6 năm, từ năm 1995 đến 2001 đã có 65 ngàn ca được ghi nhận trong 400 bệnh viện Mỹ.

Sinh nhiều con một lúc có cái bất tiện nhưng cũng có cái... lợi.

Đi học về, hai trẻ sinh đôi líu lo báo tin vui:

"Mẹ ơi! Mẹ đoạt giải "Người Mẹ Đẹp Nhất" ở lớp con."

"Ô! Mẹ rất vui. Thế lớp con chọn như thế nào?"

"Bỏ phiếu mẹ ạ! Không ai nhận được hơn một phiếu ngoài mẹ."

"Thế mẹ được bao nhiêu phiếu?"

"Hai ạ!"

Làm mẹ có cái cực phải... vượt biển đông một mình. Cái kiểu phải làm "boat people" bất đắc dĩ này, nhiều bà không ưa. Thay vì đi theo đường thiên nhiên, nhiều bà đòi đi đường tắt bằng cách rạch bụng. Nếu vì lý do sức khỏe của người mẹ hoặc của thai nhi thì OK. Nhưng nhiều bà muốn... mổ bụng cho tiện vì... lười! Phải tự mình banh da xẻ thịt cho đứa con ra đời, vất vả và đau đớn lắm. Đau đến nước mang anh chồng ra mà ... tế. Vì hắn mà nên nỗi truân chuyên! Cũng có bà muốn sinh kiểu ăn sẵn vì lý do rất riêng tư: không muốn các bắp thịt âm hộ giãn nở ra. Lại có bà muốn thay quyền Con Tạo, muốn sinh vào lúc tiện lợi cho mình. Để đi... nghỉ hè. Hoặc để đứa con ra đời đúng vào giờ tốt cho lá số tử vi thêm ngon lành. Tại Canada, trong năm 2002, 22,5% các sản phụ chọn... *hari-kiri*! Bác sĩ sản khoa người Pháp Michel Odent, người 30 năm trước đây, là cha đẻ của phương pháp sinh trong bồn tắm và là người đã cổ võ việc cải đổi phòng sanh tại bệnh viện cho giống như phòng ở tại nhà, nay lại cho biết là những đứa trẻ được sinh bằng cách mổ bụng thường ít có khả năng thương yêu người khác và dễ trở thành hung dữ. Theo ông cho biết thì một đứa trẻ ra tắt như vậy sẽ không có một loại *hormone* được gọi là "*hormone* thương yêu". Đó là *oxytocin* được tiết ra khi người mẹ lâm bồn. Các nhà nghiên cứu của trường Đại Học California cũng đồng ý là *oxytocin* là một thành tố quan trọng cho cho sự phát triển tình thương của trẻ đến những người chung quanh.

Sinh con đã vất vả, nuôi con cũng thiên nan vạn nan. Xưa đã vậy mà nay cũng vậy.

Xưa thì:

Gái một con trông mòn con mắt
Gái hai con con mắt liếc ngang
Ba con cổ ngẩng răng vàng
Bốn con quần áo đi ngang khét mù
Năm con tóc rối tổ cu
Sáu con yếm trụt, váy dù vặn ngang.

Nay thì:

Một cô gái vừa xuống xe buýt đã làm cho tất cả mọi người chú ý vì cách ăn mặc quá táo bạo: một bên tà áo vén cao để lộ nguyên cả "ngọn núi lửa" sắp phun trào. Không ai dám nói gì, cuối cùng một viên cảnh sát đánh liều đến nhắc cô gái:

" Thưa cô, thời trang của cô rất táo bạo, nhưng tôi nghĩ không tiện..."

Vừa nghe đến đây, cô gái vội nhìn xuống ngực mình và bỗng hét thất thanh:

"Thôi chết tôi rồi! Tôi quên thằng cu trên xe buýt!"

Vòng tay mẹ là vòng tay dịu hiền, bao bọc và che chở con cái ngay từ lúc chập chững bước vào đời. Đời sống luôn luôn là một cạm bẫy. Nó hứa hẹn những điều trí trá, những lọc lừa, những âm mưu, những phản trắc. Vòng ôm của mẹ là tấm lưới yêu thương ấp ủ con trong từng bước vụng dại.

Hiểu chậm chậm nhé con yêu
Băng ngang qua đời sống thật dễ
Bước trọn vẹn với đời thật khó
Con có những ngón tay không cong
Những ánh mắt nhìn không nồng
Những âm hao con không trầm bổng
Làm sao con ôm choàng hết được
giọt lệ của nhân gian
Long lanh đó vì sao hôm
Lại gần đó hàm răng cá sấu
Chờ đợi điệu con nhảy múa
Không có vòng tay ôm của mẹ.

(Lê Thị Huệ)

Con tới tuổi đến trường, bị ném vào những cạnh tranh đầu đời, cũng cực lắm.

Đi học về, con buồn bã nói với bố rằng mình bị phạt môn toán.

"Thế thầy hỏi con như thế nào?"

"Thầy hỏi: 2 nhân 3 bằng bao nhiêu, con đáp 6."

"Con đáp đúng!"

"Sau đó thầy lại hỏi: 3 nhân 2 bằng bao nhiêu?"

Ông bố nhún vai:

"Thế thì có khác quái gì đâu!"

"Thì con cũng nói giống y như bố vậy!"

Bạn bè, thầy cô, xã hội là những thành tố tạo ảnh hưởng sâu sắc cho một đứa trẻ. Nhưng ảnh hưởng quan trọng nhất vẫn là của bố mẹ. Nhân cách của một đứa trẻ có nhiều phần hình thành bằng lối sống của bố mẹ. Trong 6 năm đầu chỉ ở nhà với bố mẹ, sau đó trong tuổi ấu thơ nơi nhà trường và cả thời kỳ dậy thì, cách nuôi dậy con và cách bố mẹ đối xử với nhau ảnh hưởng rất lớn tới đứa trẻ. Các nhà tâm lý đã phân tích và đưa ra những lời khuyên thực tế cho các bậc làm cha làm mẹ. Gia đình phải được tạo thành một môi trường thân ái và yêu thương, hãy hết sức tránh những bất hòa và xung đột giữa vợ chồng. Điều này ảnh hưởng rất lớn tới con cái. Ly dị thường làm tổn hại tâm lý của trẻ nhưng nhưng sống trong một hoàn cảnh lúc nào cũng có thể bùng nổ... một cuộc chiến có khi còn tệ hại hơn.

Mâu thuẫn trong gia đình, làm gì mà không có. Nhưng cách giải quyết mới là vấn đề. Cần phân tích cho rõ ngọn ngành những mâu thuẫn và tìm cách dung hợp. Nhờ đó trẻ sẽ học được cách dùng lời nói hơn là tay chân để... phải trái với nhau.

Tích cực hơn nữa là nên công nhiên bầy tỏ tình cảm giữa vợ chồng, giữa cha mẹ và con cái. Một bầu khí thương yêu được lan tỏa trong gia đình là điều con cái rất dễ cảm nhận và dựa vào đó để sống với những người khác. Ôm nhau, khen nhau và ngay cả đùa giỡn với nhau là những cách mà cha mẹ có thể cho con cái biết họ yêu thích và tôn trọng nhau như thế nào. Lớn lên, cái môi trường nồng ấm mà chúng sống sẽ ảnh hưởng tới tính tình và cách đối xử của chúng với những người xung quanh.

Tuổi trưởng thành nơi xã hội "văn minh" là 18 tuổi. Tới tuổi này, con cái thường có khuynh hướng ra sống tự lập, không nhờ vả bố mẹ nữa. Đó là một cách sống dựa vào khả năng của chính mình. Nhưng ngày nay, cách sống này hơi... vất vả. Tình hình kinh tế khó khăn và nạn thất nghiệp đã làm nản những bước chân tự lập. Cứ dựa vào cây cột vững chắc trong nhà cho chắc ăn! Theo một bản báo cáo mới đây ở Anh thì 25% các bậc cha mẹ vẫn phải giúp đỡ tài chánh cho các con từ 30 đến 40 tuổi, 25% phải giúp đỡ cho con mua xe, 20% phải dốc hầu bao giúp con mua nhà. Thậm chí tiền tiêu vặt, bố mẹ cũng phải chi. Số tiền... cứu tế này lên đến 34,8 tỷ mỗi năm! Tại Mỹ, cũng rứa. Bố mẹ thường phải xén bớt tiền hưu ra cho các con mỗi khi chúng cần: tiền trả trước mua nhà, tiền vốn mở cơ sở làm ăn và thậm chí cả tiền cho các cháu nội ngoại học Đại Học nữa! Một bà cụ 70 tuổi ở Georgia, sau nhiều năm gồng mình giúp cho các con, đã phải than phiền: "Tôi đã cố gắng giúp con gái tôi bằng đủ mọi cách, và tôi nhận thấy điều này không tốt chút nào. Bạn muốn tất cả mọi thứ đều tốt đẹp và hoàn hảo cho con cái của bạn, nhưng bạn không thể dùng tiền mua những thứ đó cho chúng. Chúng phải tự mình làm ra những thứ đó."

Một cô gái 18 tuổi ở Anh, bố là bác sĩ, mẹ là y tá, đã tự lập không cần tới sự trợ giúp của bố mẹ. Cô làm việc tại một nhà hàng ăn với số lương 11 đô một giờ. Vào Đại Học, tốn kém hơn nhiều, cô tự lo không nổi. Ba năm học, tốn cỡ 37 ngàn đô, lấy đâu ra tiền? Cô bèn nghĩ ra một cách kiếm tiền nhanh chóng: rao bán trinh tiết trên *E-Bay*! Chỉ trong 3 ngày, đã có 400 người... đấu giá. Giá chót lên tới 23 ngàn đô. Tính ra vẫn chưa đủ. Cô ngưng không bán nữa. Cô mở một trang nhà riêng trên *internet* để... tự bán, hy vọng được một số tiền cao hơn!

Nuôi con, con lớn khôn, con vào đời tự lập. Chu trình đó cứ tiếp tục theo đường thẳng một chiều. Chỉ có chiều đi, không có chiều trở lại. Mới ngày nào còn hai vợ chồng son, rồi hai vợ chồng trẻ, thoắt cái đã thành hai ông bà già vẫn chỉ có nhau. Tổ ấm có lúc ríu rít bầy chim non, bây giờ quạnh quẽ hai bóng hình khập khiễng.

Hai bà bạn già gặp nhau nơi một hội già. Một bà than phiền:

"Con cái bây giờ rặt một lũ bất hiếu!"

Bà kia phụ họa:

"Vâng, cứ cái đà này thì về già cũng chỉ có con thiên hạ chăm sóc mình thôi chứ con mình đẻ ra thì..."

"Bà nói sao? Con thiên hạ nào chăm sóc mình?"

"Thì chồng bà chẳng là con thiên hạ là gì, bộ bà đẻ ra chắc!"

04/2004

ĐÁNH

Chuyện được kể như thế này. Ngày xưa, có bà mẹ rất hay đánh con, mỗi lần đều đánh rất đau, nhưng cậu bé cứng đầu chẳng bao giờ khóc. Một hôm, bà nghĩ lại thấy thương con quá. Khi con phạm lỗi, bà đánh rất nhẹ. Lạ thay, cậu bé lại oà khóc nức nở. Bà mẹ hỏi nguyên nhân, cậu bé đáp: "Con thương mẹ đã yếu sức, nay đánh con cũng không đánh được đau, nên con khóc". Bà mẹ nghe con nói , rất cảm động.

Ý chính mà câu chuyện trên muốn nêu ra: đó là một đứa con có hiếu, trẻ em nên... noi gương! Chuyện không nói gì đến hành động đánh con của bà mẹ. Mặc nhiên coi đó như một việc làm có... chính nghĩa! Ngày nay, kiếm được một đứa con như vậy, coi bộ hơi khó. Thời tôi còn mài đũng quần trên ghế trường tiểu học, học sinh đã biết dùng mọi mưu kế để chống đòn. Lá chuối khô, giấy báo, tập vở, và nhất là mo cau được lót vào trong quần để chống... khủng bố. Những hành động chống đối tiêu cực này, ngoài việc bảo vệ bộ mông, còn nói lên được điều muốn nói: chống đối roi vọt! Thời bây giờ, tình trạng chống đối còn quyết liệt hơn nữa. Đứa cháu tôi, mới loe ngoe đi nhà trẻ được có mấy tháng, chẳng hiểu được các cô giữ trẻ... tuyên truyền như thế nào mà khi về nhà bị mẹ dọa đánh đã nghiêm trọng tuyên bố: "Con sẽ kêu 911!"

Thời nhỏ dại của chúng ta, chắc chẳng có ai không được nếm mùi chiếc roi quất lên mông. Nó... cực chi lạ! Bố mẹ, tuy tức giận, nhưng còn đủ sáng suốt ban hình phạt một cách có lớp lang đàng hoàng. Kể tội, nhận xét và... định giá. Tội nào bao nhiêu roi, có giá biểu tất cả. Tội nhân lẳng lặng nằm xuống, giơ mông ra, chịu đúng số roi đã được ấn định trong tiếng khóc tức tưởi. Roi chưa đụng tới mông đã khóc la om sòm, đâu có được hiếu để như cậu bé trong chuyện cổ! Những vết thương rướm máu sau đó sẽ được anh chị lớn, bà cô bà dì tốt bụng hoặc chị người làm săn sóc. "Thủ phạm" lẳng lặng đi hút thuốc lào hoặc têm miếng trầu nhai bỏm bẻm, mặt lạnh như tiền.

Thày cô giáo cũng tha thiết với cây roi không kém. Có chữ nghĩa nên nhiều sáng kiến. Đánh mông chán, bắt chụm những ngón tay lại để gõ trên những ngón tay đau điếng, lại cho chiếc roi đi chu du từ đầu đến chân, nơi nào cũng là bến đỗ. Nhiều thầy cô đánh mãi mỏi tay, hết hứng thú, ủy quyền cho trưởng lớp đánh, hoặc tinh quái hơn, cho con trai quất mông con gái, con gái quất mông con trai, hoặc cho nạn nhân đánh... trả thù lại! Chiếc roi ngày bé, đó là những kỷ niệm không thú vị gì. Chẳng nên nhớ lại. Nó ám ảnh quá lắm.

Chú bé lần đầu tiên được ông nội cho đi coi hát *opera*, ghé sát tai ông thầm thì hỏi:

"Ông ơi, cái ông đứng quay lưng vào khán giả là ai thế?"

"Nhạc trưởng."

"Tại sao ông ấy lại lấy cái roi chỉ vào mặt bà mặc váy dài để đe dọa?"

"Đâu có, ông ấy có dọa ai đâu?"

"Lạ thật, thế tại sao bà ấy lại hét thất thanh lên như vậy?'

Con nít ngày nay có được may mắn hơn thế hệ chúng ta ngày xưa không? Nhiều phần là như vậy. Nhưng người lớn ngày nay coi bộ nhiều tính xấu hơn. Rượu chè, hút sách, dồn nén, nhiều lo toan, bệnh hoạn và... dâm hơn! Những tính xấu trên 18 tuổi này, đôi khi đầy đọa con nít một cách thậm tệ. Mới ngày 9 tháng 2 vừa qua, tại cộng đồng thổ dân *Cree* ở Waswanapi, cách Montreal khoảng 500 cây số về hướng tây bắc, đã sôi nổi về một vụ ngược đãi con nít. Bé Khayden Otter, 32 tháng tuổi, được bố mẹ gửi cho một bà chuyên giữ con nít, đã bị một người đàn ông 28 tuổi, sống chung với bà này, đánh đập đến ngất xỉu vì những vết thương ở đầu và nội tạng. Được đưa bằng trực thăng tới bệnh viện Nhi Đồng Montreal, em đã được các bác sĩ mổ xương sọ vì não bị sưng. Cả ngàn người trong 9 cộng đồng người *Cree* trong vùng đã tụ tập phản đối hành động dã man này. Họ đã hăng hái góp tặng tiền bạc và phẩm vật cho gia đình của em bé

Khayden.

Tại huyện Bù Đốp, thuộc Bình Phước ở Việt Nam, một em học trò lớp 8 cũng đã phải vào bệnh viện vì bị ông Trưởng Phòng Giáo Dục... giáo dục hơi nặng tay! Cũng vào ngày 9 tháng 2, em Mai Văn Tâm, 14 tuổi, cùng bạn bè dùng súng bắn đạn nhựa chơi bắn nhau. Rủi ro, Tâm bắn trúng vào tai Phạm Quang Hải, con ông Trưởng Phòng Giáo Dục Phạm Quang Ái. Cuối buổi học, ông Ái lệnh cho Hiệu Trưởng đem em Tâm lên phòng của ông để giải quyết vụ việc. Ông giải quyết không phải bằng đầu óc, bằng công tâm nhà giáo, mà bằng những cú đấm vào đầu, vào mặt em Tâm. Sau đó, ông giáo viên thể dục Phan Văn Vỹ dẫn Tâm về trường lại chơi thêm trò... thể dục bạt tai Tâm tiếp. Kết quả, cái mền rách tên Tâm vào bệnh viện và được cấp giấy chứng thương ghi rõ "đa chấn thương do bị đánh... sưng đau vùng má phải, tai trái." Gia đình em Tâm đã đâm đơn kiện.

Thế ra, lai rai, trẻ em vẫn cứ bị nọc ra đánh. Cú nào cú nấy đều phải vào nhà thương cả. Đâu có được đánh một cách... văn minh như bố ông Lê Quý Đôn phạt con. Cái ông Lê Quý Đôn mà sử sách ngưỡng mộ, có tên trên bảng tên đường thuộc nhiều thành phố, hồi nhỏ cũng cứng đầu, biếng học một cây. Một bữa, chú bé 10 tuổi Lê Quý Đôn bị ông bố phạt bằng cách ra điều kiện. Hoặc xuất khẩu làm một bài thơ, hoặc phải giao du với chiếc roi mây. Tội... rắn đầu biếng học. Cậu bé họ Lê xin bị phạt theo kiểu... văn hóa. Cậu ứng khẩu đọc ngay một bài thơ mà câu nào cũng có tên một loài rắn. Chỉ có "rắn đầu" là không thấy đâu!

Chẳng phải liu điu cũng giống nhà

Rắn đầu biếng học lẽ không tha
Thẹn đèn hổ lửa đau lòng mẹ
Nay thét mai gầm rát cổ cha
Ráo mép chỉ quen lời lếu láo
Lằn lưng chẳng khỏi vệt năm ba
Từ nay Châu Lỗ xin siêng học
Kẻo hổ mang danh tiếng thế gia.

Bài thơ đã đi vào văn học sử Việt Nam như một tuyệt tác. Ngày nay, trẻ em ít bị đánh nên thơ thẩn về cái vụ đánh đòn này... tuyệt bản! Chẳng còn thấy nữa. Mấy ông tòa Tối Cao Pháp Viện Canada lại vừa tiếp tay làm... thui chột thêm nền thơ phú roi vọt này.

Tối Cao Pháp Viện Canada mới đây, với đa số phiếu 6/9, đã sửa lại Điều 43 trong bộ Hình Luật đã có từ 112 năm nay đề cập đến vụ... đánh đòn. Theo nội dung cũ của Điều Luật này thì cha mẹ và thày cô giáo có thể dùng sức mạnh "vừa phải" với mục đích "giáo hóa". Nội dung mới được sửa đổi cấm hẳn roi vọt với trẻ em dưới 2 tuổi, các bậc cha mẹ không được dùng bất cứ một thứ dụng cụ nào để trừng phạt con cái. Theo các chuyên viên giáo dục thì dùng hình phạt thể xác với các em dưới 2 tuổi không có hiệu quả cải hóa vì các em còn rất hạn chế về nhận thức. Thượng cẳng tay hạ cẳng chân với các em thuộc tuổi *teen* lại có cái hại khác. Chúng có thể kích thích sự gây hấn hay tạo ra những hành vi chống lại xã hội của các em.

Trong năm 1998, tại Canada, đã có 9700 trường hợp trẻ con bị đánh đập được các viên chức bảo vệ trẻ em ghi nhận. Đánh đòn vẫn là một trong những cách dậy con của phụ huynh. Nhiều bậc cha mẹ cho rằng ngày xưa họ bị đánh đòn thì nay leo lên làm cha mẹ cũng cứ tiếp tục... truyền thống đó. Họ bưng tai bịt mắt với những thay đổi của cách sống ngày nay. Năm 1986, điều tra viên Barbara Carson tiếp xúc với 1000 phụ huynh thì chỉ có 21 người cho biết là họ không bao giờ dùng roi vọt với con cái. Trong một cuộc điều tra khác, lần này bằng giấy tờ đàng hoàng, thì 90 % phụ huynh có con từ 3 đến 4 tuổi nhận là họ có đánh con. Phần lớn phụ huynh đều cho là việc phát nhẹ vào mông để răn dậy là điều cần thiết. Nhưng thế nào là nhẹ? Nhiều người cho là có những bậc phụ huynh dễ nổi nóng và không biết dừng lại đúng lúc. Mà đánh đòn con cái lại rất thường xảy ra vào những lúc phụ huynh nóng giận. Nóng có khi chẳng vì sự ngỗ nghịch mà còn vì sự học hành của con cái.

Cậu con mách mẹ;

"Hôm nay bố đánh con những hai lần liền mẹ ơi!"

"Tại sao vậy?"

"Lần đầu là vì con không đưa sổ liên lạc cho bố coi."

"Đánh rồi thì thôi chứ sao lại đánh nữa? Con lại phá phách gì cho bố đánh nữa phải không?"

"Không, con có phá gì đâu! Lần thứ hai là khi bố xem xong cuốn sổ ấy!"

Các cậu ấm cô chiêu của chúng ta nghĩ sao về chuyện roi vọt? Jack Hellyer-Milroy, 11 tuổi, học sinh lớp 6 của trường *Lower Canada College*, ghen tị với con mèo trong nhà. *"Nếu con mèo làm đổ bể vật gì trong nhà thì OK. Nhưng nếu là con nít thì bị vụt liền!"*. Cậu ấm Daniel Khazzam, 12 tuổi, thì nhún vai cho việc đánh con nít là... ghê tởm. *"Cha mẹ và thày cô không có quyền làm tổn hại trẻ em!"*. Cô chiêu Caraline Ballard, 9 tuổi, rất... đạo mạo khi cho biết là cha mẹ phải nói phải quấy với con hơn là đánh con, luật phải viết rõ như vậy. Một cậu bé 10 tuổi cho kể lại có lần bị cha đánh, cậu đã đánh lại. *"Ba tôi hỏi tại sao lại đánh lại ông, tôi trình bầy những gì tôi cảm thấy khi bị đánh và ông hứa sẽ không bao giờ đánh tôi nữa."* Biến cố này đã làm cho ông bố hiểu là lời nói có hiệu quả hơn là đánh đòn. Phần lớn các trẻ em được phóng viên báo *The Gazette* phỏng vấn sau khi có phán quyết của Tối Cao Pháp Viện Canada đều nói là chúng sẵn sàng chấp nhận bị cúp không được coi truyền hình hay chơi *Nintendo* trong một tháng hơn là bị đánh!

"Yêu cho roi cho vọt, ghét cho ngọt cho bùi", câu tục ngữ này đã có thể cho vào Bảo tàng viện được chăng? Yêu một cách... đau đớn như vậy dễ ghét lắm. Chỉ có cô ký điệu này mới thích... đau đớn. Cô vừa lấy được ông sếp. Về nhà chồng, cô hỏi mẹ chồng: "Mẹ có biết tại sao con lấy được anh ấy không? Chắc hẳn trong số 15 cô thư ký của anh ấy, sẽ chẳng bao giờ anh ấy để mắt đến con nếu không có cái lỗi lầm của con bữa đó. Anh ấy gọi con lên văn phòng quở trách về việc con viết sai lỗi chính tả nhiều quá. Con bảo anh ấy rằng con sợ nghe mắng lắm, thà anh ấy cứ phát cho con mấy cái vào mông còn hơn!"

04/2004

ĐÀN ÔNG

Ba đồng một chục đàn ông
Ta bỏ vào lồng ta xách đi chơi
Chẳng dè quai đứt lồng rơi
Chúng bò lổm ngổm mỗi nơi mỗi thằng.

Đàn ông đâu mà rẻ vậy? Thừa mứa! Kể ra cũng đúng. Nếu hiểu đàn ông là những cái máy sản xuất tinh trùng thì quá thừa. Bởi vì, trong mỗi lần giao hợp, một người đàn ông xổ ra một số lượng tinh trùng đủ để thụ tinh cho tất cả phụ nữ châu Âu! Như vậy thì thế giới chỉ cần một vài gã đàn ông là đủ. Làm chi mà để những... cái máy này lềnh khênh khắp nơi, tốn cơm tốn gạo. Cho các anh đàn ông đi về với ông Adam hết coi bộ được việc. Có thực như vậy không? Đã có nhiều sinh vật khác... cạn tàu ráo máng như vậy rồi. Như một loại thằn lằn ở California chỉ có rặt một giống cái. Kết quả khá kỳ lạ. Một nửa "dân số" của loại thằn lằn này có xu hướng trở thành con đực bằng cách cố giao phối với chị em của chúng!

Đàn ông đâu chỉ là cái máy tạo ra mấy con lăng quăng tí hon phải dùng kính hiển vi mới nhìn thấy được. Họ... lớn lao hơn nhiều!

Hai anh đàn ông nói chuyện với nhau:

"Nếu tớ là Adam thì thế giới này sẽ khác hẳn!"

"Vì sao vậy?"

"Vì tớ vốn rất ghét ăn táo!"

Adam là ân nhân của toàn thể phụ nữ. Vì ông đã dễ dãi gật đầu khi được Thượng Đế hỏi xin một cái xương sườn để Ngài tạo ra đàn bà. Trong dịch vụ này, Thượng Đế có hơi ăn gian. Bởi vì Ngài đã biết khi cái xương sườn này nhúc nhích thì Adam... lãnh thẹo. Trước khi rút xương sườn của Adam, Thượng Đế đã đánh thuốc mê cho Adam rồi thở dài:

"Tội nghiệp con, đây là lần cuối cùng con được ngủ yên!"

Bao nhiêu đời sau Adam, anh Adam nhí Hoàng Lộc, bị những cuộc tình hành cho nhỏ xác, bị rầy rà quá lẽ với cái giống đàn bà, vẫn còn kì kèo... đòi nợ.

em lắc đầu? em chẳng của tôi sao?
giùm tới hỏi Chúa Trời kia khắc biết
dẫu phải lắc lơ xa hàng mấy kiếp
tôi dễ chi quên đã mất cái xương sườn

....

lầm lẫn yêu thương đứt nửa đời rồi

tôi đã trần thân với đớn đau khổ nhọc
cái xương sườn xưa tôi quyết đòi cho được
em chối từ ư? em có quyền gì?

Đòi lại cái xương sườn? Chuyện tào lao! Bởi vì đàn ông đã lời chán. Cho đi có mỗi cái xương sườn mà lấy về được nguyên một người đàn bà, ngoài 36 cái xương sườn còn nhiều thứ khác. Nhiều ông tham lam còn đòi về không phải một mà... hơn một người đàn bà! Như cha ông chúng ta xưa chẳng hạn! Vua thì không nói làm gì, cả ngàn cung nữ là chuyện bình thường. Nhiều xương sườn quá không biết chọn lựa cái nào qua đêm, bèn phải nhờ tới chú dê dắt đường chỉ lối. Quan thì "ngồi" đâu nàng hầu ở đó. Dân thì cũng rứa. Năm thê bẩy thiếp. Mà còn có coi đàn bà ra cái gì đâu! Ra đường, "chàng" xách ô đi trước, "nàng" riu ríu theo sau cách xa cả chục bước. Giống như mấy anh Kuwait!

Nhà nghiên cứu nhân chủng học Barbara Walters thực hiện một cuộc khảo sát tỉ mỉ về vai trò của giới tính ở Kuwait trong nhiều năm, trước khi cuộc chiến vùng Vịnh nổ ra. Bà nhận thấy rằng, theo phong tục, phụ nữ thường đi sau chồng khoảng ba thước. Chiến tranh vùng Vịnh làm gián đoạn cuộc nghiên cứu của bà Barbara. Khi cuộc chiến chấm dứt và an ninh được vãn hồi, bà trở lại Kuwait và sửng sốt khi nhận thấy ngày nay, đàn ông nước này, khi ra đường, đi sau vợ cả chục thước.

Bà lại gần một phụ nữ và chúc mừng:

"Thật là một điều tuyệt vời! Xin cô vui lòng cho tôi và cả thế giới biết điều gì đã giúp phụ nữ nơi đây giành được sự đảo lộn vai trò ngoạn mục như thế này?"

Người phụ nữ đáp gọn:

"Mìn!"

Ở đây, anh mặt trời có một vai trò khá quan trọng. Anh là ánh sáng, tượng trưng cho dương, ngược lại với mặt trăng, chỉ đón nhận ánh sáng mặt trời, tượng trưng cho âm. Ban ngày, dương lên, đàn ông cũng lên dữ! Ban đêm, âm lên, đàn ông cũng... thay đổi tính tình.

Ban ngày quan lớn như thần

Ban đêm quan lớn tần mần như ma!

Còn đâu khoảng cách chục bước hay ba thước!

Người ta thường nói: hôn nhân như một cái lồng, ở trong thì muốn ra, ở ngoài lại muốn vào. Anh đàn ông nào cũng hí hoáy tìm một cái lồng để chui vào. Có người vào rồi lại ra. Nhưng chẳng bao lâu sau lại ngó ngang ngó dọc tìm một cái lồng khác để lại chui vào. Tại sao vậy? Theo tâm lý gia người Anh Andrew Postman thì có nhiều lý do. Trước hết, mỗi người trong chúng ta có một nhịp sống theo chu trình tự nhiên gọi là đồng hồ sinh học. Đến một lúc nào đó, đồng hồ sinh học tự lên tiếng: "Đã đến lúc anh phải có vợ!" Nó lên tiếng mạnh lắm khiến cho anh đàn ông ăn không ngon, ngủ không yên, người hụt hẫng, tâm trí ngẩn ngơ, phải tìm được vợ mới yên. Chiếc đồng hồ sinh học này nơi mỗi người mỗi khác, nên có anh 20 tuổi đã vội cưới vợ, có anh tới tứ tuần vẫn cứ ung dung chẳng đi đâu mà vội. Thứ hai, cuộc sống lứa đôi rất cần thiết cho đàn ông. Có vợ thường sống lâu hơn vì duy trì được đời sống ổn định, đi vào nề nếp hơn. Lúc nào cũng có cái thắng rất tốt bên mình nên người đàn ông có vợ không sống thái quá như khi còn độc thân. Ngay chuyện chăn gối cũng đều đặn hơn chứ không "no dồn đói góp" rất có hại cho sức khỏe. Hoạt động tình dục đều đặn cũng làm giảm các cơn sốc, tránh được *stress* đồng thời giúp người đàn ông bớt băn khoăn hơn, tính tình dịu dàng hơn, làm tăng hoạt động của hệ miễn dịch và làm con người vui sống. Thứ ba, đàn ông thường chọn người vợ đồng điệu với mình. Andrew Postman giải thích rằng, đồng hồ sinh học trong mỗi người có một tần số giao động khác nhau. Khi gặp một tần số thích hợp giao thoa với nó thì đồng hồ lên tiếng đồng tình, làm cho hai người, nhất là người đàn ông, có cảm giác bình an, hạnh phúc. Cuối cùng, đàn ông tìm thấy ở nửa kia của họ điều mà anh ta thiếu. Thiếu đây là thiếu hụt về tâm lý. Chẳng hạn, anh nóng tính thích cô dịu dàng; anh vụng về cục cằn tìm tới cô tế nhị thông minh; anh tài hoa, lãng mạn thèm cô đảm đang, thực tế; anh mềm yếu ẻo lả thích cô có cá tính mạnh mẽ; anh có tính chồng chúa vợ tôi tìm tới người phụ nữ nhu nhược, luôn vâng lời, không cãi lại; anh thích săn sóc vợ thường đẹp đôi với những cô thích dựa dẫm, nhõng nhẽo... Các cụ xưa tổng kết lại bằng một câu ngắn gọn. Nồi nào úp vung nấy! Ngắn nhưng có mùi thực tế. Nó mang ý nghĩa môn đăng hộ đối, vụ vào gia đình và quần thể xã hội hơn là cá nhân.

Ngày nay, cá nhân là... nhất. Nam nữ lựa chọn bạn trăm năm theo ý riêng của mình. Chẳng thèm để ý tới những ý kiến... râu ria. Các cô thích gì nơi đàn ông?

Một tăng sĩ hỏi một cô gái:

"Con mê anh ấy lắm phải không?"

"Dạ!"

Vị tăng sĩ giảng giải:

"Sở dĩ con còn rung động, còn tình cảm là vì con chỉ có cái nhìn tổng quát bề ngoài, nên con thấy chàng đẹp trai, lôi cuốn. Nếu con có cái nhìn phân giải, chỉ nhìn từng bộ phận, từng phần nhỏ của chàng, con sẽ thấy khác... Nào! Con hãy nhắm mắt và chỉ nghĩ tới một bộ phận nào đó của chàng thôi... Con có còn thấy mê chàng nữa không?"

Thiếu nữ gật đầu:

"Dạ, con vẫn còn rất mê anh ấy!"

Vị tăng sĩ tò mò:

"Con đã nghĩ tới bộ phận nào của chàng?"

"Dạ, con nghĩ tới cái bóp tiền của chàng!"

Cô bé này thiếu chính xác! Bộ phận phải là những cái gì dính vào người. Nhưng chắc cô này... thông minh. Đồng tiền liền khúc ruột, vậy chắc cô thích... khúc ruột!

Phụ nữ Nhật Bản lại cho rằng phần hấp dẫn nhất trên cơ thể đàn ông là... lưng. Một cuộc điều tra vừa được công bố ở Tokyo do Công Ty Dược Phẩm Janssen, chi nhánh của Johnson & Johnson, thực hiện cho thấy 59% các cô trong độ tuổi 20 nói rằng lưng đàn ông nhìn từ phía sau là bộ phận lôi cuốn nhất. Kế đó là vai được 19% và dáng đi được 17%.

Giáo sư Morris Gossling, Đại Học Newcastles (Anh), đã nghiên cứu trên một nhóm 90 phụ nữ và đưa ra kết quả: má là bộ phận họ thích nhất. Cuộc nghiên cứu tiến hành như sau: mỗi người được yêu cầu đánh giá độ hấp dẫn của 76 người đàn ông qua hình chụp. Kế đó họ được xem lại ảnh của vẫn những người đàn ông này nhưng chỉ chụp một góc nhỏ trên mặt, và cũng đánh giá trên độ hấp dẫn. Kết quả cho thấy thứ tự xếp loại giống nhau trong cả hai thí nghiệm!

Theo các nhà nghiên cứu tại Đại Học Western Australia thì phụ nữ mặn... đôi tai. Mối liên hệ giữa chất lượng tinh trùng và sự tương xứng của đôi tai là kết quả của những sự kiện xảy ra từ trong tử cung của người mẹ. Không cứ đôi tai, tất cả những bộ phận cặp đôi trên thân thể phát triển cùng lúc với tuyến sinh dục. Sự cân đối của những bộ phận này thường hấp dẫn phụ nữ. Một khuôn mặt cân đối như khuôn mặt của tài tử Mel Gibson rất... ăn khách. Sự mất cân đối của những bộ phận đôi có thể là kết quả của những khiếm khuyết xuất hiện trong quá trình phát triển bào thai như người mẹ ăn uống thiếu chất dinh dưỡng đến sinh bệnh chẳng hạn. Các nhà khoa học kiểm chứng giả thuyết này bằng cách đo sức nặng, chiều cao và độ dài của tai, vòng cổ tay, khuỷu tay, mắt cá chân, chiều dài và chiều rộng bàn chân của một nhóm nam giới từ 18 tới 35 tuổi. Bên trái và bên phải của mỗi người được đo riêng biệt. Với mỗi bộ phận, tỷ lệ bất cân xứng được tính bằng cách lấy kích cỡ bên trái trừ cho kích cỡ bên phải. Kết hợp với 3 con số khác (chiều dài tai, chiều dài ngón tay thứ tư và chiều dài bàn chân) các nhà khoa học tính ra tỷ lệ bất cân xứng. Kết quả này được so với chất lượng tinh trùng của mỗi người. Kết quả cho thấy có sự tương xứng giữa tỷ lệ bất cân xứng với số lượng và độ linh hoạt của tinh trùng. Càng lệch lạc, tinh trùng càng kém và ít linh hoạt. Như vậy, các bà thích một cơ thể cân xứng nơi người đàn ông đã vô hình trung đánh giá được... mầm sống nơi họ!

Nhiều phụ nữ lại thích sự hiển nhiên hơn: họ cho những chàng độc thân mà có con nhiều điểm hơn những anh chàng không vướng bận con cái. Một cuộc khảo sát trên một tạp chí Anh, thực hiện với 1000 phụ nữ tuổi từ 23 đến 45 cho thấy 65% phụ nữ cho rằng đàn ông đã có con có nhiều trách nhiệm và tình cảm hơn. Người đứng đầu cuộc khảo sát, bà Laura Hodgson còn cho biết là 45% phụ nữ có quan hệ tình dục ngay trong lần hò hẹn đầu tiên nếu trong cuộc nói chuyện họ thấy người đàn ông có tình cảm với đứa con của mình.

Đàn ông, cuối cùng, họ là gì? Nhà thơ Nguyễn Nam An đã tự họa chân dung:

thuở nhỏ trốn nhà coi kiếm hiệp
lớn theo chinh chiến chẳng vui gì
nay con chim nhí khi buồn hót
đâu đó hiên người khúc tình si

Chẳng cứ là con chim, đàn ông tương đồng với nhiều thứ. Thử đố vui để... chọc một phát:

Hỏi: Đàn ông và con tôm giống nhau ở điểm nào?
Đáp: Bạn có thể thưởng thức tất cả các bộ phận trừ cái đầu!
Hỏi: Đàn ông và con cá heo giống nhau ở điểm nào?
Đáp: Cả hai đều được coi là thông minh, nhưng chẳng ai chứng minh được điều này!
Hỏi: Đàn ông và cái *microwave* giống nhau ở điểm nào?
Đáp: Cả hai đều có thể bắt nóng trong 15 giây!
Hỏi: Tại sao phải cần tới một triệu con tinh trùng mới làm cho một cái trứng thụ thai được?
Đáp: Bởi vì tinh trùng là giống đực, chúng ngoan cố không chịu hỏi đường!

Đường nào rồi cũng dẫn tới đường... Lão Tử. Lão rồi Tử! Theo sự phát triển bình thường thì sự phát triển của cơ thể gần như hoàn chỉnh vào năm 25 tuổi. Sau tuổi này sẽ bắt đầu xuất hiện quá trình lão hóa. Quá trình này diễn ra rất chậm trong 20 năm kế tiếp và khá nhanh từ tuổi 45 trở đi. Trong suốt thời kỳ lão hóa này, thân thể thay đổi rất rõ ở da, tóc, hệ tim mạch và xương khớp... nhưng lại khó nhận thấy sự suy thoái ở hệ nội tiết sinh dục, bộ phận quan trọng duy trì nòi giống. Hệ này tiết ra rất nhiều loại *hormone*, trong đó có *hormone* sinh dục. Ở nam giới là *testosterone* và nữ giới là *oestrogen*. Thường trên 45 tuổi, các ông có cảm giác tệ hại, thường hay mệt mỏi, dễ bị kích động, lơ là chuyện chăn gối hoặc tập thể dục, khả năng làm việc sút kém... Hiện tượng này tương tự như sự mãn kinh ở phụ nữ, nên một số nhà khoa học gọi đó là "mãn kinh nam". Nguyên nhân là vì cơ thể không còn sản xuất đủ lượng *testosterone* cần thiết. Lúc này, bệnh tật mới có cơ hội hoạt động. Bệnh tim mạch, tiểu đường, cao máu, trầm cảm, bắp thịt mỏi yếu, mất cảm giác và loãng xương. Có một điều khác biệt là trong khi chứng mãn kinh ở phụ nữ xảy ra đột ngột và dễ nhận biết thì việc suy yếu nơi các ông lại... bàng bạc mơ hồ. Tại sao như vậy? Vì nồng độ *testosterone* bắt đầu suy giảm sau tuổi 30, và tiếp tục giảm 10% sau mỗi thập niên, nên không có sự bùng phát triệu chứng như ở phụ nữ.

Các ông lại còn tự... lão hóa thêm với bia rượu, thuốc, lười tập thể dục... Kết quả là béo phì, bụng to, hay mệt mỏi, yếu sức, loãng xương, nhiều nguy cơ bị bệnh tim mạch, tiểu đường, giảm ham muốn tình dục... Toàn những thứ... khó nuốt!

Muốn tránh tình trạng... nản lòng chiến sĩ, đàn ông bây giờ chú ý khá nhiều đến sắc đẹp và vẻ cường tráng của thân thể. Các phòng tập mọc lên như nấm, các dụng cụ tập luyện càng ngày càng hữu hiệu, khách tập ra vào tấp nập. Họ soi gương còn nhiều hơn đàn bà! Nhà xã hội học Nicolas Herpin, ở Insee, tác giả sách "Xã Hội Học Về Tiêu Thụ", giải thích khá chính xác về hiện tượng đàn ông làm đẹp này: "Tôi nhìn thấy ở đây hậu quả của sự tự chủ về kinh tế ngày càng mạnh của phụ nữ. Trong chừng mực mà phụ nữ không còn lệ thuộc tài chánh vào đàn ông, họ có khuynh hướng chọn lấy người đàn ông như đàn ông chọn phụ nữ. Do đó phụ nữ hiện tại cho phép mình cái quyền được đòi hỏi. Và đàn ông buộc phải đẹp để được chọn, từ đó đàn ông phải chú ý tới sắc đẹp của mình".

Ngao ngán chưa, giới mày râu? Thế giới hình như đang quay vòng để trở về chế độ mẫu hệ! Cũng giống như các em người dân tộc ở trên núi, sẽ tới ngày chị em phụ nữ mang heo gà bò trâu đi "bắt cái chồng"!

05/2004

ĐẠN

Trong cuốn tiểu thuyết *Ăn Mày Dĩ Vãng* của Chu Lai do nhà xuất bảnVăn Học Hà Nội ấn hành vào năm 2003, tôi nhặt được hai đoạn ngắn nói về đạn.

"Thủ phạm chính là Tuấn, xạ thủ B41, đang ôm cứng lấy gốc cây, quỳ gục, mặt mày bạc phếch, mắt đỏ chàm và toàn thân run bắn như đang lên một cơn động kinh dữ dội. Trái đạn khổng lồ hình hoa chuối lúc nãy nằm nghễu nghện ở đầu nòng giờ không còn nữa, thay thế vào đó là một ngúm khói vàng đục đang ngoằn ngoèo bay ra... Hai mươi tuổi, quê Nghệ An, đen cháy, bền như một sợi chão neo thuyền, đánh giặc như trò đùa, chưa hề biết sợ là gì, lần đầu được phân công đảm trách cây hỏa lực hạng nặng thay cho Bảo bị sốt rét, không biết táy máy thế nào, cậu ta để cướp cò".

....

"Anh không muốn cho cậu trai mười tám tuổi tất cả đang còn ngơ ngác và trong trắng, cái gì cũng có thể ngạc nhiên được này nhìn thấy độ rung của hai đầu dây võng ngày một cuồng loạn lên và sau đó là duỗi dài ra, bất động. Càng không muốn cho cậu ta thấy những vật thể lỏng mầu trắng đục từ mép võng tia nhẹ xuống thảm lá rừng khô cũng như bàn tay thẫn thờ của Khiển nhặt mấy chiếc lá khô khác đậy điệm kỹ càng lên cái vật thể đó như thể chôn cất rồi vật mình nằm ngửa ra, mắt nhìn xuyên qua vòm lá vào bầu trời chan hòa ánh nắng, buồn rười rượi..."

Hai đoạn văn nói về hai thứ đều là đạn cả, dù hình thức thứ đặc thứ lỏng, thứ làm chết người và thứ làm thành người. Cướp cò súng, đối với thứ đạn trước là chết chóc, thứ đạn sau chẳng chết ai. Hậu quả thường chỉ là một cái nhìn nhẹ nhàng nửa trách móc, nửa giễu cợt, nửa tiếc nuối. Nhưng láng cháng cũng có thể tạo thành một đám cháy lớn. Cựu Tổng Thống Hoa Kỳ Bill Clinton, ngay trong Tòa Bạch Ốc, đã để cho em bé tập sự viên Monica nghịch súng, súng bị cướp cò, đạn tung tóe lên chiếc áo cô bé. Cô bé lãng mạn không chịu đưa đi giặt ủi, giữ lại làm kỷ niệm. Ai ngờ, những dấu đạn trên áo suýt chút nữa làm tiêu tan chiếc ghế Tổng Thống và đã thực sự làm rung chuyển... thế giới!

Thực ra, thứ đạn lỏng này không phải được tạo ra để nhễu nhão bắn...chim trời cá biển mà có sứ mệnh đàng hoàng. Bắn xong phải *"thua thì thua quyết níu lấy con"*. Vậy mới đạt. Và xạ trường phải có bài có bản hẳn hoi, như Nữ Sĩ Hồ Xuân Hương đã chỉ bày ra.

Thoạt mới vào chàng liền nhảy ngựa

Thiếp vội vàng vén phứa tịnh lên
Hai xe hà chàng gác hai bên
Thiếp sợ bí thiếp liền ghểnh sĩ
Chàng lừa thiếp đang khi bất ý
Mang tốt đầu dú dí vô cung
Thiếp đang mắc nước xe lồng
Nước pháo đã nổ đùng ra chiếu...

Đi theo từng bước chiến thuật như thế, chiếu chỉ có bí. Bí mới óc ách cái vòng số 2. Sưng tấy lên! Giận!

Bà vợ từ nhà hộ sinh về, mặt một đống, chì chiết anh chồng.

"Này, tôi cho anh biết là từ rày trở đi thôi đấy nhé. Tôi thề từ nay tới già tôi mà...với anh nữa thì súng đạn sẽ bắn tôi!"

Sáu tháng sau, anh chồng vẫn không dám đụng đến vợ vì sợ vợ mình chết do súng đạn. Bỗng một đêm, trong lúc ngủ say, anh chồng giật mình vì có người chui vào mùng. Anh nạt lớn.

"Ai đó?"

"Em."

"Em là ai?"

"Là người không sợ súng đạn!"

Nhưng không phải cứ đủ bộ lệ súng đạn, bia đỡ là xạ trường mở cửa hoạt động ngay được đâu. Đối với binh sĩ Canada đang đóng quân tại A Phú Hãn, chiến trường không phải là xạ trường. Những cặp vợ chồng binh sĩ Canada đang làm nhiệm vụ... quốc tế trong thời gian 6 tháng đã bị cấm không được đánh cờ người với nhau. Nơi chiến trường, chỉ có một thứ súng đạn được xử dụng: súng nhắm vào địch quân. Các thứ súng khác phải gói ghém kỹ lưỡng. Lệnh này, dĩ nhiên, rất khó mà thi hành. Mỡ treo trước miệng mèo mà mèo cứ ngậm miệng rỏ dãi thì tốn công lực lắm. Sue Johnson, 26 tuổi, nhân viên dân sự làm việc trong Trại Julien, và chồng là Raymond Peach, 27 tuổi, một hạ sĩ trong Lữ Đoàn 3, cho biết là họ rất khó xử đối với nhau. Thỉnh thoảng họ chỉ có thể ôm hôn lén lút với nhau một chút cho đỡ ghiền. Họ cảm thấy sao? Chúng tôi có cảm tưởng giống như là cuộc sống vợ chồng 6 năm của chúng tôi đã đi đến tan vỡ. Nhưng luật là luật. Cấm léng phéng, dù là súng đạn, bia bắn đã được đăng ký hợp pháp đàng hoàng. Trong số 2000 binh sĩ Canada trú đóng tại A Phú Hãn có tất cả 15 cặp vợ chồng treo mỏ như vậy!

Treo mỏ thì than, nhưng giả dụ ra giá cho họ là cứ mỗi cuộc càn quét phải có kết quả cụ thể, họ có dám không? Chắc họ đầu hàng chịu thua gấp! Như vậy, trên trái đất đa chuyện này, giờ phút nào mà chẳng súng nổ, đạn bay, bia cứ giương lên, mà vòng số 2 vẫn cứ... mặt trận miền tây vẫn yên tĩnh! Đó là ý muốn của con người, do con người bày đặt ra. Trong tạp chí Hợp Lưu số tháng 12/2003 và tháng 1/2004, có truyện ngắn *Cuộc Thảm Sát* của Ngô Tự Lập mà nhân vật chính xưng tôi, là... đạn dược.

"Cuộc đời chúng tôi ngắn ngủi nhưng sứ mệnh thật lớn lao. Chúng tôi biết mình phải làm gì mà chẳng cần ai dạy bảo. Chúng tôi sẽ được phóng vào một đường hầm tối, nóng bỏng và ẩm ướt. Chúng tôi sẽ phải bơi ngược dòng cho đến cuối đường hầm. Dĩ nhiên không một ai trong lũ chúng tôi

hình dung ra đường hầm, không một ai hình dung ra nơi phải đến. Chúng tôi cũng biết trước rằng không phải ai cũng đến được cuối đường hầm-hầu hết sẽ kiệt sức trong cuộc đua ngược dòng khốc liệt. Nhưng kẻ nào đến đích thực sự là vị anh hùng. Anh ta sẽ hòa nhập nửa kia của mình đang chờ sẵn. Một cuộc hóa thân huyền diệu. Và thế là bắt đầu sự phôi thai một con người."

Anh chồng, chủ kho đạn, khá lang bang. Chị vợ điện thoại đến sở anh làm hẹn chồng về ăn cơm có món canh cua anh thích. Nghe giọng người vợ, chú tinh trùng, nhân vật chính trong truyện, thấy có cảm tình ngay. *Cô ấy sẽ là một người mẹ tuyệt vời!* Nhưng anh chồng chẳng thiết gì cơm canh ở nhà, anh giang hồ đi... ăn phở. Trong phòng khách sạn, với cô tình nhân, anh xả đạn.

"Nhưng tôi không còn đủ thời gian để nghĩ thêm gì nữa. Áp xuất tăng cao đến mức tôi tối tăm mặt mũi. Tôi cố vẫy đuôi nhưng vô ích.

Bây giờ thì tôi không thể nghĩ gì được nữa. Nóng. Ngột ngạt. Tiếng cười nhỏ dần, biến thành tiếng thở hổn hển đứt quãng lẫn với những tràng rên rỉ. Rồi những cơn sóng trào kỳ lạ ào ào cuốn chúng tôi đi.

Đột nhiên, trời đất rung chuyển. Từng đợt, từng đợt liên tiếp. Tôi thấy mình bị phóng ra như một viên đạn.

"Đây rồi, cái thời khắc ấy đã đến"-Tôi nghĩ.

Nhưng cái thời khắc ấy mãi mãi không đến. Trong tích tắc, chúng tôi nhận ra mình bị ném vào một lớp màng dày. Cả lũ chồng đống lên nhau. Mùi cao su xông lên tởm lợm. "Hóa ra là thế, mình cũng từng nghe nói!"- Ý nghĩ ấy thoáng qua như một ánh chớp.

Tôi đã từng nghe nói, nhưng lần đầu tiên được biết cũng là lần cuối!"

Bao cao su? Thứ "áo mưa" vô hiệu hóa sức công phá của đạn dược đã được các nhân viên kế hoạch hóa gia đình tung đi khắp hang cùng ngõ hẻm. Tại một làng quê, cô nhân viên xã hội chỉ bảo cho dân làng cách dùng bao. Cô trình diễn bằng cách dùng bao xỏ vào ngón tay cái như một thí dụ. Một thời gian sau, đoàn trở lại làng, vừa bước chân vào cổng làng, tiếng trẻ khóc oe oe vẫn ầm ĩ khắp thôn xóm. Kết quả rõ ràng là một con số không. Để tìm hiểu lý do, cô cho gọi một anh nông dân tới. Cô giơ chiếc bao ra, giọng tức tối.

"Anh có dùng chiếc bao này không?"

"Thưa có. Tôi chẳng bao giờ quên cả!"

"Thế tại sao vợ anh vẫn cứ mang bầu?"

"Tôi không biết nữa. Cô dậy sao tôi làm đúng như vậy."

"Vậy anh thử làm ngay trước mặt tôi xem có đúng không!"

Anh nông dân sợ sệt, e dè rút chiếc bao trong túi ra, xé vỏ bao một cách thành thạo, kéo chiếc bao ra, và xỏ vào ngón tay cái!

Đạn bây giờ không tốt bằng đạn ngày xưa. Theo một cuộc nghiên cứu do Bác Sĩ Siladatiya Battacharya thực hiện tại Aberdeen, vừa được công bố trên báo chí Anh thì đạn dược của các ông bây giờ kém lắm. Phẩm chất đạn thua xa các bậc tiền nhân. Cuộc khảo cứu dựa trên mẫu của 7500 ông cho thấy trung bình chỉ có 62 triệu tinh trùng trong một *mili* khối tinh dịch. Mười năm trước, con số này là 87 triệu.

Và 50 năm trước là 113 triệu. Sao đạn lại càng ngày càng lép đi như vậy? Một số các nhà khoa học cho là tại vì thuốc diệt trùng, nhựa hóa học, kỹ nghệ, thuốc men và ô nhiễm môi trường. Những thứ này được dùng lan tràn đã làm rối loạn sự cân bằng *hormone* nơi hệ thống truyền giống của người nam. Muốn có số tinh trùng khỏe mạnh và đông đảo, các nhà khoa học khuyên các ông nên tránh để bị *stress*, đừng hút cần sa hoặc các thứ có *cocaine*, ít uống rượu hút thuốc lá, giảm uống cà phê, ăn nhiều rau, tạo nhiều thời gian thư giãn tinh thần. Cứ một trong sáu cặp vợ chồng Anh, và một trong tám cặp vợ chồng Canada có vấn đề trong việc tạo sinh. Mà lỗi tới 35 phần trăm về phía các ông. Con số tiền định!

Nhưng các ông nào còn muốn có chút lộc cho đời cũng đừng nên lo lắng quá kẻo bị... *stress.* Vì chỉ khi nào số tinh trùng xuống dưới 20 triệu trong 1 *mili* khối tinh dịch thì mới thật sự có vấn đề. Muốn chắc ăn thì, trước khi có thể có vấn đề, để dành đạn đi. Để dành đạn?

Hai anh cướp, chờ lúc đêm tối, đột nhập vào một ngân hàng. Họ mở từng chiếc két. Két nào cũng không có tiền. Một anh tức giận lầu bầu với bạn.

"Mẹ kiếp! Tụi nó định chơi xỏ mình hay sao mà để trong két toàn sữa chua không vậy?"

Anh kia gật gù.

"Bố khỉ! Tụi nó chơi thì mình cũng chơi luôn. Cho sáng mai tụi nó hết ăn sáng!"

Hai anh hì hục mở từng hũ uống cho cạn hết sữa chua rồi thơ thới ra về.

Sáng hôm sau, trong mục tin vắn, các báo đều loan tin

một Ngân Hàng Tinh Trùng bị cướp!

Ngân Hàng Tinh Trùng để làm chi vậy? Để chứa đạn dược do người ta gửi, phòng khi dùng đến. Điển hình là ông chồng của ca sĩ Céline Dion, trước khi chạy hóa chất điều trị bệnh ung thư, đã mang đạn tới gửi. Và sau đó, cô ca sĩ bạc triệu này đã thụ thai với thứ đạn không do súng bắn ra này.

Thời vua Minh Mạng thì làm gì đã có ngân hàng. Đạn ông gửi thẳng cho các bà cung phi giữ dùm. Vừa gọn, vừa có kết quả ngay. Thứ đạn "nhất dạ ngũ giao sinh lục tử" này quả là thứ đạn... vua. Chúng đã đụng bia của 43 phi tần cung nữ và tạo được 78 hoàng nam, 64 hoàng nữ. Tổng cộng lại là 142 trự!

Vua có... ngon nhất không? Chưa chắc!

Hai vợ chồng nhà kia tới thăm một trại nuôi súc vật. Ông chủ trại chỉ vào một con heo đực.

"Anh chàng này có thể phủ nái mỗi ngày mười lần như không."

Bà vợ nhìn xéo ông chồng.

"Ông thấy chưa?"

Ông chồng cúi gầm mặt, suy nghĩ, rồi hỏi lại ông chủ trại.

"Ông muốn nói là nó phủ chỉ một con nái?"

Ông chủ trại lắc đầu.

"Đâu có uổng như vậy được! Mười con nái khác nhau chứ!"

Ông chồng nhìn xéo qua bà vợ.

"Bà thấy chưa?"

01/2004

ĐÌ

Đì là một chữ thuộc loại ngôn ngữ phiếm để chỉ sự đàn áp, áp bức, hoặc thời đại hơn thì gọi là... chơi cha! Làm cha được thì chỉ có đàn ông.

Đàn ông, được ngài Khổng Phu Tử xúi xiểm, coi đàn bà chẳng ra cái thá gì. Nhất nam viết hữu, thập nữ viết vô. Khổng Tử chắc không giỏi toán! Một thì kể mà mười thì lơ đi. Anh nam bèn lên mặt, bĩu môi bĩu mỏ ra cái điều chê bai đàn bà.

Con gái bẩy nghề
Ngồi lê là một
Dựa cột là hai
Theo trai là ba
Ăn quà là bốn

Trốn việc là năm
Hay nằm là sáu
Láu táu là bẩy!

Đàn bà, cái thứ đái không qua được đầu ngọn cỏ, thì có ra gì. Vậy là đì sát ván! Nhỏ đi theo nhỏ, lớn đi theo lớn. Nhỏ thì làm bếp, giữ em, học hành làm quái gì, học cho lắm lớn lên lấy chồng... cũng vậy! Khi lấy chồng thì cam phận tôi tớ. Hầu cha mẹ chồng, hầu chồng, hầu con. Cả đời cong lưng cõng hết người này đến người khác. Đó cũng là ý của thầy Khổng. *Tại gia tòng phụ, xuất giá tòng phu, phu tử tòng tử*. Cả đời chỉ có... tòng! Có khi còn phải tòng... hội đồng vì trai năm thê bẩy thiếp là... hợp đạo trời!

Giáo chủ Mohamed, chắc cũng bà con họ hàng với thầy Khổng Tử, nên cũng... một ruộc. Đàn ông theo đạo Hồi cũng coi đàn bà chẳng ra làm sao. Đó là một thứ sinh vật hạ đẳng, được sinh ra để phục vụ đàn ông. Đàn ông thì có quyền lấy tới bốn vợ. Chán vợ nào có quyền bỏ cái rụp. Chỉ cần nói ra trước mặt ba người chứng là xong.

Đàn ông, như vậy, có lẽ là một giống không có mũi. Hoa trước mắt mà chẳng bắt được hương thơm ngào ngạt. Chỉ có những nhà thơ mới có mũi.

Áo trắng ngây thơ đôi vú nhỏ
Áo xanh mơn mởn bờ mông non
Áo hồng chúm chím môi vừa nụ
Ôi gái tơ nào hoa chẳng thơm.

(Từ Thế Mộng)

Hương hoa sực nức từ bắc xuống nam, quấn quít hoài chẳng thấy chán. Rời ra là nhớ. Nhớ quay nhớ quắt. Nhớ tới quên ăn quên ngủ.

Chẳng biết khi Vô Kỵ nhớ Triệu Minh nó làm cái gì
Khi anh nhớ em, anh ngồi lì, nhịn đói
Có lần buồn buồn em cắn vào tay anh đau nhói
Giờ thành sẹo rồi khi nhớ thử rờ coi
Triệu Minh em, em con gái nhà ai
Đôi khi em hiền sao em không nói
Mà phi thân nhảy vào lòng anh như mây khói
Chết này!

(Nguyễn Nam An)

Chết cũng chưa hết nhớ!

Một ông chồng già lấy vợ trẻ, đến lúc tay bắt chuồn chuồn vẫn nuối tiếc lắm, gọi vợ lại dặn dò :

"Mình tuy còn trẻ nhưng nên ở vậy thôi."

Cô vợ thút thít:

"Dạ!"

Chồng thì thào tiếp:

"Làm cái bàn thờ tôi cho chắc chắn. Rằm, mồng một, lễ tết, giỗ chạp... tắm rửa sạch sẽ, thắp hương... rồi... hụ... hụ..."

"Dạ, em xin vâng lời mình. Rồi sao nữa mình?"

"Lên đó nằm!"

Ngày nay, đàn ông vẫn có cái nhìn của một con vật đi săn, nhất là khi trong tay có súng. Con mồi là thân xác đàn bà. Trong cuộc chiến ba năm, từ 1992 đến 1995, ở Bosnia, giữa một châu Âu văn minh đang bước vào thế kỷ 21, đã có 70 ngàn phụ nữ bị hiếp dâm. Bà Eve Ensler, sau cuộc chiến, đã trực tiếp tới tận nơi phỏng vấn một số phụ nữ nạn nhân.

Bà nhìn ra đây không phải là vấn đề chiến tranh mà là vấn đề nhân bản. Những người Serbian chiến thắng đã man rợ dùng sức mạnh và nòng súng để hiếp dâm như là một thứ vũ khí dã man, phi nhân bản nhắm vào những phụ nữ thường dân vô tội. Bà Eve Ensler đã đúc kết các cuộc phỏng vấn này và những câu chuyện thê thảm khác bà đã được nghe kể lại, để viết thành vở kịch *Âm Hộ Độc Thoại*. Vở kịch đã đoạt giải kịch nghệ Obie Award và đã được dịch ra 22 thứ tiếng. Kịch được trình diễn tại các đại hí viện khắp hoàn cầu kể cả các nước châu Á như Trung Hoa và Ấn Độ. Những diễn viên điện ảnh lừng danh như Glenn Close, Susan Sarandon, Whoopi Goldberg, Winona Ryder, Lily Tomlin, Kate Winslet, Cate Blanchett, Melanie Griffith, Joely Richardson và Gillian Anderson đã thay nhau thủ diễn vở kịch này tại Nữu Ước và Luân Đôn.

Đây là một bi hài kịch năng động làm khán giả không nhịn cười và nén xúc cảm được; một tác phẩm nghệ thuật độc đáo, tập trung vào những vấn đề của phụ nữ. Vở kịch gồm hàng loạt những mẩu độc thoại do bốn diễn viên nữ và một người điều hành trình diễn, mà ý định của tác giả là giải phóng phụ nữ ra khỏi những cảm giác hổ thẹn xấu xa về âm hộ và đời sống tình dục. Những mẩu đối thoại này do tác giả Eve Ensler chọn lựa trong hơn 200 cuộc phỏng vấn các phụ nữ trên khắp thế giới, trong đó có chuyện một cô bé Việt Nam.

Cô bé Việt Nam, 5 tuổi, bị té vào một vòi cứu hỏa khi đang chơi đùa với bạn bè. Âm đạo của em bị tổn thương và rách nát. Lúc ấy, sợ quá không biết phải làm gì, em liền giấu chiếc quần lót đẫm máu xuống gầm giường. Mẹ em thấy được và đinh ninh em bị hiếp dâm. Khi đứa bé 5 tuổi chưa biết nói chữ "vòi cứu hỏa", em không biết giải thích với bố mẹ ra sao. Bố mẹ em đã đổ tội cho anh trai của bạn em đã hiếp dâm em. Từ đó bố em không bao giờ để mắt tới em. Ông xem như đời con gái của em đã vứt đi, em đã trở thành đàn bà. Ông tuyệt đối không bao giờ ngó ngàng tới đứa con gái yêu quý của mình nữa. Em mới tới định cư tại Hoa Kỳ và hoàn toàn không biết tiếng Anh. Chữ "trinh" quả còn làm nhiều thiếu nữ Việt Nam khốn khổ!

Sự khắc nghiệt đối với đàn bà đã bị Eve Ensler thu gọn lại trong bộ phận tượng trưng người đàn bà. Khi giải tỏa được những mặc cảm từ gốc rễ, người nữ đã hiên ngang vùng dậy. Cuộc vùng dậy ồn ào đến chóng mặt. Thế giới bỗng có một ngày riêng cho các bà, ngày 8 tháng 3.

ba trăm sáu mươi lăm đêm
mà chưa thỏa mãn đòi thêm một ngày
trước sau gì cũng phơi bày
cái kia dù giấu cái này dù che
cả năm phụ nữ bị đè
tháng ba mùng tám hầm hè vùng lên
đòi quyền ăn trước nằm trên
đàn ông nhăn mặt gối mền cũng nhăn...

(Lê Vĩnh Thọ)

Được nhăn mặt không đã khá! Đàn ông phải vạn phần vất vả trong ngày... phún!

Tối 8/3, vừa hoàn tất việc vợ chồng đổi vai trò trong nhà như giao ước. Lưng đau như dần, tay bợt bạt, chàng ngồi đần mặt chờ đợi. Đến khuya không thấy chồng vào giường, nàng đến bên thỏ thẻ:

"Anh yêu, chúng ta còn chờ gì mà không cùng nhau đặt dấu chấm cho một ngày tốt đẹp?"

Chàng nhõng nhẽo:

"Thế em không định... bế anh vào giường sao?"

Đàn bà, từ ngày được... cởi trói, tha hồ mà vùng vẫy. Chuyện gì đàn ông làm được, đàn bà cũng làm được. Lái máy bay, lái máy cày, lái xe vận tải, chơi đá banh, chơi *hockey*, đánh quyền anh...! Cũng... cơ bắp như ai! Đàn bà lên, đàn ông bỗng thấy... thân phận mình. Gian truân lắm. Nhắm mắt nhắm mũi mà sống. Anh đi ngang về tắt, tôi cũng biết tặng anh cặp sừng đeo chơi! So với sức chịu đựng của đàn bà có ông chồng... ăn vụng thì sức chịu đựng của anh đàn ông bị đeo... cặp sừng thua xa.

Thường thì việc anh đàn ông ăn vụng diễn ra chớp nhoáng hơn đàn bà. Bản chất đàn ông hứng bất tử rất nhanh. Thấy đối phương chịu đèn là ngấu nghiến liền, tới... tột đỉnh ngay dù "họ hẹ" với người đàn bà họ không hề yêu, thậm chí thua kém vợ về mọi phương diện, miễn là của lạ! Trong khi đó, đàn bà khác hẳn. Họ chỉ đạt khoái cảm với người mình yêu nên việc ăn vụng của các bà rắc rối và nhiêu khê hơn. Đàn ông ăn vụng vì lý do tình dục, vì tính thích chinh phục, trong khi phần lớn đàn bà chỉ đi ngang về tắt khi không có tình yêu trong hôn nhân. Vì thế khi đàn bà phản bội chồng là họ bị cuốn hút cả tinh thần lẫn thể xác, còn anh đàn ông ăn bánh xong là có thể quên ngay chị hàng bánh. Đau khổ của đàn ông, vì vậy, thường... có cỡ hơn đàn bà.

Vài năm trước đây, trong một cánh rừng bên bãi biển Trouville, Pháp, đã xảy ra một vụ án mạng khủng khiếp. Người vợ đang... ăn nem bị chồng rình bắt quả tang khi đang... hoạt động với tình nhân trong một bụi cây. Chàng trai kịp chạy thoát, còn tô hô chị vợ nằm lại chịu trận. Anh chồng hăm hở đâm 26 nhát dao lên thân thể phơi bày của chị vợ. Ra tòa, khi được chánh án hỏi tại sao theo biên bản khám nghiệm tử thi thì chị vợ đã chết ngay sau ba nhát dao mà anh còn nhẫn tâm đâm thêm 23 nhát nữa, anh chỉ đáp: "Có nói các ông cũng không hiểu!" Trước giờ ra pháp trường, anh mới chịu giải thích: "Vì tôi phải chứng kiến sự cuồng nhiệt mà trong suốt 10 năm chung sống cô ấy chưa hề có với tôi!"

Đối với đàn ông, ý nghĩ mình không thể thỏa mãn được vợ khiến vợ phải ngoại tình làm anh ta cảm thấy nhục nhã như bị mất hết tư cách đàn ông. Từ đó mới hiểu được... nỗi lòng của những anh được trang điểm cặp sừng trên đầu. Ngứa ngáy lắm!

Này, các ông! Rong chơi với mấy em gái nghề nghiệp có vui vẻ lắm không? Các ông vui vẻ thì chúng tôi cũng vui vẻ. Can chi phải lép vế. Anh đi tìm hoa, tôi cũng tìm hoa. Cô cháu gái tôi, trong một chuyến về Việt Nam, phải ghé lại Bangkok một đêm để chờ máy bay. Vừa nhận phòng ở khách sạn đã có ngay một anh tò tò theo sau mời mua... hoa chuối. Cháu tôi kinh hãi xua anh ta đi như đuổi tà. Chuyện thật ghê gớm! Cô cháu kể lại mà còn run. Ai ngờ bây giờ lại có chuyện ma mãnh đến như vậy!

Chuyện ma mãnh đó bây giờ cũng có ở Saigon! Trong

một số báo Người Lao Động đầu tháng năm mới đây, chuyện này đã được... phóng sự rõ ràng. Anh phóng viên đã giả dạng làm một ứng viên bán... hoa đực để lọt vào thế giới kín của các bà mua hoa. Đàn ông đi mua hoa, kín đấy nhưng cũng nhiều... hớ hênh phát khiếp. Đàn bà đi mua hoa phải kín như bưng. Thường thì các bà tới "bãi đáp" bằng cách... bao bì khắp người: kính đen lớn tròng, khẩu trang kín mít mặt, lẻn vội từ taxi xuống. Địa điểm thường là các khách sạn. Các bà thuê một phòng, thuê cho gã hoa đực một phòng khác. Khi cả hai đã yên vị trong phòng, họ mới liên lạc với nhau bằng phôn tay. Gã hoa đực kín đáo chuồn qua phòng bà khách. Hoa đực có hai loại được họ tự gọi là heo độc và heo đàn. Heo độc là loại ngon, làm ăn riêng lẻ một mình. Thường là những anh bảnh trai, người ngợm rắn chắc, bắp tay cuồn cuộn thịt, toàn thân toát ra vẻ khỏe mạnh. Họ nhận hàng bằng cách ngồi ở tiệm cà phê hạng sang trên đường Phạm Ngọc Thạch, quận ba, hoặc liên lạc với khứa bằng điện thoại di động. Giá "xuất chuồng" của heo đực loại "son" từ 4 đến 5 "vé" (400 đến 500 đô Mỹ), bèo lắm cũng từ 1 đến 2 vé. Heo đàn là thứ hoa đực ít hương sắc hơn, hoạt động theo một đường dây, giá từ 5 "xị" (500 ngàn đồng) đến một "chai" (1 triệu). Hiện nay heo đàn thường tập trung ở công viên nằm ở trung tâm thành phố hoặc các quán cà phê trên đường Nguyễn Bỉnh Khiêm. Có đường dây nên heo đàn phải chịu chi 20%... doanh thu cho tổ chức. Heo đàn phải cung cấp hai tấm hình khổ 10x15 phân cho đường dây để làm... *catalogue*! Hình đây không phải là hình mặt mũi mà là hình... vũ khí hành quân. Trong catalogue có 3 loại mã số: đỏ là dạng "xông khói" (trẻ, khỏe), xanh là dạng "nướng", vàng là dạng "luộc"!

Đi ngang về tắt, đi mua hoa chuối, chu trình vùng lên của các bà chắc đã tới... thượng đỉnh. Ăn thua chi mấy cái chuyện vặt vãnh ngồi lê, dựa cột, theo trai, ăn quà, trốn việc, hay nằm, láu táu... vớ vẩn. Cái thở dài của các ông chắc đã dài hết cỡ! Nói chi tới chuyện... đi!

05/2004

ĐŨA

Dù tự ái dân tộc có nở lớn đến thế nào đi chăng nữa, tôi cũng chẳng thể nói đũa là thứ quốc hồn quốc túy của đất nước ta. Chung quanh chúng ta, người Hoa, người Nhật, người Cao Ly... cũng dùng đũa. Nhưng đi vào nếp sống văn hóa của dân Việt Nam thì đũa có lẽ là một vị khách quý. *Vơ đũa cả nắm. Đũa mốc đòi chòi mâm son.* Những câu tục ngữ đã nâng cấp cho đôi đũa lên hàng ẩn dụ tinh thần. Tôi vừa nhặt được trong cuốn tiểu thuyết *Phố* của nhà văn Chu Lai một từ Hà Nội: *Bánh mì đũa cả.*

Đời sống tình cảm của người dân Việt trong ca dao cũng dính vào đôi đũa khá nhiều.

Tôi đã bảo mẹ rằng đừng
Mẹ hấm mẹ hứ mẹ bưng ngay vào

Bây giờ chồng thấp vợ cao
Như đôi đũa lệch so sao cho vừa.

Đũa lệch thì nản chết. Nó gợi lên một sự so le thảm thương. Lệch nhau cũng hình dung bằng đôi đũa, bằng nhau khít khao cũng đũa một đôi.

Đôi ta như đũa trong kho
Không tề, không tiện, không so cũng bằng.

Đũa mốc không được nằm trên mâm son. Trèo cao quá coi không được mắt. Phải ngang hàng với nhau, xứng hợp với nhau, con mắt mới vừa.

Đôi ta là bạn thong dong
Như đôi đũa ngọc nằm trên mâm vàng
Bởi chưng thày mẹ nói ngang
Cho nên đũa ngọc, mâm vàng xa nhau.

Vui cũng đũa, buồn cũng đũa, trách móc cũng đũa. Đũa dính vào cái ăn nên đũa cũng nằm dềnh dang trong đầu. Cứ nghĩ tới đôi tới cặp, người Việt chúng ta nghĩ ngay đến đũa. Nghĩ tới nữa, bàn tay cầm đũa còn mách bảo tính tình, tư cách của người cầm đũa. Có những ngón tay khéo léo tháp vào đôi đũa như ngàn đời ăn ý với nhau đẹp thùy mị như một bức tranh, có những ngón tay xuôi nhịp nhàng theo đũa chân thật như canh với cà. Nhưng cũng có những ngón tay cứng cáp dằn vặt như đanh đá hành hạ đôi đũa, có những ngón tay vụng về e dè xoay xoay lưỡng lự như ngượng nghịu với đũa. Và nhà thơ Nguyễn Tất Nhiên đã vẽ ra đôi tay bối rối tập tành biết yêu như tập tành cầm đũa.

tình mới lớn, phải không em, rất mỏng?
cách tập tành nào cũng dễ hư hao

thuở đầu đời cầm đũa thấp cao
và nâng chén, dĩ nhiên, đổ vỡ

Chúng ta sinh ra hình như đã biết cầm đũa. Không biết thì... đói. Chúng ta cầm đũa tự nhiên, như thở. Nhưng, trong tiệm ăn, thấy tây đầm cầm đũa hẩy hẩy thức ăn lên miệng mới biết cầm đũa chẳng phải là chuyện dễ. Huống chi cầm đũa cho đẹp, cho quý phái, cho ra dòng ra giống. Nhưng cái lọng cọng của đôi đũa trong những bàn tay chuối mắn của tây đầm cộng với những đôi mắt xanh ánh lên nét hào hứng như đang tham dự vào một trò chơi thích thú thấy cũng có nét dễ thương. Cái dễ thương mà chúng ta cảm thấy một cách kẻ cả, như một đấu thủ thuộc hạng chuyên nghiệp nhìn xuống một đấu thủ mới tập tễnh ra lò. Nó như một thứ... tự hào dân tộc!

Không biết có phải vì vụng về trong việc điều khiển đôi đũa nhiều thách đố hay không mà mới đây các nhà khoa học Mỹ thuộc trường Y Khoa của Đại Học Boston đã làm một cuộc nghiên cứu để... kết tội đôi đũa. Cuộc nghiên cứu được thực hiện ở Bắc Kinh, thủ đô của Trung Quốc. Họ đã phỏng vấn 2507 cư dân 60 tuổi, được lựa chọn một cách tình cờ. Họ hỏi những người này về thói quen cầm đũa tay trái hay tay phải, nghiên cứu cách họ cầm đũa và chụp quang tuyến X xương ngón tay. Họ đi đến kết luận là chứng viêm khớp xương xảy ra nhiều hơn ở những bàn tay cầm đũa, đặc biệt là ngón cái và các đốt xương thứ nhì và thứ ba của ngón trỏ và ngón giữa. Trưởng đoàn nghiên cứu, bác sĩ David Hunter, đã ghi trong bản báo cáo: "Cuộc nghiên cứu này đưa ra giả thuyết là những đôi đũa có thể giữ một vai trò trong việc phát triển của chứng viêm khớp xương tay".

Đụng tới đôi đũa, mệt lắm! Kết luận của bản nghiên cứu vừa được công bố, dân Bắc kinh nhảy lên liền. Cô hầu bàn Niu của một tiệm ăn ở Bắc Kinh lắc đầu. *Viêm khớp xương? Do đũa? Làm gì có chuyện đó!... Đũa làm cho bàn tay mạnh hơn và làm săn chắc các bắp thịt thì có!* Bác sĩ Cao Li, một y sĩ chuyên về xương của bệnh viện Xuanwu, một nơi chữa trị vừa bằng phương pháp cổ truyền vừa bằng y học Tây Phương, cũng giận dữ không kém. *Vớ vẩn! Tôi đã làm việc ở đây nhiều năm và chưa hề thấy một ca viêm khớp xương nào liên hệ đến việc cầm đũa!* Yang Joanping, người suốt đời chưa bao giờ dùng nĩa, đã gay gắt. *Tôi đi bằng chân từ bé đến giờ. Vậy có phải vì thế mà chân tôi bị viêm khớp xương hay sao? Tôi nhai bằng miệng từ thuở cha sinh mẹ đẻ tới giờ. Như vậy phải chăng miệng tôi bị viêm khớp xương? Tay tôi ấy à, chẳng sao cả!*

Đối với dân chúng Bắc Kinh, không có vấn đề viêm khớp xương vì tay cầm đũa, nhưng đũa quả có vấn đề từ khi bệnh SARS bột phát và hoành hành mạnh mẽ tại Trung Quốc. Đó là vấn đề vệ sinh công cộng trong khi dùng đũa.

Trong một cuốn Chỉ Nam về bệnh SARS của Bệnh Viện Gia Đình Đoàn Kết đã khuyên như sau: "Không nên dùng đũa gắp thức ăn trong đĩa đựng thức ăn chung. Hãy dùng muỗng để múc thức ăn vào chén cá nhân."

Đụng đũa vào đĩa thức ăn chung trên bàn quả có vấn đề về vệ sinh. Nước miếng của người này dính qua người kia có thể dễ dàng truyền bệnh, nhất là những bệnh truyền nhiễm. Ở Việt Nam, có một thời, người ta đã hô hào cho việc dùng đũa hai đầu. Một đầu và thức ăn vào miệng, một đầu gắp thức ăn từ đĩa chung trên bàn vào chén cá nhân. Lối "múa đũa" như vậy tuy có công hiệu ngăn ngừa lan lây bệnh tật nhưng khá bất tiện và dễ quên lộn. Vì vậy, lối dùng đũa cải cách này đã bị mai một đi.

Ăn cơm chung mâm trong gia đình với nhau, dùng đũa vọc vào những đĩa xào, những tô canh, những chén nước mắm xem ra dễ chấp nhận vì những thành viên trong gia đình với nhau, cùng chung một huyết thống, lại biết rõ sức khỏe của nhau. Nhưng chung đụng một mâm với những người lạ, việc chọc đũa vào đĩa thức ăn chung dễ gây ra... lợm giọng! Tôi có một kinh nghiệm không dễ chịu mấy khi tham dự vào một tua du lịch tại Việt Nam cách đây hai năm. Ăn chung bàn với vợ chồng tôi là một cặp vợ chồng già nói chuyện rất thật thà và hiền hậu. Ông chồng là người ăn uống vô cùng nhanh nhẹn. Đôi đũa trên tay ông chạy qua lại như những đường quyền đẹp mắt. Chỉ loáng một cái, tô canh đã đục ngầu, chén nước mắm đã lềnh bềnh những hạt cơm, đĩa cá đã lấm tấm trắng xóa. Vợ chồng tôi ăn xong chén cơm không nhạt nhẽo rồi xin phép đứng dậy. Dĩ nhiên với cái bụng còn lép kẹp. Phải lựa chữ lựa lời nói một câu chuyện khó nói với anh hướng dẫn viên, bữa cơm kế, chúng tôi mới được chuyển qua bàn khác và mỗi người một chén nước chấm riêng!

Đũa trong bàn ăn, chuyện thường. Đũa đi lạc ra ngoài bàn ăn mới gây ra những chuyện dở khóc dở cười. Nhà văn Thế Uyên, trong cuốn *Những Người Đã Qua II*, đã kể về một cách dùng đũa khá bất ngờ. Tác giả đã ghi lại nguyên văn như sau, nơi trang 35, chuyện nghe được tại đàm trường của nhà văn Nguyễn Đức Quỳnh tại Saigon. *Trong một buổi khác, đề tài xoay về vấn đề Khổng Giáo trách nhiệm đến mức độ nào trong việc áp đặt một thứ thanh giáo lên văn hóa truyền thống vốn quân bình về love&sex của dân lạc Việt, NĐQ đã kể lại chuyện một hủ nho bạn của ông bố ông đã coi việc giao hợp giữa vợ chồng chỉ hoàn toàn thuần túy có ý nghĩa truyền chủng, tránh cảnh "bất hiếu hữu tam vô hậu vi đại". Ông này, đến ngày lành tháng tốt, lựa một đôi đũa tre mới tinh đặt trên một bát nước mưa đặt trên bàn thờ tổ tiên, ông khấn vái xong là đuổi tất cả mọi người trong nhà già trẻ lớn bé ra ngoài đồng hết, xong xuôi ông mới gọi bà vợ vô buồng. Vì cho dương vật là dơ dáy tội lỗi nên ông dùng đôi đũa tre đã cúng trước gia tiên ấy để gắp và hướng dẫn cái đó của ông nhập cung... NĐQ kể đến đây thì "quần hào" ồn ào không tin nhưng NĐQ khẳng định là chuyện có thật vì chính ông đã chứng kiến cảnh bà vợ thẹn đỏ mặt tía tai mỗi khi ông chồng bưng chén nước mưa trên gác đôi đũa tre đặt lên bàn thờ...*

Đũa mà đến thế thời thôi!

01/2004

GIÁNG SINH

Tôi chưa bao giờ thấy bà *Claus*. Chỉ thấy có *Santa Claus*. Ông này bụng phệ, râu dài. Dài đến mức độ không thể cho ông ấy ít tuổi hơn cụ Nguyễn Công Trứ được. Cụ Nguyễn Công Trứ sống tới bao nhiêu tuổi? Sách vở cũ đã quằn quại theo ngọn lửa cùng với đợt truy quét "văn hóa đồi trụy" từ ngày cách mạng mới mắt nhắm mắt mở tiếp thu Saigon, nên bây giờ hết cái để tra và cũng chẳng còn cái để cứu gì được. Nhưng cụ có một câu thơ nói tuổi một cách khá tài tình. *Ngũ thập niên tiền nhị thập tam.* Năm mươi năm trước thì hai mươi ba tuổi. Cứ cho là *Santa Claus* ngang ngửa với cụ Nguyễn Công Trứ đi. Tuổi đó thì súng ống han rỉ, đạn dược vo lại không biết có còn đủ một viên không. Bà *Claus* thì lại không có. Làm sao bây giờ cái giống *Santa Claus* lại sinh sôi nẩy nở dữ dằn đến thế!

Này nhé, ngày tôi còn nhỏ, tuổi còn tin vào một ông già Noel tốt bụng, vậy mà có bao giờ thấy được một ông già Noel bằng xương bằng thịt đâu. Toàn là xem hình vẽ ông già áo đỏ đánh chiếc xe chất đầy nhóc quà do mấy chú nai tuyết sừng như nhánh cây khô tung tăng kéo lướt trên mặt tuyết trắng. Hồi đó ông già Noel là một nhân vật bí ẩn, hành tung cũng bí ẩn, chuyên chờ đêm tối tụt theo ống khói lò sưởi xuống nhét quà vào những chiếc vớ treo trước cửa lò sưởi. Vậy thì hy vọng gì được ông già Noel tới bố thí cho tí quà. Nhà tôi đâu có lò sưởi!

Ngày nay, ông già Noel lềnh khênh khắp nơi. Ngay tại Việt Nam, ông già Noel cũng xuất hiện tùm lum ở các cửa hàng, các *party*, các thương xá. Lại còn dịch vụ ông già Noel tới tận nhà trao quà cho con nít. Tiện thật, có tiền mua... ông già Noel cũng được!

Ở bên đây thì còn gay cấn hơn. Chỗ nào mà chẳng có. Trẻ em mặc sức ngồi trên đùi ông già Noel vuốt râu chụp hình. Ông già Noel ngày nay dễ tính hơn nhiều. Ông chẳng đòi hỏi phải có ống khói lò sưởi để chơi trò hiệp sĩ hành hiệp giữa đêm khuya. Ông chơi đủ mọi thứ. Trực thăng ông cũng ừ, xe hơi ông cũng gật, nhẩy dù ông cũng OK. Gần nhà tôi có một nhà trẻ giữ các em từ 5 tuổi trở xuống, tuổi đang háo hức với ông già áo đỏ. Một bữa gần Noel, tôi đứng trong nhà nhìn ra thấy một chiếc xe hơi nhỏ xíu, cũ mèm, thùng sau xe gác một chiếc xe đạp xịch dừng trước cửa nhà. Trời mùa đông, tuyết đầy đường, xe đạp nào mà đi được? Từ trong xe, một thanh niên chui ra, khoác vội lên người bộ đồ ông già

Noel, độn cái gối vào trước bụng, đeo tí râu, đội chiếc mũ, xỏ đôi giầy trắng đỏ. Xong xuôi, vuốt đi vuốt lại cho tươm tất, kéo chiếc xe đạp xuống, ông già Noel đạp xe tới nhà trẻ, tay cầm quả chuông lắc lắc, miệng cười *Ho ho ho*, lưng đeo một túi quà. Trẻ em đứng trong nhà, chong mắt qua cửa kính, hồi hộp, la hét um sùm khi thấy bóng ông già Noel. Trẻ em vốn ngây thơ!

Năm nay có cái quảng cáo của *The Bay* trên TV chơi trò ông già Noel rất nổi. Cả một dẫy phố ngang dọc năm bảy đường đặc kín ông già Noel hàng hàng lớp lớp kéo nhau đi như trẩy hội. Phải có tới hàng ngàn ông già áo đỏ chứ không ít. Sao lại được mùa đến như vậy? Thần tượng đông như kiến. Cứ đi lăng nhăng ở ngoài đường như vậy gặp tai nạn mấy hồi!

Ông Roger Caron đồng ý ngay. "Dù là ông già Noel cũng không được miễn nhiễm tai nạn!". Cái ông chuyên làm ông già Noel từ năm 21 tuổi tới nay đã 64, về hưu rồi mà vẫn còn ham mặc áo đỏ, đã té nhào từ trên xe ngựa xuống trong khi đang làm nhân vật chính trong cuộc diễu hành của ông già Noel ở Thành phố Laval năm nay. Ông già Noel té nhào xuống, đầu đập xuống đất, máu chảy lênh láng, xương cốt rêm nhức. Xe cứu thương vội đem ông đi nhà thương, khâu đúng mười hai mũi trên đầu, nằm mất hai ngày mới được xuất viện.

Chuyện lạ quá đấy chứ! Nhưng đối với trẻ em, đây là chuyện lớn. Các em chơi đùa lỡ trớn bị té đã đành. Thần tượng già đầu bỗng chơi trò lộn đầu xuống đường chảy máu là chuyện kinh hoàng. Báo chí khắp Canada đưa tin. Trẻ em khắp Canada, từ Đông sang Tây, bị choáng. Điển hình nhất là ở Vancouver. Em Siobhan Desormeaux, 7 tuổi, xin cha mẹ cắt mẩu tin ông già Noel bị nạn, mang vào lớp, nhờ cô giáo đọc cho cả lớp nghe. Cả lớp xúc động đã viết thư, vẽ thiệp chúc ông già Noel mau bình phục gửi đi. Em Siobhan còn lo sợ hỏi cha mẹ liệu ông già Noel có chết được không? Buổi tối, trước khi đi ngủ, em còn dặn cha mẹ coi bản tin giờ chót xem bệnh tình ông già Noel ra sao. Mẹ em có một người bạn làm việc ở một nhà thương ở Vancouver, em dục mẹ điện thoại hỏi bà ta xem có thấy ông già Noel vào bệnh viện không? Trẻ em thật ngây thơ! Và dễ thương!

Người lớn khó thương hơn nhiều. Như ở bên Áo chẳng hạn. Ông già *St. Nikolaus*, anh em sinh đôi của ông già Noel, đã ngàn năm ngự trị trong những ngày lễ cuối năm. Vậy mà năm nay bị thất sủng. Ngày sinh của Chúa thì ăn nhậu gì tới cái anh già vô duyên này? Cho anh ta đi chỗ khác chơi! Thành phố St. Wolfgang bèn hung hăng đi một đường cấm bán tất cả những gì có hình ảnh cái anh già luồn lọt ăn theo này!

Số phận của Chúa cũng không khá hơn! Hát mừng ca ngợi Chúa thì vào nhà thờ mà hát. Chúa ở trong đó. Còn tại các thương xá, các cửa hàng thì mắc mớ gì mà cứ Đêm Thánh Vô Cùng hết ngày này qua ngày khác? Vậy mà nơi đây lại là quê hương của bài hát bất hủ này, do một linh mục Áo đã sáng tác ra vào năm 1816! Mà việc cà khịa với những bản thánh ca là do Nghiệp Đoàn của những người bán hàng chủ trương đàng hoàng. Họ cho rằng các nhân viên bán hàng trong các tiệm buôn, các thương xá, cứ ra rả phải nghe những bài thánh ca này ngày nọ qua ngày kia trong suốt dịp lễ như bị "khủng bố tinh thần" đến nỗi, vào đêm Giáng Sinh, khi tụ họp với gia đình, họ không thể nào nghe thêm được một lần bài *Silent Night* hay *Jingle Bells* nữa mà không phát điên lên. Để tránh tình trạng buồn nôn với nhạc thánh ca, nghiệp đoàn đề nghị chỉ nên cho chơi nhạc Giáng Sinh tại các cửa hàng mỗi ngày một tiếng đồng hồ, từ 3 đến 4 giờ mà thôi. Thật hết biết!

Nhạc Giáng Sinh, những khúc nhạc dẫn dắt người ta về ngày hội mừng Chúa ra đời, về thời gian mà con người cảm thấy thương yêu người chung quanh, dễ dãi cười với nhau, chúc bình an cho nhau trong tình đồng loại. Cứ mỗi lần nghe những âm điệu quen thuộc này, lòng tôi lại bồi hồi. Mùa an bình đã lại tới.

Trở lại Núi Trầu vào đêm Giáng Sinh
Chúng tôi cùng nhau quây quần bên bếp lửa
Đón Noel, chén trà nhãn lồng chia xẻ
Người bạn rưng rưng hát nhạc Dâng Mừng
Ai lấy chiếc thìa gõ nhịp. Đêm Đông...

Nhà thơ Trần Hoài Thư đang ở đâu đây cà? Đêm Noel chỉ có trà nhãn lồng, tiếng hát với chiếc thìa gõ nhịp, những người bạn bên bếp lửa. Núi Trầu? Đó là một trại được mang danh học tập cải tạo. Trà nhãn lồng phải chăng là một loại trà lạ? Lạ thật, nếu không bị lùa vào tù, những giây lá chùm bao này, ai mà thèm để ý tới. Chúng tôi, trong cái túng quẫn, đã cắt những giây lá này, phơi khô làm trà. Uống cho mát. Cũng như chúng tôi đã rủ nhau vác xẻng đi lùng đào hà thủ ô uống cho bổ. Chúng tôi phải tự cứu lấy mình vì nếu bệnh tật, lên bệnh xá, chúng tôi chỉ có một "thực đơn" gồm hai món: xuyên tâm liên và khắc phục. Xuyên tâm liên trị bá bệnh nên chẳng trị được gì cả! Khắc phục diễn nôm ra là... ráng mà chịu!

Đêm Giáng Sinh đầu tiên trong trại cải tạo Long Thành, lũ chúng tôi, được mai mỉa là ngụy quyền, tụ họp từng nhóm với nhau ngoài sân, treo lên cây mấy chiếc lọ thủy tinh đựng chao thắp đèn cầy, trà nhãn lồng chuyền tay nhau, chiếc điếu cầy nằm giữa, chúng tôi không phải là mừng, mà là tưởng tới đêm Chúa Giáng Trần. Chỉ có vài viên kẹo cắt vụn cho đủ mỗi người một mẩu là từ thế giới bên ngoài vào. Còn tất cả là những thứ tự chế trong tù. Chúng tôi ngồi rù rì chuyện trò, nhớ về những đêm Noel trước kia, nhớ về những vui mừng của Đêm Thánh ngày trước, nhưng nhớ nhất vẫn là nhớ những tụ họp gia đình trong Đêm Huyền Diệu này. Ngồi với nhau nơi đây, an bình chúng tôi đã mất, gia đình đã xa xăm biền biệt, Chúa cũng xa vời. Ánh sáng của Chúa thăm thẳm tận đâu đâu. Đằng sau, trước mặt, chung quanh chúng tôi chỉ còn bóng tối. Chúng tôi nhìn nhau trong ánh sáng của những ngọn nến leo lét trong những hũ thủy tinh mờ mờ. Chúng tôi chỉ còn có nhau. Chụm đầu vào nhau, chúng tôi khe khẽ hát, tiếng ca o ép sợ tụi ăng-ten nghe thấy. Chúng tôi hát để an ủi nhau. Những bài hát của quá khứ, của kỷ niệm, những khúc thánh ca chưa bao giờ, trong thời gian ngoài ngục tù, chúng tôi lại cảm thấy thấm sâu vào lòng như vậy. Trong hoạn nạn, chúng tôi mới thấy thật cô đơn.

Con ngẩng mặt: đêm nay trời nạm ngọc
Quê Cha đâu? Đường lối hẹp kinh kỳ

Thuyền vật chất trôi xuôi về địa ngục,
Trong hồn con còn dội bước con đi.

Nhà thơ Tạ Ký đã cô đơn nhìn lên trời trong đêm Giáng Sinh. Đêm đó, chúng tôi chẳng thấy trời, chẳng thấy đất, chỉ thấy hỗn mang bóng tối địa ngục. Đêm đó, khó dỗ giấc ngủ, biết bao nhiêu giọt nước mắt đã lăn thầm trên mặt. Nước mắt đàn ông!

12/2003

GIÀ

Canh Dưỡng Sinh đang nóng lên thành một cơn sốt trong các Cộng Đồng người Việt tại hải ngoại. Các nơi khác ra sao tôi không được rõ chứ ở Montréal của tôi, nó lây lan đến chóng mặt. Hè 2003 vừa qua, khi tôi đang ở Santa Ana, một anh bạn ca tụng thứ thuốc chỉ nấu bằng những lá và củ thông thường, tôi ừ hử nghe mà không chăm chú. Anh bạn dúi cho một tập tài liệu bảo về đọc khắc biết. Đọc thấy hấp dẫn thật, tìm tới một tiệm tạp hóa Đại Hàn mua củ ngưu bang về nấu thử. Tiệm vắng tanh vắng ngắt, khách chỉ có hai bà già Á Châu đang đẩy xe. Chẳng biết hình dáng cái củ mình đang tìm kiếm ra sao, tôi định hỏi anh chàng bán hàng, thì nghe được câu tiếng Việt. *Đây này, thiếu khối gì!* Hai bà khách, mỗi bà cầm lên một bao ni lông có chứa những khúc nâu nâu như những khúc củi nhóm bếp. Nhà tôi xà vào hỏi chuyện. *Củ này dưới mấy tiệm mình nơi đường Saint Denis cũng có bán nhưng giá tới 20 đồng một ký, đây chỉ có mười đồng.* Hai bà hào hứng nói về Canh Dưỡng Sinh và chỉ cho tôi xuống một tiệm Việt Nam mua cuốn sách chỉ dẫn được *photocopy* lại, giá 5 đồng một cuốn. *Cậu phải đọc rồi mới biết!* Một bà căn dặn một cách thành kính và cẩn thận.

Đọc mới biết thứ canh này chữa bách bệnh. Từ ung thư, *AIDS* tới áp huyết cao, tiểu đường, sơ gan... Lại còn làm mờ đi những vết đồi mồi (cái dấu chứng đáng ghét của tuổi già!), làm đen tóc, căng da... Các bà mê tít thò lò liền! Lại còn giúp uống rượu không say. Các ông muốn thử ngay! Thế là đổ xô nhau mua mua, bán bán, nấu nấu, uống uống.

Trong tiệm, người người đầy nhóc, vừa lựa, vừa dành, vừa mau mắn trả tiền. Cứ loạn cả lên. Nhìn lại, đa số là các cụ già dắt díu nhau, mặt tươi rói, làm như đã bắt lại được nguồn sinh lực đã mất. Già! Chỉ nghe thấy cái tiếng cộc lốc đó đã thấy nản. Nó là cái tuổi làm cho thân xác trở thành vùng oanh kích tự do của bệnh tật, cái tuổi thuốc nhiều hơn cơm, cái tuổi vội vã níu kéo ngày tháng đang dần cạn.

Trong một tiệm ăn, một bàn tám ông bạn tôi, lỗ chỗ tóc bạc, tóc tiêu nhiều hơn muối, cười cười nói nói vui vẻ. Can cớ gì vậy? Hỏi ra mới biết các ông cùng chung một tuổi, tuổi con trâu. Hỏi thêm nữa mới hay là các ông đang tụ tập chén tôi chén bác mừng cho kiếp kéo cầy vừa chấm dứt, trả lại cầy bừa cho đám trẻ. Trâu trả lại cày bừa cho đồng ruộng, ta về nhà ta nhẩn nha. Hỏi thêm nữa về dự tính sẽ hưởng già như thế nào, các ông cười. *Cứ phè ra! Sáng khỏi thức dậy sớm, khỏi chong mắt nhìn mặt đồng hồ, khỏi khóc cười với tuyết. Thế là sướng rồi.* Một ông ngôn một câu mất sướng. *Chỉ còn có mỗi một việc nuốt những viên thuốc.* Ông khác. *Còn coi cháu nữa!* Về già, hình như chỉ còn lợi ích kinh tế duy nhất: coi cháu. Và đó có lẽ cũng là giá trị duy nhất của người già nơi xứ người! Có ông bà coi sóc cháu, đưa đón cháu đi học, chơi với cháu, dẫn cháu đi chỗ này chỗ kia, cũng đỡ lắm. Đỡ cái phiền phức phải gửi con. Vừa tốn tiền, vừa không an tâm. Một bà cười như mếu. *Đó cũng là nguồn vui đấy ông ạ, chẳng lẽ cứ ngồi nhìn nhau như hai con khỉ già!*

Mấy năm trước, họa sĩ Trịnh Cung ghé chơi Montréal. Rảnh ít phút là nhấc điện thoại phôn về Cali. *Ông có bồ nhí bên đó hay sao vậy?* Liếc mắt, lừ một cái. *Bồ cái con khỉ ấy! Nói chuyện với cháu đấy các ông ạ.* Đi chơi, cứ xà vào hàng bán quần áo, đồ chơi con nít. *Mua chút quà về cho cháu. Cho nó vui!* Bạn bè chưa thấy mặt vui của cháu, nhưng thấy mặt ông như mở hội. Xuống giọng tâm sự. *Lúc nào các ông có cháu thì biết, thương lắm các ông ạ! Thương còn hơn thương con ngày xưa nữa! Một ông phân tích. Ngày xưa, lúc mình có con, mình còn trẻ, còn bay nhảy, còn trăm công ngàn việc, không có tâm trí và thời giờ thương con trăm phần trăm, bây giờ, già rồi, chim chỉ biết nhẩn nha từng bước, cánh xệ rồi, bay chi nữa, đành dồn tất cả cho cháu, thương ơi là thương!*

Ông Luân Hoán bây giờ cũng mải mê với cháu. Cháu có phá phách, giật đổ giật bể đồ đạc cũng cứ ngồi cười. Một đứa cháu ra đời, thơ cũng vung vít cựa mình.

đất trời thơm ngỡ hoa

tâm nhẹ tưởng hoan ca
hóa ra là không phải
chỉ đời thêm Nina.
Lần hai.
Montreal thơm lá thơm hoa
giữa xuân vàng đón Lyna vào đời
nghiêng vai mây đứng giữa trời
thòng tay ve vuốt mắt môi ngập ngừng
....
Lần ba.
Black Foot Idaho
tuyết bay phai nắng sớm
chợt nở nụ ca dao
giữa sáu giờ chín phút
ngày mười một tháng hai
nhằm ba mươi tháng chạp
Vincent nằm trên vai
Việt Nam vào nguyên đán
không bén hương quê nhà
vẫn thơm tình nguồn cội.

Nhưng ngộ nhất là ông Thế Uyên. Người suốt một đời văn vẫn chưa hết rung cảm với những đồi những núi của người nữ, vậy mà bây giờ cũng mê cháu. Trong cuốn *Những Người Đã Qua* vừa được nhà xuất bản Văn Mới in trong năm 2003, Thế Uyên như đã già đi những đam mê. Vẫn mặn với người nữ, nhưng đồng thời lại yêu cháu. Cháu xem chừng cũng ngang ngửa với người nữ! *Vợ chồng tôi đang ở chung hòa thuận với ba con trai hai con dâu và hai đứa cháu đầu tiên- tôi không ngờ đến tuổi này tôi lại có thể yêu thích các cháu đến như vậy, mỗi khi mẹ mấy cháu bồng con về thăm bên ngoại, tôi nhớ cháu ngẩn ngơ.*(trang 149)

Ông anh tôi, suốt một đời làm chơi ăn thật, lè phè rất mực, tiền bạc phủ phê. Về già coi bộ lại hết lè phè, rất chí thú trông cháu, mệt thì có mệt, đôi khi vừa ngáp sái quai hàm vừa bầy trò cho cháu chơi. Chán cũng chẳng được. Cứ làm hề suốt ngày cho cháu cười thì mình cười làm sao được! Làm hề? Trời đã định như vậy rồi!

Chuyện như thế này.

Thượng Đế tạo ra con bò và bảo: "Con phải ra đồng làm việc suốt ngày với nhà nông, chịu nắng nôi, phải sanh đẻ để truyền giống, cung cấp nhiều sữa để giúp chủ. Ta sẽ cho con sống 60 năm".

Con bò thưa lại: "Cuộc sống khổ cực như vậy mà Ngài bắt con sống tới 60 năm sao? Con chỉ xin sống 20 năm, trả lại Ngài 40 năm". Thượng Đế chấp thuận.

Ngài lại dựng nên con chó và nói: "Con phải nằm suốt ngày trước cửa nhà, thấy người xông vào nhà hay đi ngang qua con phải sủa. Ta cho con cuộc sống dài 20 năm".

Con chó thưa lại: "Sao Ngài bắt con sủa lâu quá vậy? Con chỉ xin 10 năm, trả lại Ngài 10 năm". Thượng Đế thở dài, gật đầu.

Ngài tạo nên con khỉ và bảo: "Suốt đời con phải làm trò khỉ cho người khác cười. Ta cho con sống 20 năm".

Con khỉ khóc và thưa lại: "Phải làm trò khỉ suốt 20 năm thì chán quá, thưa Ngài. Con chỉ xin sống 10 năm, trả lại cho Ngài 10 năm". Thượng Đế cũng chấp thuận.

Cuối cùng, Thượng Đế tạo nên con người và nói: "Ăn, ngủ, chơi, làm tình, hưởng thụ. Con không phải làm gì cả, chỉ có mỗi một việc hưởng thụ, hưởng thụ mà thôi! Ta cho con sống 20 năm".

Con người thưa: "Ngài nói sao? Chỉ 20 năm thôi à? Không, không thể vậy được. Con xin thưa với Ngài như thế này: con lấy 20 năm Ngài ban cho con và xin thêm 40 năm con bò trả lại Ngài, 10 năm con khỉ không nhận, 10 năm con chó chê. Như vậy là Ngài cho con tất cả là 80 năm. Xin Ngài chấp nhận cho." Thượng Đế dễ dãi gật đầu.

Như vậy, con người chúng ta đã sống 20 năm đầu chỉ biết ăn, ngủ, chơi, làm tình, hưởng thụ và phè ra chẳng làm gì cả. 40 năm kế tiếp, chúng ta vất vả phơi lưng ra nắng để kiếm ăn. 10 năm kế đó, chúng ta làm trò khỉ để giải trí cho cháu. Và 10 năm sau cùng, chúng ta ngồi trước cửa nhà sủa một cách giận dữ với ông đi qua bà đi lại.

Câu chuyện trên tôi thuồng được trên *internet*.

Người ta thường vẫn nói tới kiếp sống. Tôi tưởng chỉ có một kiếp, hóa ra có tới bốn kiếp lận! Vậy thì cuộc sống có dài thêm ra không? Không có đâu!

Một buổi tối, tôi đến chơi nơi nhà trọ của nhà thơ Tô Thùy Yên trong thời gian anh ở chơi Montréal. Khi tiễn tôi ra xe về, đã nửa đêm, trời căm căm, cây cối đã say giấc, nghe tôi nói mai phải đi làm sớm, anh giương mắt. *Anh còn đi làm à?* Tôi gật đầu. Trầm ngâm một lúc, anh mới chậm rãi một câu tiếng Anh. *Life is short!* Đời ngắn, ai chẳng thấy! Thoắt cái mà Saigon những ngày nhởn nhơ nơi quán Cái Chùa đã ngót nghét 30 năm. Từ ngày đó đến giờ, chúng tôi không gặp

Đặng Phùng Quân, người tới từ Houston, Texas.

Chúng tôi đây là Luân Hoán, Trang Châu, Hồ Đình Nghiêm, Lưu Nguyễn, Song Thao ở Montréal, Trần Doãn Nho, Phan Xuân Sinh ở Boston. Chúng tôi tụ họp nơi đây để dự đám cưới con gái của nhà thơ Tô Thùy Yên. Nhìn nhau thấy đã bàng bạc khói sương. Già rồi, chuyện đi đứng nghe chừng đã biếng nhác. Không có dịp thì ngại đi. Phải có cái trẻ trung của một đám cưới, cái níu kéo của số đông bạn bè thì cái thân rệu rạo mới cất bước làm một chuyến đi. Chuyến đi sáu giờ bay như Nguyễn Xuân Hoàng từ Cali, sáu giờ lái xe như Phan Ni Tấn, Bắc Phong, Lê Hân từ Toronto đổ xuống Montréal hai tuần sau đó. Cũng là một níu kéo của sức trẻ, của con cháu: lễ vu quy của con gái tôi. Sức già như đã kiệt, phải nhờ sức trẻ đẩy phía sau mới đan kết với nhau được.

Những người chơi với chữ nghĩa có cái tình lân lý lạ lùng lắm. Ới nhau một cái là gì cũng vứt bỏ hết, gặp nhau cái đã! Đi tới rạc chân chỉ cần một buổi chuyện trò là cũng đáng đồng tiền bát gạo rồi. Đám cưới phải có hát hò, vui cười, nhộn nhịp. MC Phan Dụy, một con chim lạ được nhà thơ Tô Thùy Yên dắt tới Montréal, kêu hết người nọ tới người kia lên sân khấu. Vóc dáng thanh nhã, nói năng duyên dáng, lúc tiếng Việt, lúc tiếng Hồng Mao, hát hay, ngâm thơ cũng hay, ngâm Ta Về của Tô Thùy Yên thì, theo Trần Doãn Nho, nghe nhức nhối lắm! Vậy mà nháy nhau một cái, lũ chúng tôi kéo nhau ra ngoài sân trước nhà hàng hết, mặc cho cô Phan Dụy kêu réo ở trong, cứ nhẩn nha trò chuyện. Chuyện xưa chuyện nay. Làm như mới bắt tay nhau tạm biệt ngày hôm qua, hôm nay gặp lại, tiếp nối câu chuyện đang dang dở. Những người viết như có một loại thần giao cách cảm lạ lùng. Xa nhau bao nhiêu lâu cũng cứ như hôm trước hôm sau. Trời đã cuối hè, cơn gió chớm thu đã về đâu đây, chúng tôi người đứng kẻ ngồi. Ngồi cũng là ngồi trên tấm bệ xi măng của chân cột đèn đường. Vất vưởng những câu nói tiếng cười với nhau. Sảng khoái! Xác thân đã rùng mình gai gai mà giọng nói vẫn đầy than đầy lửa, tiếng cười vẫn như ba mươi năm trước. Thời gian cũng e dè lùi bước. Chúng tôi sống lại một thuở Saigon. Một ông hứng chí. *Bọn viết lách tụi mình không bao giờ già, chỉ thêm tuổi thôi!* Rõ là những ông văn thơ, rặt một tuồng làm biếng soi gương!

10/2003

GÒ BỒNG ĐẢO

Đôi gò bồng đảo sương còn ngậm
Một lạch đào nguyên nước chửa thông

Bà Chúa thơ nôm đã gợi lên hình ảnh một thiếu nữ ngủ ngày tượng hình như vậy. Gò bồng đảo! Nghe ra những núi những đồi. Cũng nói tới cái gò bồng đảo, nhà văn Nguyễn Văn Thà huỵch toẹt hơn, ông chơi ngay cái tên một tập truyện mới xuất bản của ông là *Người Thích Nhìn Vú!* Hồ Xuân Hương sống ở thế kỷ thứ 19, tập truyện của Nguyễn Văn Thà xuất bản đầu thế kỷ thứ 21. Ngót nghét hai thế kỷ người ta mới gọi tên được vật nào ra đúng vật đó chăng? Hay là vì một đằng là thơ, một đằng là truyện? Thơ thì mơ hồ hơn, truyện thì thực tế hơn. Đúng chăng? Thế thơ của Đỗ Kh thì sao? Cũng là thơ mà cái gì gọi đúng tên cái đó, các nhà đạo đức cứ nhắm tít mắt lại mà vẫn toát mồ hôi hột.

Đàn ông có một cơ phận cũng đầy đủ tình tiết hoa văn

như đàn bà. Như hệt nhau. Chỉ có mỗi cái tội nó không phồng lên. Mà nó không phồng lên thì thật vô duyên và vô dụng. Chỉ có nhìn không cũng phát chán. Cái đó người ta thoải mái gọi là vú. Cũng cái đó mà phồng lên thì gọi như vậy là khiếm nhã.

Như vậy khác nhau ở chỗ một đằng dẹp lép như cái màn hình TV *flat screen*, một đằng ngạo nghễ vươn lên như thách thức với cặp mắt của thiên hạ. Mà tại sao Con Tạo lại xoay vần cho ra nông nỗi bất công như thế? Một đằng cho chẳng thèm lấy, nhìn còn phải bĩu môi. Một đằng đắt giá như vàng như ngọc, nhìn chẳng muốn rời mắt. Con Tạo đâu phải là một nhà vẽ kiểu mẫu tùy tiện, vậy sự phồng lên là có lý do. Mà lý do sinh tồn hẳn hoi.

Đàn ông không râu bất nghì
Đàn bà không vú lấy gì nuôi con?

Phồng lên như vậy là để chứa sữa nuôi con. Đó là nhiệm vụ chính, theo ý Hóa Công, của cặp hoa sữa.

Vú để nuôi con, nghe như chuyện thần thoại! Báo chí ở thành phố Montréal nơi tôi trú ngụ đã mấy lần rộ lên vì chuyện này. Một bà vạch vú cho con bú trong một thương xá đã bị chú bảo vệ bắt đậy lại đuổi đi. Một bà khác nuôi con bằng bình sữa thiên nhiên nơi phòng đợi tòa án cũng bị phú lít mời ra ngoài. Vậy thì nhũ hoa đâu có phải là cái bình chứa sữa! Sữa đã không kể tới thì bình chứa sữa mới đáng đồng tiền bát gạo chắc?

Đầu thập niên 60, Sinh Viên Đoàn của Đại Học Văn Khoa Saigon ra đặc san Xuân Văn Khoa. Năm đó, Hồng Khắc Kim Mai có góp vào một bài thơ. Cô sinh viên mới toanh vừa từ trường tây lên Đại Học đã làm sững sờ ban biên tập với bài thơ bất ngờ đó. Đã lâu rồi, tôi không còn nhớ tên bài thơ. Chỉ còn nhớ được hai câu:

Ngực em tròn rất tròn
Nhấp nhô từng hơi thở

Và nhớ thêm được một câu có lẽ là câu kết. *Ngực để phần anh, sữa phần con.* Như vậy là phân minh rõ ràng. Mọi người vui vẻ cả. Con chỉ cần sữa, cần chi đến cái bình. Miệng anh quen uống la ve, cần chi đến sữa, chỉ cần bình. Cái bình tự nhiên phải chuyển hướng. Nó đang từ một cơ phận sinh tồn chuyển sang thành một món đồ mỹ thuật. Dáng hình trái chanh, trái cam, trái lê, trái bưởi hay trái dừa đều thuộc dạng mỹ thuật cả. Không những thế, mới đây nó còn dính dáng tới... chính trị nữa!

Ông tài tử Arnold Schwarzenegger bỗng nhiên nổi hứng ra ứng cử chức Thống Đốc tiểu bang California. Vai u thịt bắp ra làm chính trị thật phiền. Phiền hơn nữa là ông có vẻ ăn khách, hạng nhất trong bảng thăm dò, bỏ xa hơn trăm ứng cử viên khác lếch thếch theo sau. Gần tới ngày bỏ phiếu, báo *Los Angeles Times* tung ra tin ông có những cử chỉ sàm sỡ với ít nhất 6 phụ nữ. Ông trâng tráo dùng tay thám hiểm leo đèo lặn suối suốt từ nam chí bắc! Lời tố cáo kéo theo ít nhất là 4 phụ nữ khác đứng ra tố cáo ông tài tử này đã nham nhở với các bà. Tình hình miền bắc được ghi nhận như sau: ông đã bóp ngực trái của một cô đấu thủ bóng chuyền; rờ ngực cô phóng viên Anna Richardson, lúc đó 29 tuổi, để xem ngực thật hay giả; lột áo tắm một cô làm việc cho đoàn quay phim *The Terminator 2* mà ông đóng vai chính; theo bà Tanne

Smith vào tận phòng tắm của phim trường để bóp ngực!

Người say mê bình như vậy vẫn được dân chúng bầu làm Thống Đốc. Say mê mỹ thuật đâu phải là một cái tội! Có cầu như vậy mới có cung. Hình trái gì thì trái, bình phải có mỹ thuật. Không mỹ thuật phải tạo cho nó vẻ mỹ thuật.

Thời trước, người ta dùng cao su làm thành những cái nắp bình đậy thêm vào cho nó gồ ghề. Thể tích bình tăng thêm mà mắt thiên hạ chẳng biết được. Không biết nên những người thích ngắm bình mới đưa mắt hỏi nhau. Có ông NĐQ nằm vùng không? Ông tỷ phú NĐQ bị nhốt vào một cách oan uổng. Ông chỉ có cái tội là giầu quá. Giầu đến nỗi là chủ nhân ông của hầu hết đồn điền cao su ở miền Nam hồi đó!

Thời thế thay đổi, cao su mất giá. Tội gì mà cứ phải nâng nâng nắn nắn kiểm tra xem nó có tụt lên tụt xuống, cái nọ nghênh ngáo với cái kia không? Chi bằng chơi ngay một đường *silicone* nhét vào trong cho chắc ăn. Có một thời, một hai ba, chúng ta rủ nhau đi nhồi *silicone*. Các chuyên gia sửa sắc đẹp đếm bạc mỏi tay. Bình nào bình nấy cứ vênh lên kênh kiệu. Trông phát ghét!

Tia mắt của con người là một thứ dùi xoáy hết sức độc địa. *Silicone* cái thì bể, cái thì ọp ẹp, cái thì co rút. Bình đang phơi phới bỗng như bún gặp mưa. Thiu rữa ra. Trên TV, tôi đã thấy sự thương tâm của những chiếc bình gặp tai họa này. Trông thảm lắm! Nó không còn ra cái bình nữa. Những người có thẩm quyền vội vã ra tay. Chẳng nên gia cố bình bằng *silicone* nữa.

Ở xứ Canada của tôi, từ tháng giêng năm 1992, chính phủ đã ra lệnh đình chỉ dùng *silicone*, và các nhà sản xuất đã phải thu hồi tất cả "hàng hóa" về. Ngoài những nguy hại kể trên, nguy hại về ung thư ngực là quan trọng hơn cả. Theo thống kê thì từ năm 1974 đến năm 1999, đã có 40.000 phụ nữ ở hai tỉnh bang Quebec và Ontario dùng *silicone* bị dính ung thư, một con số gấp đôi những người không dùng *silicone*. Lệnh này ghi rõ rằng, chỉ được dùng *silicone* cho những trường hợp khẩn cấp nếu những chữa trị thông thường của khoa vật lý trị liệu không hiệu quả, không có sẵn hoặc không thích hợp với bệnh nhân. Lệnh cũng thiết lập ra một Ủy ban theo dõi việc điều trị. Các bác sĩ điều trị phải được phép của Ủy ban cho mỗi trường hợp cũng như phải thông báo trước cho bệnh nhân về những nguy hiểm có thể xảy ra. Cuối tháng 10 năm 2003 này, báo chí lại phải trở lại chuyện *silicone* vì có những lỗ hổng trong lệnh cấm mà các ngài bác sĩ giải phẫu thẩm mỹ lách qua được. Các ngài bác sĩ gân cổ lên cãi làm gì có chuyện đó. Họ vẫn theo đúng luật. Nhà nước cũng cho biết họ vẫn theo đúng luật để bảo vệ cho các bệnh nhân. Ở các nước khác không biết ra sao, chứ các loại bình ở xứ Lá Phong này vẫn được bảo vệ vững chắc!

Silicone, cao su là những thứ vô tri như gỗ đá. Nó làm hỏng mất vẻ mềm mại, dịu mát của khu đồi núi địa đàng. Cái vùng quyến rũ ngà ngọc đó lúc nào cũng vương vấn những tâm hồn lãng mạn. Khi được phủ kín, nó có cái quyến rũ của vùng đất cấm. Khi nửa kín nửa hở, nó có cái ỡm ờ mời mọc của một thứ trái ngon. Khi lồ lộ dưới ánh mặt trời, nó có cái thỏa thuê níu kéo.

Bạn tôi, ông Đức Phổ, đã mộng như thế này khi lên miền cao gặp được sơn nữ.

qua đồi chạm cánh sim rơi
có cô sơn nữ nằm phơi sơn tình
chút lòng hoang dã mong manh
treo trăm nỗi mộng trên cành chiêm bao.

Cũng bạn tôi, ông Luân Hoán, đã lạc vào vô thường khi tình cờ ghé mắt vào thiên cung.

thấy em thay áo, tình cờ
lòng khi không mọc vạt thơ phiêu bồng
không tim, không phổi bên trong
chỉ loi ngoi cái nọc lòng thanh xuân
giữa sông trăng, bỗng lừng khừng
cắm sào vọc gió nghìn trùng thổi qua
long lanh rớt giọt sương già
thanh tân địa phủ trổ hoa vô thường

Tôi đã nhắc tới tác giả Nguyễn văn Thà và tập truyện *Người Thích Nhìn Vú.* Người chuộng "mỹ thuật" mà ông Nguyễn Văn Thà nhắc tới là một cố đạo Tây sống trên miền núi nước Việt. Từ cửa sổ phòng ông nhìn ra là một dáng núi tượng hình một người đàn bà nằm khỏa thân mà ông say mê nhìn ngắm. Rõ nét nhất của dáng tượng này là đôi gò bồng đảo. Lẩn trong hang núi là những thạch nhũ mang hình những chiếc vú nhỏ nước xuống. Ông cố đạo Tây thường vào trong đám thạch nhũ này, "tịnh thất" của ông, và trong một lần đi ông đã không trở về. Ông bị giết trong một cuộc chạm súng.

Đọc xong truyện mới thấy ông tác giả này... ăn gian. Ông xài vú... giả!

11/2003

HƯU

Hưu là một bước ngoặt tế nhị. Bởi vì, vừa qua ngã rẽ, đã lù lù một bức tường chắn ngang, chẳng nhìn thấy gì khác. Chúng ta đã chạm mặt một ngõ cụt. Có người lại đưa ra một hình ảnh khác. Hưu là một tình trạng đang từ một món hàng được bầy bán trên kệ, dưới ánh đèn sáng chói chang, bị đem cất vào nhà kho, chẳng ai nhìn nhõi đến, mặc bụi thời gian bám đầy, nằm cô đơn chờ tới lúc bị hư hỏng, vứt vào thùng rác!

Không, chúng ta chẳng bị bỏ bê một cách bất nhẫn như vậy. Xã hội cũng có nhìn nhõi đến những con người được xã hội "tri ân" sau vài chục năm miệt mài góp công góp sức xây đắp cho sự phồn vinh của nó. Nhìn tới nhưng không đủ. Đó là tiếng la của 73% các cụ ở Canada. Các cụ cho rằng tiền hưu không đủ sống. Cuộc thăm dò trên 1003 cụ vào tháng 3 năm 2004 của *Canadian Labour Congress* làm các nhà thăm dò choáng váng. Họ ngẩn ngơ trước kết quả. Lẽ nào như vậy! Chỉ mới hai năm trước đây, tỷ lệ này là 54%. Mức nhảy cách biệt 19% là một bước nhảy... lùi. Họ thử làm lại hai cuộc thăm dò nữa trong vòng 5 tháng. Kết quả vẫn y chang như vậy. Xã hội có khe khắt với tuổi hưu không?

Chính phủ bảo không! Tiền hưu, tiền già vẫn cứ chi đều đều. Nếu hai thứ tiền này không đủ bảo đảm một cuộc sống tối thiểu thì đã có thêm tiền bù. Mạt ra cũng ngót nghét một ngàn đô mỗi tháng cho mỗi cụ. Một ngàn đô mỗi tháng cho đủ các thứ chi phí cho một cuộc sống về già, cần phải khéo co mới nối được hai đầu tháng lại với nhau. Các cụ nào có hưu bổng tư thì đỡ hơn. Nhưng các quỹ hưu bổng tư xem ra cũng bấp bênh lắm. Theo Hiệp Hội Kế Toán Chuyên Nghiệp Canada thì 59% các quỹ hưu bổng tư không có đủ tiền để trả. Quy số phần trăm này ra...cụ thể thì có 847 quỹ hưu tư bị khiếm hụt tới 160 tỷ đô! Tội thân già!

Tuổi nào là tuổi hưu? Trước 1975, ở Việt Nam, là 55 tuổi, sau định "đôn" lên 60 tuổi. Ngày nay, cũng ở Việt Nam, cô em gái tôi, giáo viên Trung Học, đúng 55 tuổi là cho mời về nhà... đuổi gà, mặc dù sức vẫn còn khỏe, lòng vẫn còn ham... phục vụ! Hưu như vậy, có sớm quá không? Nhưng ở trong một xã hội mà bốn chục tuổi đã toan về già rồi thì thêm vào khoảng thời gian lưu lạc của nàng Kiều nữa thì... già khằng rồi chứ còn gì nữa! Chàng Phó Kẽm, lúc thời thế đưa vào chức Chủ Tịch Ủy Ban Hành Pháp Trung Ương, danh xưng "cách mạng" của chức Thủ Tướng Chính Phủ, trong một cuộc họp báo đã vung vít cho là quá 35 tuổi là... hết xài! Vậy thì, sáu chục cái đông giá, ở Việt nam, già là cái cẳng!

Ta bắt đầu tính số
Lật từng trang từng trang
Mắt mờ như mù sương
Lòng ngậm ngùi hoài niệm
Tuổi trẻ ơi giã biệt
Tuổi thơ ơi xin chào
Tuổi già đến khi nào
Sáu mươi trang rồi đó.

(Trần Hoài Thư)

Tại Canada, cho tới hôm nay, tuổi hưu ai cũng biết là 65 tuổi. Tại Mỹ, trước đây cũng rứa, nhưng mới đây đã có thay đổi. Tuổi hưu đã được tăng lên. Những người sanh từ năm 1937 trở về trước, vẫn cứ 65 tuổi là có quyền ca bài nợ tang bồng trăng trắng vỗ tay reo. Những người sanh từ 1938 trở về sau, cứ mỗi tuổi xin chậm lại hai tháng hãy... ca. Như vậy, sanh năm 1938 phải 65 tuổi 2 tháng, 1939 phải 65 tuổi 4 tháng vân..vân.. Tới 67 tuổi thì tốp cái vụ 2 tháng. Tuổi hưu mới là 67 tuổi. Vậy mà các quỹ hưu hình như vẫn chưa bằng lòng. Họ đang đòi hỏi tăng lên nữa.

Phải tăng tuổi như vậy vì khối người hưu trí, theo lời Chủ Tịch Quỹ Dự Trữ Liên Bang Alan Greenspan, đang xiết chặt nền tài chánh quốc gia và làm tổn thương nền kinh tế xứ sở! Hai quỹ đang phải gồng mình gánh cho các... hưu sĩ là Quỹ An Sinh Xã Hội và quỹ *Medicare* đều đang... đau nặng. Quỹ An Sinh Xã Hội sẽ bội chi vào năm 2018 và bị cạn kiệt vào năm 2042. Quỹ *Medicare* sẽ bắt đầu bị thâm thủng từ năm

2019. Viễn ảnh tương lai coi bộ khá mù mịt khi vào năm 2035, khối dân số trên 65 tuổi sẽ tăng gấp đôi, ảnh hưởng lớn tới sự thâm thủng ngân sách và công phá trên toàn bộ nền kinh tế Mỹ!

Nghe mà thấy lớn lối. Lớn như vậy, những bàn tay nhăn nheo làm được chi! Tuổi mòn, sức cạn, chuyện bôn ba coi như chuyện tầm phào, lo sao nổi. Để cho chính phủ lo. Dân hưu có lo được chăng là lo những chuyện thường ngày. Bởi vì tuổi hưu là một thành trì bỏ ngỏ cho lừa lọc, tật bệnh vô ra thong thả.

Trên một số xe hơi có tuổi chạy trên đường phố, người ta nhìn thấy một tấm bảng vuông vức như bảng số xe, gắn phía trước, nội dung rất... hờn giỗi! *Về hưu, không sổ băng, không địa chỉ, không điện thoại!* Diễn nôm ra thì là... mặc mẹ cuộc đời! Giỗi thì nói vậy chứ điện thoại khó mà bỏ được. Không có cái máy nói lấy chi mà ậm ừ cho hết ngày? Nhưng cái tóc còn là cái tội huống chi cái... a lô. Dân lừa đảo cứ nhắm mấy cụ hưu mà... hành nghề. Chuông điện thoại reo. Đầu giây bên kia là một nhân viên giao hàng của một cửa hàng lớn.

"Chào bà! Chiếc TV bà mua đã có rồi. Chừng nào chúng tôi có thể giao cho bà được?"

"Ông nói sao? Tôi có mua cái TV nào đâu?"

"Lạ nhỉ! Người mua là bà Tâm Nguyễn và số tiền đã tính vào thẻ Visa là 789 đô. Rõ ràng đây mà. Tên bà có phải là Tâm Nguyễn không vậy?"

"Ờ...ờ...Đúng. Nhưng thẻ Visa của tôi đâu có xài được tới số tiền đó!"

"Vậy à? Xin lỗi bà, bà Tâm Nguyễn. Phiền bà cho chúng

tôi số thẻ để chúng tôi xóa món tiền này đi ngay lập tức. Xin lỗi bà."

"Vậy để tôi đi kiếm... Đây, số thẻ của tôi là.........."

Thế là rồi đời! Sẽ có những món tiền ma... đổ bộ vào tấm thẻ đáng thương của cụ!

Một cú điện thoại khác.

"Chào ông! Ông Văn Đặng. Tên tôi là Joe và tôi có một tin mừng cho ông. Ông cảm thấy sao nếu ông trúng 50 ngàn đô? Mừng chứ ông nhỉ, phải tôi, tôi cũng mừng vậy! Ông có tên trong số những người có thể có may mắn trúng cuộc bắt thăm. Tôi gọi cho ông chỉ để báo trước cho ông và xác nhận địa chỉ rõ ràng để chúng tôi gửi chi phiếu. Ồ, xin lỗi ông, tôi có một cú điện thoại khác, ông giữ máy chờ tôi một chút nghe. Tôi sẽ quay lại nói chuyện với ông ngay!"

Ông Văn ôm điện thoại chờ. Rỗi rãi, lại thèm có người nói chuyện, chờ một chút ăn thua chi. Mười phút, hai mươi phút trôi qua. Phôn bỗng bị cúp. Hẫng một chút, rồi thôi. Chẳng nghĩ tới cú điện thoại của người lạ nữa. Mai mốt có khi họ sẽ phôn lại. Rồi ông Văn không nhận được tấm chi phiếu 50 ngàn đô mà là một tấm *bill* có số tiền khiêm nhượng hơn: 4 đô! Sao vậy? Bởi vì cái anh Joe quỷ quái kia gọi tới ông bằng số 1-900 hoặc 1-976, số mà người nhận điện thoại phải trả tiền!

Có những cơ sở thương mại quảng cáo hàng bằng cách bắt người nghe chi địa. Theo đúng luật lệ, họ bắt buộc phải thông báo trước với người bắt phôn số tiền phải trả cho mỗi phút, nội dung dịch vụ và tên cơ sở. Nhưng thông báo này chỉ dài có 18 giây. Nếu nghe ra, cúp phôn liền thì không phải trả tiền. Nhưng vừa bắt phôn lên, lớ ngớ nghe chưa rõ, thông báo đã hết, bị nghe quảng cáo mà phải móc túi chi tiền. Đau hơn hoạn!

Lại phôn! Người gọi tự xưng là kỹ thuật viên của một công ty điện thoại đang thử đường dây trong khu vực và cần giúp đỡ. Giản dị thôi! Người nghe chỉ việc quay số 90# rồi gác máy. Dễ ợt! Mất mát chi đâu! Vậy mà mất. Vì khi quay số 90#, người nghe đã mặc nhiên cho người ở bên kia đầu dây truy cập được đường dây của mình. Họ sẽ gọi viễn liên tía lia đi khắp nơi trên thế giới trong bao lâu họ muốn. Cuối tháng, bill điện thoại tới, nạn nhân mới ngã ngửa ra!

Mấy cụ về hưu là những con mồi ngon của những vụ lừa đảo điện thoại này. Bởi vì các cụ luôn luôn... ứng chiến 24/24, 7/7, lúc nào cũng có mặt. Già cả thường hay tin người, cứ tưởng ai cũng hân hoan giúp đỡ mình, khi tưởng được người khác giúp lòng vui như mở hội. Hóa ra mình chưa bị bỏ quên! Tính cả nể nên rất ngại chuyện cúp phôn, cứ hồn nhiên bị lừa! Tổ chức chuyên theo dõi các vụ lừa bịp bằng phôn *PhoneBusters* vừa đưa ra một con số đau lòng: 84% nạn nhân là các cụ trên 60 tuổi!

tôi ngồi ngắm cái lưng tôi
chong trên đường nắng, hình như đã còng
co tay, vét một vốc lòng
vãi quanh, tạ ngọn gió vòng vo bay

(Luân Hoán)

Còng lưng là một chứng bệnh của tuổi hưu. Chỉ có còng lưng thôi sao? Không, còn nhiều món ăn chơi khác. Lãng quên này, cái anh *Alzheimer's* ngày nay đã là một khuôn mặt quen thuộc, nhất là từ khi cựu Tổng Thống Reagan xuôi tay vì chứng quên lãng. Số bạn...đồng bệnh với vị cựu Tổng Thống này ở Canada nay đã lên tới 238 ngàn người. Nghễnh ngãng này, cứ hở với hả hoài làm con cháu phát chán.

Trên xe buýt, một bà già bảo anh chàng đang nhai kẹo cao su trước mặt:

"Thôi! Anh đừng hỏi tôi nữa. Tai tôi điếc đặc có nghe thấy gì đâu!"

Cũng trên xe buýt, một cô mặc váy ngắn bước lên. Không còn chỗ ngồi, cô nhìn quanh. Một chàng trai mời:

"Cô có thể ngồi trên đùi tôi!"

"Thôi! Tôi sợ làm gẫy cái tẩu thuốc lá của anh!"

Chàng trai chưa kịp phản ứng thì một cụ già khoảng 70 tuổi phều phào nói:

"Cô có thể ngồi trên đùi tôi vì tôi đã bỏ thuốc từ lâu rồi!"

Bỏ thuốc? Có thực chăng? Sao mời mọc nhau ân cần như vậy? Ông bạn vong niên của tôi, mức thất thập đã vượt qua, vẫn cười nói rổn rảng trong điện thoại. *Xin lỗi đi! Cái vụ đó cứ cắt da đầu gối mà còn chảy máu là còn... xài được!* Bạn tôi nói đúng. Không phải cứ già là hết xài đồng hồ. Nhiều vị bát tuần mà vẫn cứ... mời em lên ngựa được! Dân gian vẫn có định kiến là già thì thận suy, cái vụ đó xin... cáo lỗi. Thận bị coi là thủ phạm, nhưng thận ta hay thận tây đây? Thì thận nào chẳng là thận, cứ gì thận tây hay thận ta! Không phải. Theo Đông y, thận là một hệ cơ quan có liên quan đến nước tiểu, sưng phù, yếu sinh lý, đau lưng. Thận, theo Tây y, là hai khối cật nằm sau lưng, hai bên cột sống, ngay dưới phổi, có nhiệm vụ chính là lọc máu, bài tiết nước tiểu để thải chất độc trong cơ thể ra ngoài. Nhiệm vụ thứ hai của thận Tây y là tiết ra chất *hématoprotéine* để kích thích xương tạo ra hồng huyết cầu và chất *rénine-angiotensine* giúp điều hòa huyết áp. Theo Tây y thì đau lưng ít khi do thận gây ra mà hầu hết, khoảng 98%, là do bệnh của cột sống, cơ lưng, rễ thần kinh cột sống gây ra. Còn cái vụ không vươn lên được phần lớn chẳng ăn thua gì đến thận cả! Nhiều khi đó là một thứ bệnh tâm lý.

Thành kiến xã hội về chuyện tính dục của người có tuổi vẫn còn tồn tại một cách nặng nề. Già rồi, con cái đã lớn, đừng làm trò khỉ, chúng cười cho! Tại sao sợ chúng cười? Có lẽ chúng ta đã bị một cú... *boomerang*. Bởi vì chúng ta đã giáo dục con cái quá khép kín, dậy cho chúng nghĩ rằng tình dục là một cái gì đó đáng xấu hổ, thay vì cần giúp chúng hiểu rằng tình dục chân chính và lành mạnh giữa hai vợ chồng, dựa trên tình yêu và sự tôn trọng nhau, sẽ đem lại nhiều tác động tích cực có lợi cho sức khỏe, giúp kéo dài tuổi thọ. Hơn nữa, khái niệm tình dục ngày nay không phải chỉ là cái vụ... ấy, mà còn bao gồm nhiều hành vi khác như ôm hôn, nắm tay, vuốt ve... đem lại sự thoải mái về thể chất và tinh thần cho những người yêu nhau.

Tôn giáo cũng bắt chúng ta khe khắt với chính chúng ta. Những người quá mộ đạo thường cho rằng tính dục chỉ nhằm mục đích sinh sản, làm sinh sôi nẩy nở loài người như ý của Thượng Đế. Hết khả năng sinh sản thì...nghỉ chơi! Táy máy thêm là...mang tội! Nhưng Thượng Đế dựng nên con người, hết tuổi làm bố làm mẹ, sao không cho...rụng luôn cái khả năng... quà cáp cho nhau, mà cứ để cho người ta...đến hẹn lại lên? Đó phải chăng là ý Thượng Đế cũng muốn cho con người còn có thể biểu lộ lòng yêu thương nhau? Tuy nhiên, hưu rồi, cái vụ đó chưa hưu được thì cũng nên màn màn, chừng mực, điều độ, thuyền nương theo sóng, thì mới có lợi cho sức khỏe. Tuổi hưu, cái chũm cái chọe vẫn chưa hưu. Bắt nó hưu, tội!

Tội, như những ông tướng trong quân đội Hoa Kỳ. Vì quân đội thặng dư tướng nên Ngũ Giác Đài tìm biện pháp để khuyến khích các tướng về hưu sớm. Họ quyết định cho các tướng thuận về hưu, ngoài các bổng lộc như bình thường, còn được một khoản trợ cấp trả ngay một lần. Khoản trợ cấp đặc biệt này được tính như sau: họ được quyền chọn để cho đo giữa bất kỳ hai điểm nào trên thân thể, tính bằng phân. Cứ mỗi phân được trợ cấp một ngàn đồng. Có ba viên tướng làm đơn xin hồi hưu sớm. Người thứ nhất chọn đo khoảng cách từ đầu đến gót chân. Ông ta cao 1thước 90, vậy được hưởng số tiền 190 ngàn đô. Người thứ hai giơ cao tay lên trời và chọn đo từ đầu ngón tay giữa đến đầu ngón chân cái. Khoảng cách của hai điểm này là 2 thước 30. Ông nhận được 230 ngàn đô.

Tới lượt người thứ ba, ông chọn đo từ đầu mũi tới... mật khu! Mọi người cười thương hại. Đâu có xa bao nhiêu? Nhưng họ vẫn làm theo yêu cầu của ông. Khi bảo ông cởi quần để... đo đạc, mọi người ồ lên ngạc nhiên. Một người hỏi:

"Cái đó của ông đâu rồi?"

Viên tướng tỉnh bơ:

"Nỏ không nằm ở đây! Nó nằm ở bên Irak!"

09/2004

HOA XUÂN

Tôi là một người yêu hoa. Thời Saigon, có chợ hoa ngày Tết năm nào vắng mặt tôi. Có năm, vừa mới chân ướt chân ráo từ Manila về vào chiều ngày 29 Tết, buổi tối tôi cũng đã chen chân với mọi người trong đêm cuối của chợ hoa. Hoa nào tôi cũng thích. Hồng, Huệ, Lan, Cúc, Mai, Đào... Vậy thì cớ gì tôi không thích hoa hậu? Thích đứt đuôi đi ấy chứ! Nghe quảng cáo cuốn băng Asia Mùa Hè Rực Rỡ có tụ tập trên hai chục hoa hậu từ nhiều nơi trên thế giới đổ về, tôi vội vàng đánh cả cụm. Vội vàng không phải là tính tôi. Tôi chỉ vội vàng có cái. Lần này là vì vâng lời người xưa. Ngày xưa cổ nhân chưa biết có trò thi hoa hậu, cho nên cứ người đẹp là được gọi là giai nhân tuốt luốt hết.

Giai nhân tự cổ như danh tướng

Bất hứa nhân gian kiến bạch đầu.

Thơ chữ Nho mà dễ hiểu như thơ chữ Nôm, chẳng cần phải phiên dịch lôi thôi. Cũng may, người đẹp chẳng thèm hứa cho bàn dân thiên hạ coi cái đầu bạc! Vậy thì, coi người đẹp thì phải coi liền, để tới khi đầu trắng tóc, uổng! Người đẹp 2003 của Việt Nam hải ngoại ai thấy sao tôi thấy vậy. Mắt nào cũng như nhau. Cái gì đáng thấy đều đã thấy. Chỉ có ý nghĩ có thể là khác. Tôi thì tôi nghĩ hai chuyện.

Thứ nhất, cô nào cũng cao ráo đẹp đẽ. Cao như đầm, đẹp như... hoa hậu. Hồi xưa, thời ông Trần Ngươn Phiêu còn làm Tổng Trưởng Xã Hội, ông có nói một điều mà báo chí làm rùm beng lên. Ông là một Bác Sĩ Quân Y, nhân nói về con lai, ông đã dựa theo khoa học, nói với các phóng viên đại khái là lai giống làm cho giống nòi khỏe mạnh, cao lớn hơn, nên lắm! Phút nói thật của ông Tổng Phiêu đã thành đề tài cho các cây viết phiếm móc đi móc lại ngoắt ngoéo, làm vui cả làng báo trong một thời gian. Nay, thấy vóc dáng các hoa hậu, tôi mới biết ông Tổng Phiêu chỉ đúng có một nửa. Chẳng cần lai giống, cứ sống ở những nước dư ăn dư mặc, tự do thoải mái, con người vẫn cứ phổng phao, láng coóng như thường!

Thứ hai, thừa hưởng được cái phổng phao, các hoa hậu lại có cái miệng nói tiếng Việt như Tây nói tiếng Việt. Thì phải vậy chứ sao! Chúng ta đã quen với hoàn cảnh con em còn nói được tiếng Việt là mừng. Ngây ngô một chút có sao? Nhiều khi cái ngây ngô cũng có cái dễ thương của sự ngây ngô. Lên sân khấu, run thấy mồ, vậy mà lại phải trả lời trực tiếp bằng thứ tiếng không phải là ngôn ngữ dùng hàng ngày, dù đó là tiếng mẹ đẻ, nói được là ngon rồi. Mà nói vui nữa là khác. Một em được hỏi nghĩ thế nào về người chồng tương lai, trả lời ngay tức khắc là phải cao ráo, đẹp trai. Bị hỏi tiếp không cần nhiều tiền, nghề nghiệp vững chắc hay sao, em tỉnh bơ trả lời không cần, có em làm nhiều tiền nuôi được rồi. Đã đẹp mà lại biết nuôi chồng, quý hóa quá! Chứ có ai lại như Bao Tự cứ ngồi xé vải cười khanh khách, tốn biết bao nhiêu tiền của chồng cho kể! Người đẹp ngày nay hơn hẳn người đẹp ngày xưa!

Bởi vậy phải siêng năng đi tìm người đẹp. Ở trong nước đang làm tốt chuyện này. Nhà cầm quyền mọi cấp đều rất thích tổ chức những cuộc thi hoa hậu. Ngày xưa, thời Việt Nam Cộng Hòa, họa hoằn lắm mới tổ chức cho các người đẹp đeo số đi ra đi vào cho các vị giám khảo ngắm nghía. Vậy mà, sau cái gọi là giải phóng, "cách mạng" cứ ra rả công kích cái trò mất thuần phong mỹ tục của "ngụy". Ngày nay, thi hoa hậu, thi người mẫu và bao nhiêu thứ thi phơi bày thân thể thiếu nữ được tổ chức hà rầm trong nước. Nước thi theo nước, tỉnh thi theo tỉnh, ngành thi theo ngành, tất cả cứ há miệng chảy nước miếng mà coi thi. Lại còn quay *video* gửi ra hải ngoại cho chúng coi kẻo tội! Hoa hậu đăng quang lung tung xòe khiến nhà nước phải quy định là chỉ có các thí sinh trúng tuyển cuộc thi hoa hậu báo Tiền Phong, cấp quốc gia, mới được gọi là hoa hậu. Các thứ khác chỉ được gọi là Hoa Khôi hay hoa gì không cần biết tới, nhưng cấm là Hoa Hậu! Tốt thì khoe ra, đẹp thì phải khuyến mãi, các hoa hậu, hoa khôi được gửi đi thi vung vít ở nước ngoài. Thật là thoáng! Thoáng đến quên khuấy câu châm ngôn cách mạng "trước sau như một".

Cách mạng nước ta cứ vô tư cho người đẹp mặc áo tắm đi phô bày nhan nhản ở các nước, chẳng có vấn đề gì cả. Lạc hậu như A Phú Hãn mới có vấn đề.

Phụ nữ của nước Hồi giáo A Phú Hãn bị các thầy cai trị choàng cho chiếc *burqua* kín mít từ đầu tới chân, chỉ hở hai con mắt. Vòng số 1, số 2, số 3, cấm ngoại thủy không ai được biết. Chỉ có một anh đàn ông A Phú Hãn được biết thôi! Mà cái ông này lại có quyền biết tới bốn cái ngoại thủy phải mù tịt này! Vậy mà bây giờ, tự nhiên mấy cái nõn nường này đổ đốn giơ hình giơ hài cho bàn dân thiên hạ coi cho đã, chịu gì thấu!

Ông Fazel Ahmad Manawi, Phó Chánh Án Tòa Án Tối Cao A Phú Hãn, phồng mang trợn mắt chỉ mặt cô Vida Samadzai, 23 tuổi, đồng bào của ông, sinh viên ở California, là đã phản bội nền văn hóa A Phú Hãn, đồng thời vi phạm luật pháp A Phú Hãn. Cô này làm gì để ông phải rung râu dọa dẫm? Cô đã mặc áo tắm hai mảnh dự thi Hoa Hậu Trái Đất ở Phi Luật tân. Tại sao cô dự thi? Cô cho biết là để gióng lên một tiếng chuông cảnh tỉnh về thân phận người phụ nữ ở quê nhà A Phú Hãn. Có chính nghĩa quá đi chứ! Ban tổ chức đã trao cho cô giải "sắc đẹp vì chính nghĩa".

Thành phố Montréal của tôi, vào ngày 29 tháng 11 năm nay, cũng có đêm chung kết cuộc thi Hoa Hậu Địa Cầu, một cuộc thi nhỏ, đàn em của các cuộc thi Hoa Hậu Hoàn Vũ, Hoa Hậu Thế Giới, Hoa Hậu Trái Đất, Hoa Hậu Quốc Tế.Vậy mà cũng có 40 thí sinh, có người tới từ Tân Tây Lan, Thụy Sĩ, Panama và Kenya. Điều vui là có hai cô sinh viên người A Phú Hãn, hiện ở Toronto và Vancouver, tham dự. Và màn mặc áo tắm lại đã gây ra phiền phức. Hai cô bị áp lực mạnh của các thầy Hồi ở đây nên nhượng bộ chút xíu. Các cô đã che phần dưới thân thể bằng một tấm voan mỏng. Thi cử như vậy thì thi làm chi? Cô Arezo Ronah giải thích. Tôi chỉ muốn nói lên một điều là phụ nữ A Phú Hãn không thể bị đàn áp. Để cho chính nghĩa cứng hơn, cô viện dẫn kinh *Koran*. Không có một điều nào được viết trong kinh *Koran* là phụ nữ không được tham dự các cuộc thi sắc đẹp. Cứng quá đi chứ! Ai dám cãi kinh *Koran*?

Chẳng biết có còn ai trong chúng ta nhớ là vào tháng 11 năm ngoái, cuộc thi Hoa Hậu Thế Giới được tổ chức ở Nigeria đã bị giới Hồi giáo quá khích chống đối bằng bạo động gây ra cái chết của hơn hai trăm người sau khi một ký giả địa phương viết là nếu Mohamed còn sống, chắc ông cũng ủng hộ cuộc thi hoa hậu và có thể còn lấy một cô làm vợ nữa!

Thật là nhảm nhí! Cả cô Arezo Ronah cũng nhảm nhí! Ông Salam Elmenyawi, Chủ Tịch Hiệp Hội Hồi Giáo Montréal, vạch rõ rằng: kinh *Koran* có viết là phụ nữ phải che kín thân thể ở nơi công cộng. Cô Biniaz, 18 tuổi, một trong hai thí sinh A Phú Hãn, nói lại. Nếu phần nào da dẻ của tôi được phô bày ra, thì đó là điều chứng tỏ là tôi đã dùng kem dưỡng da tốt như thế nào. Sự phô bày thân thể không có liên quan gì đến tình dục. Nó chỉ là thân thể con người, mà thân thể là một đền thờ sống. Chẳng biết ai ra sao chứ tôi, vốn tính cả nể, tôi đứng về phe hoa hậu. Ai đứng về phe mấy ông râu rậm chùm khăn thì tùy ý, tôi chẳng lấy làm điều. Tuy nhiên tôi chán mấy ông thầy này lắm rồi. Tôi nói chuyện khác. Tôi lại trở về với cây nhà lá vườn.

Ta lại sắp có hoa hậu của ta, hoa hậu "Vietnam USA 2004". Lần này đánh lớn. Lớn nhất trong 28 năm di tản, đó là tuyên bố của ban tổ chức. Cuộc thi sẽ diễn ra tại *The Grove of Anaheim* vào ngày 20 tháng 12 năm 2003. Lớn vì có tới 300 thí sinh tham dự, lọc được vào chung kết còn 60 cô. Lớn vì phần thưởng của hoa hậu trúng tuyển: 20 ngàn Mỹ Kim cộng thêm chiếc xe Mercedes đời 2004! Lớn nhưng không nên để thành lớn chuyện khi cuộc thi kết thúc. Như cuộc thi hoa hậu của Phi Luật Tân ở Montréal.

Cuộc thi được tổ chức vào tháng 10 vừa qua. Cái đuôi của cuộc thi là một vụ kéo nhau ra tòa án. Hai mẹ con cô Đệ Nhất Á Hậu lôi ban Giám Khảo ra tòa vì tội thiên vị trong khi chấm điểm. Lý do là ai cũng thấy là Á Hậu mới xứng đáng là Hoa Hậu. Bên nguyên đòi một số tiền bồi thường hơn ba ngàn Gia Kim gồm tiền may áo dự thi, tiền son phấn, tiền thiệt hại tinh thần của cả bà mẹ lẫn cô Á hậu. Không biết tòa sẽ xử mần răng? Chẳng lẽ quan tòa chấm thi lại? Rắc rối!

Hình như những gì dính tới người đẹp đều rắc rối. Tết này tôi nhất định không mua cái rắc rối vào người: tôi sẽ không sắm hoa hậu! Lại vẫn chỉ Hồng, Huệ, Lan, Cúc, Mai, Đào... Cho chắc ăn!

12/2003

HỎA NGỤC

Một ông vừa tắt thở được dẫn đi coi Thiên Đàng Địa Ngục để lựa chọn. Tới cửa Thiên Đàng, nhìn vào, ông thấy một cảnh tượng êm ả với các vị thánh chắp tay cầu nguyện. Ông nghĩ trong đầu: sống như vậy thì nản chết! Ông tỏ ý muốn coi địa ngục. Cũng đứng ở ngoài nhìn vào, ông thấy một cảnh tượng vui nhộn. Hồn thì đang nhậu, hồn thì đang coi vũ *sexy*, hồn thì đang hát *karaoké.* Vui quá là vui. Ông không cần phải suy nghĩ lâu. Chọn ngay địa ngục. Họ đưa ông vào nơi ông chọn. Cảnh tượng khác hẳn cảnh địa ngục ông đã coi lúc trước. Toàn những lò lửa, vạc dầu sôi, ác quỉ đang tra tấn, hành hạ... Nó lôi ông vào hành tội. Ông lạ lùng quá hét lên:

"Sao hồi nãy tôi thấy địa ngục khác chứ , đâu có giống

như thế này!"

Quỷ dữ ồ ề nạt:

"Mày không biết là du khách khác với di dân à?"

Đó là một chuyện tếu, nghe qua rồi bỏ. Nhảm nhí! Đúng là nhảm nhí! Thiên Đàng hay Địa Ngục, đó là nơi phải tới chứ không có quyền chọn lựa. Quyền đâu mà nhung nhăng muốn đi đâu thì đi như vậy.

Bắt Địa Ngục phải Địa Ngục

Cho Thiên Cung mới được phần Thiên Cung.

Chẳng ai biết Thiên Đàng, cũng chẳng ai thấy Địa Ngục. Phải tin là có thôi. Mà tin lại thuộc phạm trù siêu nhiên, đòi chi được kiểm chứng!

Tôi có một ám ảnh với địa ngục. Hồi nhỏ, theo những lớp học bổn (ngày nay gọi là lớp Giáo Lý) tôi được các cha, các thầy vẽ ra cho thấy một cảnh địa ngục dễ sợ lắm. Tai nghe mà người run lên bần bật. Lại được cho coi những tấm tranh vẽ cảnh địa ngục với đủ các cực hình, còn dễ sợ hơn nữa. Riết rồi nhập tâm. Nhưng cái điều làm tôi kinh hoàng hơn cả là chữ "đời đời". Nếu có tội nặng thì phải sa hỏa ngục đời đời! Về nhà, buổi tối, nằm trên giường, tôi nhìn chăm chăm vào mặt đồng hồ. Chiếc kim chỉ giây uể oải nhấc mình lê đi từng chút. Phải sáu chục bước lê âm thầm như vậy mới được một phút. Sáu chục phút mới được một giờ. Rồi một ngày, một tuần, một tháng, một năm... Trong trí óc trẻ thơ của tôi, một năm đã là lâu lắm rồi. Tết đã lâu mà sao mãi chưa thấy tết trở lại? Vậy mà "đời đời". Ý niệm thời gian làm tôi sợ toát mồ hôi. Mình sống dựa vào thời gian mà bây giờ thời gian sụp đổ, khủng khiếp quá! Ở trong một nơi chốn nóng nẩy cực hình như vậy trong thời gian không có thời gian! Tôi run lên. Nỗi sợ nằm trong đầu tôi không rời. Nó trở thành một nỗi ám ảnh, một vết đen của tuổi thơ.

Bây giờ người ta chắc không thể dậy trẻ em như vậy nữa. Dọa dẫm trẻ em những điều đứng tim như vậy chắc không còn hợp thời. Lối giáo dục ngày nay dựa vào việc dẫn dắt, khơi dậy óc phán đoán, suy xét, khuyến khích làm nẩy nở cái tâm thiện của trẻ em đối với những sự việc xảy ra chung quanh.

Nhân chi sơ tính bản thiện. Khổng Tử đã ngôn như vậy. Con người có mầm thánh cũng như mầm quỷ trong người. Lấy cái ác xử với đời thì khác, lấy cái thiện đãi cho đời lại khác. Ai thánh thiện bằng Chúa, bằng Phật, những thánh nhân vẫn được xưng tụng là "từ bi hỉ xả", là "lòng lành vô cùng". Vậy địa ngục có thể là sản phẩm của những siêu nhân như vậy không?

Ông bạn tôi, cốt nhà giáo, xử sự bao giờ cũng đúng mức với đời, với người. Đạo hạnh cũng vào loại tầm cỡ. Đi chùa đều đều, lại còn góp công góp của xây chùa, hăng hái hoạt động trong các ban Trị sự Chùa... Một bữa, thấy ông lóng rày coi bộ ít lui tới chùa chiền, tôi có ý dò hỏi. Bạn tôi mặt đanh lại. *Độ này tôi nghiền ngẫm kinh Phật, ông ạ! Cũng được 5 năm nay rồi. Tôi nghĩ là tôi đã thấy ra một điều, như vén được bức màn hình tướng, mê chấp sang một bên để nhìn cho rõ chân lý hơn. Cái tôi nhìn thấy là Niết Bàn và Âm Ty không ở đâu xa, nó ở ngay đời này, do chính chúng ta tạo nên. Mình làm lành lánh dữ, lương tâm yên ổn, không có điều chi ân hận, vui với mọi người quanh mình, đó là mình đang hưởng phúc Niết bàn rồi đó. Mình gian dối lươn lẹo, tàn ác, xấu xa với người chung quanh, lòng lúc nào cũng như lửa đốt những thù hận oán cừu, đích thị là mình đang ở âm ty địa ngục rồi chứ còn gì nữa.* Nói xong ông bạn tôi cười hề hề sảng khoái, mặt mày thảnh thơi, mắt sáng tươi vui.

Địa ngục trước mắt tôi nằm trên trang nhất tờ *The Gazette* số ngày 15 tháng 10 năm 2003, tờ báo Anh Ngữ duy nhất ở Montréal của tôi. Một bức hình lớn chiếm gần nửa trang báo khổ nhật trình bầy ra cảnh lửa bừng bừng đỏ, xe bị lật đốt cháy nằm ngả ra dọc theo đường phố, cửa hàng bị đập phá ngổn ngang, những thanh niên thanh nữ quần áo tua tủa những đinh, những móc, đậm đặc những vòng lớn vòng nhỏ ở tai, mũi, môi, lông mày, tay gậy tay búa, mặt mũi hầm hầm sát khí như ngạ quỷ đang muốn ăn tươi nuốt sống người khác. Cảnh tượng đổ nát của một cuộc chiến chăng? Không, cảnh này xẩy ra ngay ở trung tâm thành phố Montréal vào đêm thứ bảy ngày 14 tháng 10 trước đó. 42 chiếc xe hơi đậu dọc theo lề đường bị phá hủy trong đó có 8 chiếc bị cháy rụi hoàn toàn, nhiều cửa tiệm bị đập phá, hàng hóa, máy móc bị dập nát hoặc bị lấy cắp đi mất. Cớ sự sao mà bỗng nhiên khu phố đô hội êm ả bỗng đất bằng dậy sóng? Chuyện có gì đâu! Bar ca nhạc *Medley* đêm đó có chương trình nhạc *punk rock* do hai ban nhạc Hoa Kỳ *The Exploited* và *Total Chaos* (cái tên định mệnh!) trình diễn. Rủi một cái là không hiểu vì cơn cớ gì mà hai ban nhạc bị chặn lại ở biên giới Mỹ-Canada. Cuộc trình diễn bị hủy bỏ. Ban Điều Hành *Bar Medley* vừa loan tin và xin lỗi là đám trẻ giận dữ phá phách.

Phá phách hình như là dấu chỉ của tuổi trẻ ngày nay. Đội

hockey thắng cúp *Stanley*, phá phách. Đội banh tròn thua một trận, phá phách. Một ca sĩ ngôi sao xuất hiện, phá phách. Tuổi trẻ nóng rừng rực. Cái nóng tạo nên địa ngục!

Chẳng phải chỉ vì cái nóng. Nhiều khi địa ngục được tạo nên một cách vô cớ. Như tên bắn sẻ ở vùng Maryland và Washington DC năm trước đang được đưa ra tòa xét xử. Cứ khơi khơi nhắm vào người ta mà bắn như bắn chim bắn vịt. Già trẻ, lớn bé, trai gái, đen trắng. Đụng ai người nấy chịu. Chẳng cần phải thù hằn. Cứ mỗi ngày tỉa một hai người. Trong suốt thời gian tên bắn sẻ này hoành hành dân chúng trong vùng đã thực sự sống trong địa ngục của sự sợ hãi. Viên đạn không có mắt, tên xạ thủ không có tim, không có ngay cả đến sự thù hận, cứ thản nhiên nhắm và bấm cò ghim đạn vào một con người ngoài đường phố, bất cứ một con người nào. Đó là một thứ địa ngục bơ vơ!

Địa ngục của chiến tranh, địa ngục của phá hoại, địa ngục của khủng bố. Những địa ngục bị nguyền rủa nhưng vẫn cứ tồn tại từ thời nọ qua thời kia, từ nơi này đến nơi khác, dựa vào nguyên cớ này nguyên cớ kia con người vẫn xô nhau vào địa ngục.

Rồi những địa ngục trần gian như những trại cải tạo trong các nước cộng sản, những nhà tù trong các chế độ độc tài sao vẫn còn ngày ngày lấy trò đầy đọa người khác làm vui?

Sống phải chăng là tạo nên địa ngục cho người khác? Chín tầng địa ngục phải chăng là để chỉ những cấp độ địa ngục của con người? Từ chiến tranh thế giới, chiến tranh Vùng, chiến tranh trong lòng mỗi quốc gia đến những trại cải tạo, những nhà tù, đến những khủng bố, sát hại, phá phách.

Và tầng nào là địa ngục trong mỗi chúng ta?

Nhân vô thập toàn. Cổ nhân đã dậy như vậy. Người nào tự thân cũng có những khuyết điểm. Nhưng nhìn ra được khuyết điểm của mình chẳng phải là chuyện dễ. Nó đòi hỏi cái can đảm của một... anh hùng! Rõ ràng chân mình lấm lem đầy bùn đất mà cứ đốt đuốc đi soi chân người khác. Túi khôn của dân gian đã dè bỉu bằng câu: *Thờn bơn méo miệng chê trai lệch mồm!* Trai thì có thể biết (ở trên bàn trong các tiệm ăn chứ đâu xa!) nhưng thờn bơn là cái chi chi? Dân thành phố ngày nay coi bộ chẳng cần biết. Vậy thì ấn bản thành thị của câu trên được cải biên như sau cho dễ "nắm":

Một chú voi gặp một chị lạc đà trong sa mạc. Đôi mắt ti hí của voi nhìn chị lạc đà một cách giễu cợt

"Này, chị kia, tôi thấy trên thế gian này chẳng có giống nào dị hợm như nhà chị. Sao chị lại để cặp vú trên lưng vậy?"

Chị lạc đà háy đến sái con mắt, chanh chua.

"Này cái anh voi kia! Ai chê tôi cũng được nhưng cái thứ để "của quý" dính trên mặt như anh thì câm miệng lại!"

Cái tôi là cái đáng ghét (chán mớ đời, cứ phải nhắc đi nhắc lại cái câu... đáng ghét này!), nhưng nhiều người luôn luôn chỉ biết tới cái tôi. Tôi là nhất. Cái gì dính vào tôi đều là thứ thượng hảo hạng. Từ cái khệnh khạng khập khiễng này, họ coi người khác không ra gì. Rác rưởi tất cả. Tôi đã nhất thì mọi người chung quanh chỉ có thể từ thứ nhì trở xuống. Chúng là cái thá gì! Cứ việc chê bai, chỉ trích. Thậm chí khi cái tôi được nung nóng lên hôi hổi thì xỉ vả, chửi mắng người khác là chuyện họ dễ dàng làm. Lửa từ trong câu nói văng tứ tung thành những hỏa ngục. Nóng rát mặt.

Hỏa ngục lại có khi từ những cử chỉ coi người khác như không có. Một bữa, tôi đậu xe ngoài đường phố để vào làm. Tôi vừa đậu xong thì có một xe khác xê vào đậu phía sau, cách xe tôi cả thước, choáng một khoảng cách có thể để một chiếc xe khác đậu được. Tôi xuống xe lịch sự nói với người lái xe nên đậu xích lên sát xe tôi để dành chỗ cho người khác. Anh lái xe cũng bước ra khỏi xe, vênh mặt hỏi tôi.

"Anh đậu xong chưa?"

"Xong rồi!"

"Vậy thì việc gì đến anh nữa?"

Nhìn thấy vẻ to con của người đối thoại, tôi thấy chẳng nên có ý kiến gì thêm nữa!

Nhan nhản chung quanh chúng ta có biết bao nhiêu cái hỏa ngục *mini* lưu động như vậy.

Hỏa ngục là những người khác. Ông tổ Hiện Sinh Jean Paul Sartre đã phán như vậy. Có cần phải thêm: Hỏa ngục còn ở trong mỗi chúng ta nữa hay không?

10/2003

KỲ THỊ

Trong một *shopping center*, một bà người da đen đang vạch áo cho con bú. Tôi dắt đứa con nhỏ đang học tiểu học đi ngang qua, tếu một câu. *Đứa nhỏ đang được bú sữa pha cà phê!* Đứa con tôi phản ứng liền. *Ba racist!*

Câu nói vui tưởng như vô thưởng vô phạt đã đụng ngay vào một chuyện nhức nhối. Nhức nhối đến một đứa nhỏ 10 tuổi. Kỳ thị! Cái chữ lởn vởn mọi nơi mọi chốn trong cuộc sống. Ông bạn tôi, một luật sư đang hành nghề bên Anh, ghé qua Montreal chơi tuần trước. Nhiều năm không gặp nhau mà chúng tôi chỉ thu xếp được để có thể ngồi với nhau vài giờ trong một tiệm ăn. Chuyện cả chục năm, nói sao cho hết. Vậy mà không biết từ lúc nào, câu chuyện lại đá vào cái anh kỳ thị. *Toa biết không, ở bên Anh tụi nó cũng kỳ thị khiếp lắm. Mà chúng nhắm nhiều nhất vào anh láng giềng Pháp. Chúng bảo đó là một lũ... ngu xuẩn!*

Cứ có hai người là đã có sự khác biệt. Giới tính, màu da, địa vị, của cải, tính tình, trình độ, sở thích... kiếm đâu ra được hai người y chang nhau? Mà khác nhau là... kỳ thị. Nhẹ thì chê bai, nặng thì cãi nhau, chửi nhau, rồi chân tay bắt đầu có việc làm. Vậy mà cứ phải sống với nhau, bám vào nhau mà sống. Kỳ thị là cái... cẳng!

Canada đất rộng người thưa, cần... nhập cảng người vào làm việc, chung lưng gánh... thuế với nhau. Vậy nhưng, cần thì cần, dân Canada vẫn cứ... kỳ thị. 38% dân Canada phán là đất nước này nhận vào nhiều di dân quá, 44% cho là việc cho di dân nhập cư là chấp nhận được. Đó là kết quả cuộc thăm dò của Bộ Quốc Tịch và Di Dân Canada vừa công bố, còn nóng hôi hổi. Năm ngoái, số người OK với di dân cao hơn, 49% lận!

Mỹ, cái giống dân tạp chủng ấy, cũng... nóng không kém. Một phúc trình của Hội Ân Xá Quốc Tế Mỹ cho biết là cứ 3 người Mỹ thì có 1 người có nguy cơ là nạn nhân của kỳ thị vì nguồn gốc, sắc dân hay tôn giáo của họ. Quy ra con số thì có 87 triệu người sẵn sàng làm mồi cho kỳ thị! Mà không phải chỉ dân chúng kỳ thị với nhau đâu, các viên chức làm việc cho chính phủ Mỹ cũng kỳ thị ra gì! Có 32 triệu người cho biết là họ đã bị những viên chức nhà nước, nhất là Cảnh sát, kỳ thị. Từ sau vụ 11/9, vì lý do an ninh, tình trạng còn bết bát hơn, nhất là tại các cửa vào nước Mỹ. Những công dân các nước thuộc vùng Trung Đông và Nam Á đã bị phân biệt đối xử khi muốn nhập cảnh vào Mỹ. Chính phủ thì giải thích là họ phải cẩn thận hơn đối với những người này vì lý do an ninh quốc nội. Nhưng khủng bố đâu có phải thiếu sáng kiến. Chúng cũng biết... đổi màu da chứ! Chú trọng tới những người da màu này, guồng máy an ninh đã lơ là với những người da trắng. Đó là một lầm lẫn. Hai anh trắng tươi John Walker Lindh, một thành viên Taliban, và Richard Reid, anh chàng dấu bom trong giầy người Anh, là những trường hợp cụ thể.

Thảm kịch 11/9 chỉ làm vấn đề trầm trọng thêm chứ tự nó, kỳ thị vẫn ở khắp mọi nơi, khắp mọi thời. Thành phố tôi ở, mấy anh thanh niên Hy Lạp vừa la lối là bị kỳ thị. George Panagiotakis, một sinh viên ngành thương mại 20 tuổi, bị Cảnh sát tò tò theo vào một đêm khi anh cùng nhóm bạn tới một tiệm *fast food*. Anh quay lại lễ phép hỏi Cảnh sát. *Các ông đang tìm kiếm cái gì vậy? Tại sao các ông chăm chú vào chúng tôi mà chẳng có lý do gì cả vậy?* Cuộc... trứng chọi đá làm George bể đầu. Anh bị biên phạt 313 đô vì tội vi phạm luật thành phố vì "tạo ra tiếng động gần như la hét". George nhún vai bất cần. *Đó là tội gì vậy?* Nhiều thanh nhiên da đen, da màu khác còn bị phạt vì tội... nhổ bậy ngoài đường. Anh chàng Bruno Andande, người gốc Bồ Đào Nha, 20 tuổi, vào một ngày tháng 5 vừa qua, còn bị phạt 85 đô vì tội dùng "tài sản của thành phố vào một mục đích không phù hợp với ý định khi tạo dựng ra nó". Bruno đã làm chi? Anh ngồi trên một khối xi măng cạnh đám bạn ngồi trên một băng ghế dài trong một công viên!

Kỳ thị, nó... leo lên xe. Ba năm trước đây, trên một chuyến xe buýt chạy trên vùng LaSalle, anh Albert Stephen ngồi cùng cô bạn gái, anh phàn nàn là xe chạy chậm quá. Ông tài xế Yvon Huard, 54 tuổi, da trắng, nghe thấy vậy, chửi một câu có tính cách kỳ thị. Khi cặp này xuống xe, tài xế không chịu mở cửa. Một chặp sau, ông mới mở, nhưng Albert vừa lách ra thì ông đóng sập cửa lại làm anh té xuống đường. Ông tài xế kỳ thị sau đó lao mình xuống đường đánh đập anh Albert . Trong khi đó, chiếc xe buýt vẫn cứ lăn bánh. Ông mục sư Neville Barrington, cũng da đen, đang đi bộ trên vỉa hè thấy thế vội nhào lên xe buýt để thắng lại. Ông tài xế vội nhảy lên xe, thoi vào mặt ông mục sư trong khi ông này đang cố đưa chiếc xe vào chỗ đậu. Cảnh sát được gọi tới, họ lại bắt giữ anh da đen Stephen vì tội đánh lộn mà không thèm nghe lời giải thích của anh. Hai ông da đen kiện Công ty xe buýt, hai viên Cảnh sát và ông tài xế đòi bồi thường 210 ngàn đô vì tội kỳ thị!

Kỳ thị, nó lấp ló cả vào nơi... hở hang. Báo chí Montreal đang tốn nhiều giấy mực cho vụ kỳ thị tại tiệm nhảy... chuồng cời *"Oh Caresses"*. Một ký giả da trắng của báo *The Gazette* đi cùng hai người bạn da đen vào... nghía các em không vải vóc. Vô cửa, anh gác cửa thu của anh da trắng 2 đô, hai anh da đen mỗi anh 10 đô tiền... nhập môn. Mười lăm phút sau, anh gác cửa mới tới bàn dúi vào tay hai anh da đen mỗi anh một tờ 5 đô. Lý do: ở khu này có nhiều du đãng nên thu thêm tiền để ngăn cản họ vào, nhưng thấy hai anh da đen này hiền lành nên thối bớt 5 đô. Vậy thì hai anh này vẫn phải trả thêm 3 đô tiền... da!

Leyna Nguyễn, một cô gái Việt nam rất thành công trên truyền hình Mỹ và đang là một khuôn mặt nổi bật trong *video* và các buổi đại nhạc hội Việt Nam trong vai trò MC, có bị kỳ thị không? Cô đã trả lời trên báo mạng Calitoday.

"Trong hơn 10 năm làm anchor cho TV Mỹ, em có bao giờ bắt gặp những ánh mắt khó chịu hay thái độ kỳ thị của người Mỹ chưa?"

"Em không có nghĩ kỳ thị, nhưng em thấy như thế này: Có đài nào có người Á Đông rồi thì khó vào được cái đài đó lắm. Đài TV có người on air Mỹ trắng thì không sao hết, nhưng đã có người Á Đông rồi thì ít khi nào có được ba người hết... Anh có hiểu ý em nói không? When they have one black person, one Asian person, and that's it! *Cái* business *này đã quá* competitive already, *ngay cả đối với* white American, when you're Asian, *mà đài đó đã có một người Á Đông rồi thì mình rất khó vào cái đài ấy được*. Difficult that way. *Hồi em đi học, em nghe nhiều người nói cái nghề của em vô hơi khó, mình vừa là* Asian *và vừa là* woman, *nên hồi đó, người ta nói với em là mình là* double minority... (cười), *nên* try something else, *nhưng có lẽ là em rất lucky!"*

"Cô nghĩ gì về những anchor thành công gốc Á Châu như bà Connie Chung chẳng hạn?"

"Em thấy là Asian mình có rất ít người thành công. Connie Chung! And that's it. *Trong lúc đó, nói về người Mỹ, em có thể* name a lot of people, *nhưng nói về người Á Đông trong ngành này, thì chỉ... Connie Chung."*

Nói tới kỳ thị, người ta thường nghĩ tới kỳ thị màu da, nhất là da đen. Ừ thì quanh chúng ta quả có những người da đen hung hãn, phá phách, phạm pháp, băng đảng. Nhưng da trắng cũng băng đảng vậy! Băng đảng Trung Hoa hay Việt

Nam không phải là không có. Mà còn thuộc loại dữ dằn. Vậy tạo sao lại da đen?

Hơn ba chục năm trước, trong một lần tới dự một khóa hội thảo quốc tế ở Nữu ước, tôi được xếp ở chung phòng với một Tổng Thư Ký một Bộ đến từ Zambia. Chúng tôi đồng tuổi, dễ thân thiết với nhau. Có lần anh đã nửa đùa nửa thật bảo tôi theo anh về Zambia anh sẽ gả em gái cho tôi! Anh vẫn thường phàn nàn với một giọng tức tối về sự kỳ thị người da đen ở Mỹ. Anh vẫn cho là người Mỹ đã không giúp đỡ, cố tình để cho những người da đen thất học hoặc ít học, nên cách xử sự của người da đen trong xã hội thường bị đánh giá thấp. Một lần, trên xe đi ngang một trường Đại Học trong khu da đen, tôi khều tay anh ta. *Khu này cũng có trường Đại Học lớn vậy!* Anh nhún vai. *Làm cảnh thôi đấy mà!* Tôi hỏi tới. *Thế còn cái ông Khoa Trưởng một phân khoa Đại Học vừa tới thuyết trình cho chúng mình vào hôm qua, cũng da đen vậy!* Anh cười khẩy. *Đó là những tên da đen mất gốc, chỉ còn cái màu da!*

Sự bực tức của anh bạn da đen này bị... bôi đen hơn khi những người tổ chức cuộc hội thảo đã, vì lý do an ninh, khuyên những người ngoại quốc chúng tôi không nên tới khu da đen Harlem. Thấy mấy "đồng hội" da đen có vẻ không bằng lòng, tôi bèn nổi máu giang hồ. Đã tới Nữu Ước mà không đi Harlem, một khía cạnh văn hóa đặc thù, thì uổng chuyến đi. Tôi rủ mấy anh da đen dẫn tôi đi Harlem. Anh nào cũng lắc đầu từ chối. Tôi ngạc nhiên không hiểu sao. *Các ông sợ chi?* Câu hỏi của tôi làm thái độ của anh bạn cùng phòng ... đổi trắng! Anh có vẻ giận, ít muốn nói chuyện với tôi.

Vài ngày sau, vào một ngày cuối tuần, tôi một mình đeo máy hình đi chơi tượng Nữ Thần Tự Do. Trên phà, một anh trắng khều vai tôi. Anh cũng dùng một máy hình Minolta giống của tôi, mượn của ông bố, không rành sử dụng, nhờ tôi chỉ dẫn. Chiếc máy hình kết thân làm tôi lời thêm một người bạn. Anh từ San Francisco sang Nữu Ước du lịch, mò mẫm chưa biết nhiều về thành phố này. Anh hỏi tôi có rảnh đưa anh đi chơi nguyên ngày không, tiền anh sẽ chi? Thế là một anh Mít dẫn một anh Mỹ đi chơi trên nước Mỹ! Chúng tôi đi lòng vòng thành phố, coi kịch ở Broadway và thật bất ngờ, anh rủ tôi đi Harlem. *Không sợ sao? Sợ chi!* Thế là một anh vàng, một anh trắng đi vào miền đất... đen. Chúng tôi ăn uống, ghé vào một tiệm rượu trong Harlem. Sân khấu nhỏ của tiệm rượu chỏng chơ một bộ trống, một dương cầm, một đại hồ cầm, một vĩ cầm và hai cây kèn. Thỉnh thoảng vài người lên đập đàn. Anh bồi cho biết đó là những khách hàng. Tiệm chỉ có nhạc cụ, ai muốn chơi gì cứ việc leo lên chơi. Tôi khoái cái không khí rất văn nghệ này, anh bạn Mỹ trắng cũng thích thú. Nhìn quanh chỉ có hai chúng tôi là... không đen. Gật gù với nhịp điệu *jazz* cho tới khuya, chúng tôi bất ngờ thấy một ông đen kéo ghế ngồi vào bàn của hai đứa tôi. Ông vui chuyện cho biết ông là nhạc sĩ đi chơi khuya với một nhóm bạn, thấy chúng tôi lạ, muốn làm quen cho thêm phần... văn nghệ. Ông tặng chúng tôi cái đĩa nhạc mới thu của ông, vẫy nhóm bạn, trai có gái có, sang ngồi với chúng tôi. Ông bước lên sân khấu giữa tiếng vỗ tay của khách. Vài người nữa bước lên. Họ đã nhanh chóng thành một ban nhạc *jazz* tự phát. Tiếng đàn, tiếng trống, tiếng kèn quyện vào nhau. Chưa bao giờ tôi được nghe nhạc *jazz* hay đến như vậy. Cái không khí văn nghệ đó, cái phóng khoáng tài tử đó, cái say mê hòa nhập đó đã làm nên một thứ *jazz* rất *jazz*. Có ai nhìn vào màu da nhau?

Không ai muốn nhìn vào một màu da để xử sự với một người. Nhưng thực tế vẫn có những chuyện không như ý. Một nhân viên hoạt động xã hội, anh Robints Paul, 28 tuổi, trong một tối mùa đông lạnh giá nơi thành phố tuyết Montreal, đứng trong trạm *métro* Berri-UQUAM chờ một người bạn. Anh mặc một chiếc áo rộng thùng thình và một chiếc quần rộng cũng không kém. Một viên cảnh sát tiến tới nói anh vi phạm luật lang thang trong trạm *métro* và ông có thể ghi phạt. Anh cho biết anh là một nhân viên hoạt động xã hội và thường hoạt động chung với cảnh sát. Viên cảnh sát để cho anh đi. Robints thắc mắc: nếu anh không ăn mặc cẩu thả, nếu da anh không đen, Cảnh sát có thăm hỏi anh không?

Anh mang thắc mắc này tới cuộc Hội Thảo của trường Đại Học Concordia do Phong Trào Thanh Niên Hành Động Da Đen tổ chức. Trong cuộc Hội Thảo, nhiều người đã mang ra những trường hợp được coi là... kỳ thị. Kết thúc cuộc Hội Thảo, những khuyến cáo sau đây được gửi tới những người có trách nhiệm: giáo dục thanh niên và quần chúng về quyền của con người; thu thập những vụ cảnh sát phạt người da màu về những vi phạm nhỏ để minh chứng có sự kỳ thị; gia tăng số nhân viên cảnh sát da màu; huấn luyện thêm cho cảnh sát và những nhân viên an ninh; động viên dân chúng mạnh bạo làm chứng cho những vụ vi phạm nhân quyền;

nghiêm phạt những chức quyền có óc kỳ thị.

Tại *Little Saigon*, Ủy BanVận Động Chính Trị Việt Mỹ cũng kêu gọi cộng đồng cùng lên tiếng ủng hộ cho dự luật AB 2428 do nữ dân biểu Hạ Viện California Judy Chu đệ nạp. Dự Luật chống kỳ thị này còn có tên là *Kenny's Law*. Kenny là một em trai 17 tuổi gốc Đài Loan đã bị người hàng xóm da trắng tên Christopher Hearn giết chết vì thù hận người thiểu số. Sau khi đâm em Kenny 25 lần, thủ phạm đã không hề hối lỗi mà còn công khai biểu lộ lòng căm ghét người Á Châu. Tòa Thượng Thẩm Quận Cam đã công nhận thủ phạm Hearn phạm tội sát nhân bậc nhất, nhưng cuối cùng đã cho trắng án vì thủ phạm mắc bệnh tâm thần!

Kỳ thị, nó vẫn cứ mù mịt khi chỗ này, khi chỗ khác. Dẹp bên đây, nó tái sinh lại bên kia. Cái anh Phạm Nhan này ba đầu sáu tay quá đỗi. Nó con cái nhà ai vậy?

Trong truyện ngắn *Dõi Mắt Vời Trông*, tôi đã cho hai nhân vật, một *GI* Mỹ da đen đang tìm lại đứa con rơi với một người đàn bà Việt Nam còn kẹt lại và một sĩ quan Dù Việt Nam đang giúp ông trong cuộc tìm kiếm này, thử lý giải nguyên nhân kỳ thị người da đen tại Mỹ cũng như tại Việt nam.

"Tôi thương yêu Nụ và nàng cũng thương yêu tôi nhưng tôi để ý thì thấy nàng luôn luôn tránh né việc đi cùng tôi ra giữa đám đông. Những người con gái sống với những bạn da trắng của tôi thì không vậy. Sự kỳ thị ở bên này tôi hiểu được, đó là một dấu vết đau buồn của lịch sử, từ những ngày tổ tiên tôi bị mang tới châu Mỹ như những tên nô lệ. Nhưng bên nước ông, tại sao cũng có sự kỳ thị, nhiều khi tôi thấy

còn nặng nề hơn ở bên đây. Tại sao vậy ông bạn?"

Tôi không muốn tránh né nhưng trả lời câu hỏi này quả là một điều tế nhị, quá tế nhị Cho cả Jeff và tôi. Tôi cố mài dũa sao cho lời nói được tròn trịa, nhẵn nhụi hơn.

"Sự kỳ thị, như ông biết đấy, bao giờ và ở đâu cũng là điều đáng chê trách, nhưng khốn nạn thay, nó lại luôn luôn có mặt bất kể thời gian và không gian. Để hiểu nó, người ta phải gác lại tình cảm để chỉ dùng lý trí mà phân giải. Ông cảm thấy bị kỳ thị bên nước tôi thì tôi nhiều khi cũng cảm thấy bị kỳ thị trong cuộc sống ở nơi đây. Rồi chúng ta có đi tới chân trời góc biển nào cũng vậy. Cón những người khác mầu da, khác tiếng nói, khác văn hóa chung sống với nhau thì anh chàng kỳ thị vẫn có cơ hội chường mặt ra. Nếu phải trả lời cho câu hỏi của ông thì tôi cũng qui trách nhiệm cho lịc sử như ông vậy. Lịch sử cận đại của nước tôi là một quãng thời gian đau buồn của một nước nhược tiểu bị một cường quốc phương Tây chiếm đóng và cai trị. Người Pháp đã mang đến nước tôi một đạo quân hỗn tạp trong đó có những người da đen ở Phi Châu, nơi xuất phát của tổ tiên ông. Và, phải xin lỗi ông trước, ông đừng buồn khi nghe tôi nói là những người da đen này, với những vết rạch trên mặt, là những người hung hãn trong việc cướp bóc, hãm hiếp dân Việt Nam chúng tôi. Trong khi đó người da trắng là những người cai trị, quyền sinh sát trong tay, làm dân nước tôi tuy không ưa, thậm chí còn chống đối nữa, nhưng những người dân đen nước tôi trong thâm tâm vẫn phải nể sợ họ. Chính tình huống này đã đặt ngôi thứ cho mầu da trắng và mầu da đen trong suy nghĩ và tâm cảm của dân nước tôi. Xóa đi một

vết đen trong lịch sử kéo dài cả trăm năm chẳng phải là điều dễ. Khi các ông sang, vết đen đó vẫn còn tồn tại và sự kỳ thị mà ông cảm thấy là hậu quả tất yếu vậy thôi."

Lịch sử, nó có bao giờ chịu nhắm mắt ngủ yên!

09/2004

LÁ THU

Buổi sáng, trời vương vài sợi nắng yếu ớt, gió hây hây lạnh, một chiếc lá nằm cô đơn trên kính trước xe. Chiếc lá mầu đỏ tía, một mầu đỏ không biết tả làm sao, mầu đỏ có lẽ chỉ có thiên nhiên mới pha nổi. Tôi đứng ngây nhìn chiếc lá báo thu. Lá cuốn hút hồn tôi.

Nhà thơ Đỗ Quý Toàn, người của thành phố Montréal từ thời mới di tản, nay ngụ cư ở Cali mà hồn như vẫn để lại Montréal. Gặp dân Montréal qua chơi Cali thế nào cũng níu áo nhắn cho gửi lời thăm anh em bên ấy. Bên ấy, Montréal, có những tàng lá đỏ mà mầu lá anh đã cảm thành tên.

Cuối thu rừng thưa mầu dệt gấm
Tùng bách uy nghi tán lá xanh
Những chàng bạch dương đứng ẩn hiện

Dáng người tha thướt như thư sinh.

Mầu dệt gấm. Có lẽ đó là cái mầu của cảm xúc, của tâm hồn hơn là của mắt nhìn. Mùa lá thu Montréal không chỉ có mầu dệt gấm mà còn mầu vàng, mầu hồng, mầu xanh... Mỗi mầu lại có nhiều sắc độ khác nhau. Tất cả tạo thành một rừng thu kéo từng đợt du khách tới ngắm lá. Mỗi độ thu về, các ông bà chủ khách sạn, nhà hàng, giới buôn bán kỷ vật... lại cười toe toét với những đoàn du khách tấp nập đổ tới. Lá thì muôn vạn mầu sắc nhưng tiền chỉ có một mầu xanh. Đó không phải là mầu của mùa thu nhưng đối với giới buôn bán đó mới chính là lá... thu. Thu bằng cả hai tay và chiếc túi!

Thu là một hành động không có vẻ văn nghệ, nhưng giới thu thập đôi khi cũng có tí chút văn nghệ văn gừng. Một cái quảng cáo của một tiệm buôn nằm chiếm cả một trang báo khổ lớn, vàng choé, in hình những chiếc lá thu đang lả tả rơi, với hàng chữ đỏ đập vào mắt người đọc. *Lá thu rơi, giá hàng của chúng tôi cũng rơi: 20%, 30%, 40%!*

Này, nhờ anh tí nhé! Anh ở Montréal, anh ca tụng mùa thu Montréal, bộ những nơi khác không có mùa thu, không có lá vàng rơi hay sao? Có chứ! Như Paris của thi sĩ Nguyên Sa chẳng hạn.

Mai tôi đi dù hôm nay đang vào thu
Dù sông Seine đang mặc áo sương mù
Đang nhìn tôi mà khoe nước biếc
Khoe lá vàng lộng lẫy lối đi xưa.

Paris cũng có lá vàng, nhưng đó là thứ lá vàng vương giả, lá vàng lộng lẫy. Lá vàng khác với lá thu Montréal của tôi. Nhưng mùa thu Paris có cái thần diệu lắm. Nó giật rơi được mọi thứ lá, cứ gì lá vàng.

Hai cô du khách tuổi choai choai tới thăm Bảo Tàng Viện *Louvre* ở Paris. Họ đứng ngắm say mê bức tượng *Apollon* nổi tiếng. Những bắp thịt cuồn cuộn trên tượng tỏa ra sức trai cường tráng. Tượng chỉ mặc có mỗi chiếc lá nho ở ngã ba tình. Một cô, vẻ tiếc rẻ, nói với cô bạn. Sao mình không tới đây vào mùa thu nhỉ?

Tiếc cũng là thu. Nhớ cũng là thu. Tại sao người ta cứ đợi tới mùa thu mới nhớ nhỉ? Có lẽ vì mùa xuân ham chơi nên quên nhớ, mùa hè áo một manh quần một mảnh nên không tiện nhớ, mùa đông cái gì cũng co lại nói chi cái nhớ! Mùa thu, mấy ông bà thi sĩ nhớ hung hãn lắm. Thơ nhớ đầm đìa, nếu rảnh rỗi thời giờ thu góp lại cũng in được nhiều pho tuyển tập. Nhớ cái gì? Nhớ lang bang đủ thứ nhưng nhớ nhiều nhất vẫn là nhớ những người tình đã gài số de, nhớ những mối tình đã lãng đãng thành mây thu.

Cũng là nhớ người tình, cũng là tưởng lại những mối tình, nhưng nỗi nhớ dài nửa vòng trái đất, nỗi nhớ xuyên gần ba chục mùa thu di tản, là nỗi nhớ đặc thù của những nhà thơ của chúng ta.

Khi tôi nghe mùa thu trở về
Thả sương bay mù tầm mắt,
Buổi sớm
Ngập ngừng bước chân
Xuống phố,
Dùng dằng nhớ những lối xưa.
Sau màn sương là em,
là quán,

là mùa cũ quay về,
ẩm ướt hiên mưa.

Nhà thơ Cổ Ngư ở Paris đã quay về như vậy. Nhà thơ Hoàng Chính, ở Canada, cũng gặm nhấm một mùa thu xa lắc xa lơ.

Em có giấu mùa thu trong mắt ướt
để phố phường vàng úa lá đường phong
để anh về gặm nhấm nỗi chờ mong
trong những quán cà phê có chiếc bánh tròn donut
trong những phố trống công viên
như vườn Tao Đàn thuở trước
hay bờ hồ Hoàn Kiếm của em xưa
mà bây giờ đã xa lắc xa lơ!

Nhớ coi bộ khó cạn nhưng thu chẳng thể không tàn. Lá đỏ lá vàng một thời rực rỡ nay đều mang thân phận lá khô. Đường phố đầy xác lá đuổi nhau theo những con gió. Những công viên mới ngày nào đầy mầu quan tái làm nao lòng khách du nay đã điêu tàn những xác lá nằm ngang tới đầu gối. Những khu vườn trước nhà, sau nhà nay cũng ngập đầy lá thu chết. Thu dọn tàn tích của mùa thu là cả một vấn đề. Sở Lục lộ thành phố phải ra tay. Cầm đầu Sở Lục Lộ thành phố Montréal chẳng biết có phải là một thi sĩ hay không mà cũng thơ đáo để. Cuối thu, đầu đông, trên những tờ báo hàng ngày, xuất hiện cái quảng cáo khá thơ của Sở Lục Lộ. *Hãy cho những lá thu một đời sống khác!* Đọc kỹ chi tiết thì là lời khuyên hãy hốt lá khô đem ủ làm phân bón cây. Đã mang vẻ đẹp cho đời bằng một đời sống đầy mầu sắc thì nay hãy cho lá thu một cơ hội làm thực phẩm cho cây cối để có những cụm lá rực rỡ cho mùa lá sang năm. Trong mỗi sự tàn tạ đều có ngầm chứa sức phục sinh. Đó là sự tiếp nối thần diệu của cuộc sống.

Tuổi già là cái tàn tạ đứt đuôi đi rồi. Đó là mùa thu của cuộc đời.

Một ông tuổi cuối thu mới sắm được một đôi giầy rất ưng ý. Vừa bước vô nhà, ông liền khoe với vợ.

"Này bà! Bà có nhận ra điều gì khác lạ trên người tôi không?"

Bà vợ nhìn sơ rồi đáp.

"Tôi chẳng thấy gì khác lạ cả! Vẫn cái áo ông mặc từ tuần trước. Cái quần cũng vậy!"

Bực mình, ông vào phòng cởi bỏ hết quần áo, chỉ mang đôi giầy, ra hỏi bà vợ.

"Thế nào, bây giờ bà có thấy điều gì khác lạ trên người tôi chưa?"

Bà vợ thở dài.

"Tôi chẳng thấy điều gì khác lạ cả! Vẫn là cái kim đồng hồ lúc nào cũng chỉ sáu giờ rưỡi!"

Ông phát cáu.

"Phải rồi! Nó chỉ sáu giờ rưỡi bởi vì nó đang nhìn xuống đôi giầy mới của tôi đây này!"

Bà vợ bỗng tươi tỉnh hẳn lên.

"Vậy ngày mai ông đi mua nón mới đi!"

Ngày mai? Chắc phải là một ngày nắng xuân. Có còn mùa xuân nào cho ông bạn già của chúng ta hay không?

12/2003

LÉN

Chuyện xẩy ra cách đây không lâu, vào ngày 10 tháng 7 năm 2003, tại tiểu bang Washington. Một thanh niên Việt Nam tên Jack L.V., 29 tuổi, đã dùng một máy điện thoại cầm tay có máy hình để lén chụp dưới váy những phụ nữ nơi công cộng rồi mang về bỏ vào máy điện toán coi chơi. Cậu thanh niên nhiều máu tò mò này đã bị bắt quả tang trong khi đang chụp hình dưới váy một phụ nữ 26 tuổi trong một siêu thị. Cô này tri hô lên và cảnh sát đã tới đưa "nhà nghiên cứu" này về bót. Tòa án Quận Hạt *King* đã cho anh được tại ngoại hầu tra sau khi đã đóng số tiền thế chân 25 ngàn đô. Tội chụp hình lén này có thể được ra giá tối đa là 5 năm tù!

Với "thành tích" này, anh Jack L.V. vừa tạo được một kỷ lục: anh là người đầu tiên trong lịch sử Hoa Kỳ bị bắt công khai về cái tội lén lút này!

Chụp hình lén vào nơi cửa đóng then cài là một thói tò mò đáng đỏ mặt. Đỏ mặt tới cả các bậc sinh thành. Cha của Jack L.V. đã tỏ ra rất xấu hổ về hành động... độc đáo của cậu quý tử. Nhưng nhìn lén khơi khơi là một hành động rất đại chúng. Thậm chí thơ... lén còn có vẻ dễ thương nữa!

Em vào tắm dưới hoa sen
Những khe nước chảy những miền hải lưu
Những thuyền lạc dưới trời sao
Hỏi em hay hỏi hoa đào của anh
Chỗ đào có lá sen xanh
Bờ xa cỏ thấp nghiêng mình dáng sông
Tuyệt vời giữa một giòng trong
Đầu sông tóc ướt, lưng vòng biển khơi.

(Nguyên Sa)

Lén mang tới nhiều đụng chạm. Mà đụng chạm khơi khơi tới... Chúa nữa không chừng!

Một Mục Sư đi về vùng nông thôn, thấy một thôn nữ xinh đẹp đang chuẩn bị xuống tắm dưới sông. Khi cô gái bắt đầu cởi đồ, ông cầu nguyện.

"Lạy Chúa, xin hãy đóng cặp mắt con lại!"

Thôn nữ đã treo áo lên cây, ông lại cầu nguyện.

"Lạy Chúa, xin Người hãy ghì thật chắc cặp mắt của con!"

Chiêm ngưỡng tới lúc quần áo của cô gái đã móc tất cả trên cành cây, ông ta cuống lên.

"Lạy Chúa, xin Người hãy nhắm mắt lại!"

Chẳng màng tới Chúa, chẳng chút đắn đo, nhà thơ Từ

Thế Mộng cứ nhởn nhơ lần theo lòng mình.

Yêu em anh lén anh mò
anh leo ngọn khế anh thò máy ra
trễ giờ em lại nhẩn nha
ôi chao em cứ thò ra thụt vào!

Thời Saigon còn những chàng công tử chuyên đeo kính đen ngồi trong các quán cà phê ngó ra đường coi áo dài đi qua, áo đầm đi lại, người ta đã đồn là họ có một loại kính nhìn xuyên suốt áo quần. Các tiểu thư Saigon hồi đó đã khá bối rối lúc đi ra đường. Giữa chốn đông người mà gai gai người như đang ở trong phòng tắm. Thực hư của chuyện này, tôi nào biết được! Nhưng chuyện sau đây thì có thật. Hãng *Hewlett Packard* vừa chế ra được một loại kính râm có gắn máy chụp hình bên trong. Đeo loại kính này, người ta có thể chụp hình tất cả những gì người ta nhìn thấy. Ông Huw Robson thuộc công ty HP cho biết: "Điều này có nghĩa là bạn có một chiếc *camera* đeo ngay trên mắt mà không ai nhận thấy và có thể chụp hình trong khi đang hoạt động".

Hãng HP, như vậy, vừa thêm một... tiết mục cho kỹ nghệ điện tử... lén vốn đã có rất nhiều trang thiết bị phục vụ cho sự lén lút của con người. Nào những máy quay *video* nhỏ xíu, những máy ghi âm tí hon, những máy quan sát giấu trong đồng hồ, điện thoại di động và cả... thú vật nhồi bông! Những thiết bị này lại có thể dễ dàng nằm trong tay mọi người vì giá cả rất bèo. Như một máy chụp hình có thể giấu gọn trong một mẫu tự nhỏ trên một tấm bảng quảng cáo rồi truyền hình ảnh về một máy điện toán, giá chỉ có 250 gia kim. Với 450 gia kim trong túi, bạn có thể mua được một máy ghi âm... hạt tiêu hoạt động được 24 giờ liền. Một bộ gồm một *camera* nhỏ như một hộp quẹt máy, một bộ phận ghi nhớ và màn hình tí hon 18 phân có thể thu hình cách xa cả trăm thước, giá chỉ chẵn chòi 1000 gia kim.

Chúng ta đang sống trong một thời đại mà những chiếc lỗ nhỏ trên tường, những lỗ khóa cửa, quạt máy, đèn, đồng hồ... đều là những con mắt không bao giờ biết chớp. Sự riêng tư kín đáo đã lẳng lặng bị khuất phục. Nhất là trong những chốn công cộng. Một ổ nhện ở Việt Nam, mới đây, đã bị phát giác dùng máy thu hình lén... trực tiếp truyền hình những cảnh làm tình trong phòng rồi truyền xuống phòng đợi cho các khách tìm hoa khởi động!

Phòng tắm, nơi con người chẳng thể quần là áo lượt, là một nơi thật lắm chuyện.

Hai người đàn ông gặp nhau.

"Sao mũi cậu lại bẹt ra như thế? Cậu chơi quyền anh đấy à?"

"Không, tớ làm công việc lau rửa cửa kính ở nhà tắm nữ đấy chứ!"

Vẫn nhà tắm, chuyện thật lắm!

Buổi đầu tiên của chú thợ học việc sửa ống nước, bác thợ cả truyền đạt kinh nghiệm.

"Làm nghề này hay bắt gặp phụ nữ trần truồng trong phòng tắm lắm. Họ rú lên thì rất phiền phức. Mỗi lần bắt gặp như thế, trước khi cô nàng kịp gào lên, hãy lịch sự nói: "Xin lỗi quý ông!". Cô ta sẽ im bặt vì tưởng mình chưa kịp nhìn thấy gì cả".

Buổi chiều, chú thợ học việc trở về xưởng, mặt mũi bầm

tím. Hỏi lý do, chú tức tối cho biết.

"Cháu đến sửa vòi nước ở khách sạn *Du Commerce*, khi mở cửa thì thấy một đôi đang quấn lấy nhau. Cháu bèn nói: "Xin lỗi hai quý ông!". Thế là..."

Phòng vệ sinh nơi trường Tiểu Học St. Blaise, một vùng quê hẻo lánh cách Montréal 45 cây số, mới bị phát giác là có bị đặt máy thu hình. Ống kính chiếu thẳng xuống bồn cầu. Bé gái Denise Benjamin, 5 tuổi, đã vô tình nhìn thấy, về nhà kể chuyện lại với cha mẹ. Họ kêu gọi các phụ huynh tới chất vấn nhà trường. Ban Giám Đốc giải thích là có nhiều em đã bỏ lõi trái cây và các thứ giấy không tiêu xuống làm tắc nghẽn bồn cầu. Họ phải đặt máy để tìm ra các thủ phạm. Làm như vậy có xâm phạm quá đáng các em học sinh không? Phụ huynh bảo có. Ban Giám Đốc bối rối hứa sẽ xét lại việc này.

Mấy ông bà chủ các siêu thị và các tiệm tạp hóa thì hồn nhiên tự cho mình quyền đặt các máy thu hình để theo dõi các khách hàng gian lận. Số hàng mất mát nhiều quá làm họ xót bụng. Khách hàng cũng dễ dãi chấp nhận việc bị theo dõi. Mình không gian thì sợ chi, cứ để họ giải quyết chuyện... xót xa của họ. Có sao đâu? Các siêu thị ở Việt nam còn... bức xúc hơn nữa. Bởi vì kẻ gian thì nhiều và kỹ thuật... lén đã đạt tới mức thượng thừa. Năm 1997, Co-op Mart liên tục bị mất hàng chục chai rượu ngoại đắt tiền. Theo dõi bằng máy thu hình, người ta mới biết là có một bà diện đồ đầm sang trọng đã ăn cắp bằng cách đeo hai chai rượu trong váy bằng những sợi giây thung lớn cột ngang bắp vế!. Một bà còn nhét hàng chục cái tô vào trong túi vải cột ở bụng, bên trong lưng quần. Tại Siêu Thị Saigon, một khách hàng đã mặc vào người ba bốn lớp quần áo may sẵn rồi chuồn ra cửa. Tại Siêu Thị Đồng Nai, một thiếu nữ rất đẹp còn trổ ngón... lâm ly hơn nữa! Cô không mặc đồ lót, vào siêu thị tỉnh bơ lấy đồ lót trang bị trong người. Không có máy móc thì sao mà phát giác được loại cầm nhầm kín đáo này!

Máy móc quả có bất lịch sự, xông xông vào nhà người ta, núp trong tường và... nghe lén. Vậy mà nó có vai trò... chính trị đàng hoàng đấy! Các tòa Đại Sứ, các dinh thự của những ông lớn, các tòa nhà chính phủ, các trụ sở quốc tế... phần lớn đều có... rệp. Rệp đây không phải là thứ côn trùng núp dưới giường chiếu cắn ngứa ngáy khắp người đâu. Nhưng nó cũng làm ngứa ngáy các chính trị gia lắm. Nó là những thiết bị nghe lén được gắn trong tường để thóc mách những bí mật của gia chủ. Ngay trong trụ sở Liên Hiệp Quốc, vách cũng có tai. Cựu Tổng Thanh Tra Vũ Khí ở Iraq Richard Butler cho biết điện thoại của ông đã bị nghe lén . Ông nêu đích danh thủ phạm: đó là 4 nước thành viên Hội Đồng Bảo An Liên Hiệp Quốc: Mỹ, Anh, Pháp và Nga. Muốn an toàn, mỗi lần muốn điện thoại ông phải xuống quán cà phê ở dưới tầng hầm, nơi có nhiều tiếng ồn, hay đi dạo trong Công Viên Trung Tâm để tránh bị nghe lén. Trưởng phái đoàn thanh tra vũ khí Iraq Hans Blix cũng than phiền bị nghe lén, nhất là khi ông vào Iraq. Các cuộn băng nghe lén được cung cấp cho Mỹ, Úc, Canada, Anh và Tân Tây Lan. Đến cả Tổng Thư Ký Liên Hiệp Quốc cũng chẳng được tha. Cựu Tổng Thư Ký Boutros Boutros-Ghali, ngay ngày đầu tiên nhậm chức, đã được rỉ tai là văn phòng và cả tư dinh của ông đầy rẫy rệp trong tường! Mới đây, bà cựu Bộ Trưởng Phát Triển Quốc Tế Claire Short của Anh còn khẳng định là tình báo Anh đã theo dõi các cuộc điện đàm của Tổng Thư Ký LHQ Rofi Annan!

Không làm chính trị như chúng ta có lén không? Chả và nem bao giờ cũng là những thực phẩm trần gian rất quyến rũ!

Vợ và chồng đi nghỉ hè ở hai nơi khác nhau. Một thời gian sau đó, bị lương tâm cắn rứt, họ tự thú những lén lút với nhau. Anh chồng nói.

"Em yêu, anh đã lén lút phản bội em vẻn vẹn có hai lần. Lần đầu với một cô diễn viên, còn lần thứ hai với cô tốc ký viên."

"Anh yêu, em cũng chỉ lén phản bội anh có hai lần. Lần đầu là với dàn nhạc nhà thờ, lần thứ hai là với đội *hockey*!"

Thế là sòng phẳng! Chả và nem nghe ra khá cân bằng. Nhưng chả và nem đôi khi lại bị cái bả danh vọng hạ cho sát ván. Chuyện về những ông lớn muốn làm lớn hơn, những ông tá ông tướng muốn thêm hoa lá cành trên cầu vai, những anh con buôn muốn lèn thêm tiền vào túi... đã đưa vợ vào cổng hậu nhà những người có quyền ban phát những ân huệ là chuyện chúng ta nghe đã nhàm. Nó không còn là chuyện lén lút nữa. Nó là chuyện... hy sinh!

Một cặp vợ chồng làm lễ kỷ niệm 25 năm ngày cưới. Sau khi hồi tưởng lại những kỷ niệm đẹp đã có với nhau, người chồng hỏi.

"Em ơi, em hãy nói thật xem , liệu đã có bao giờ em lén lút với người khác không em?"

"Vì anh đã hỏi, anh yêu, nên em cũng xin thưa thật.

Chuyện đó có, cả thảy ba lần."

"Chúng đã xảy ra như thế nào?"

"Lần đầu tiên, khi chúng ta mới cưới nhau được ít lâu. Anh bị đau tim cần giải phẫu gấp mà chúng ta lại không có tiền. Vì thế em đã chấp nhận để ông bác sĩ mổ miễn phí cho anh."

"Em thật cao cả! Thế còn lần thứ hai?"

"Anh có nhớ chút xíu nữa anh đã không được đề bạt làm trưởng phòng kinh doanh không? Em đã phải đi gặp riêng với ông Tổng Giám Đốc đấy!"

"Anh thật là xấu hổ. Lẽ ra đó phải là việc của anh. Còn lần thứ ba, chắc chắn một lần nữa anh không thể đền đáp công lao của em phải không?"

"Anh đừng nói thế. Chúng ta là vợ chồng mà! Em phải hết sức giúp đỡ anh chứ. Ba năm trước, em thấy anh mong muốn trở thành Chủ Tịch Câu Lạc Bộ chơi *golf* mà lại thiếu tới 51 phiếu..."

Trong truyện dài Dặm Trường của nhà văn Trần Doãn Nho, lén lút đã trở thành một phương tiện buôn bán. Hạnh, một giáo viên hiền lành, có một gia đình hạnh phúc, sau 1975 bỗng... mất dậy! Trong cảnh cùng quẫn của gia đình, cô bươn bả ra đời kiếm sống. Trong một xã hội không bình thường, nghề kiếm cơm của cô cũng không bình thường: buôn lậu đường dài. Cô buôn lậu thứ quốc cấm là trầm. Phải lén lút qua các trạm kiểm soát thôi! Chuyến đi đầu, hàng của cô bị trạm kiểm soát tìm ra được và tịch thu tuy đã được giấu khá kỹ lưỡng. Trắng tay, nợ nần, cô thất thểu trên đường thiên lý và gặp quá giang một xe bộ đội. Anh tài xế, sau khi rõ hoàn cảnh của Hạnh, đã giúp cô lấy được trầm ra. Lên xe lại, anh tài xế nhường tay lái cho tài phụ, kéo Hạnh ra băng sau. *"Tay chân anh tài xế bây giờ như những gọng kìm siết lấy nàng. Hàng nút áo bung ra. Sức nàng yếu dần, ý chí chống cự tan biến. Nàng lơi tay, người mềm đi , phó mặc. Không thể được, không thể được. Nàng kêu lên ú ớ. Anh ta bịt chặt miệng nàng lại. Nàng nghe vang vang trong đầu: Hạnh ơi, không thể được, không thể được. Lục ơi, Lục ơi, anh ở đâu? Nàng cắn chặt đôi môi để khỏi phát ra tiếng rên. Nàng chao đảo, bồng bềnh. Ghê tởm và biết ơn. Chống trả và buông lơi. Hân hoan và thù hận. Lục ơi, Lục, anh ở đâu! Nàng đột ngột cắn vào vai anh tài xế. Nụ cắn sâu, sâu thẳm."*

Lục là tên chồng nàng. Những chuyến đi buôn liên tiếp, những ân nghĩa đáp đền, con đường lén lút càng ngày càng rộng ra xô Hạnh tới thảm kịch. Thảm kịch như bít lối trở về của nàng. *"Hạnh ngơ ngác đứng sững nhìn ngôi nhà thân quen của mình. Sao mà nó lạ hoắc thế này! Nơi đây, nàng chẳng đã từng sống, từng vui đùa, từng sinh con, từng vui hưởng đời sống vợ chồng, từng vân vân và vân vân đó sao!? Nàng quay nhìn lui ra phía cửa ngõ. Khẽ thở dài. Ra khỏi đó là khung trời rộng mở. Là mênh mông. Là một thế giới khác. Bước chân lên thềm, nàng thấy lạnh ở cổ. Gió khuya liu riu từ bên kia khu vườn lướt tới, mơn man. Nàng kéo áo ấm sít lại, bâng khuâng dừng trước cánh cửa. Một ý nghĩ mới mẻ chợt đột nhập vào trong trí tưởng hoang mang của nàng: đừng vào nữa. Hãy trở ra cửa ngõ và đi, đi mãi, không quay lại. Lần đầu tiên trong đời, nàng kinh qua một cảm giác lạ lùng: trở lại nhà của mình mà như đến nhà một người lạ."*

Bước lén lút vì miếng ăn trong thời đổi đời đã đưa Hạnh đi quá xa, xa đến nhạt nhòa cái tâm!

03/2004

MẬP

Thập niên 60, trên tạp chí Văn Hóa Ngày Nay của nhà văn Nhất Linh, có đăng truyện dài nhiều kỳ *Gia Đình Tôi* của nhà văn Duy Lam. Truyện rất hấp dẫn, vui, với những nhân vật có những nét riêng trong một không khí gia đình thoải mái, biết cười cợt vui đùa. Người bị "cười cợt" nhiều nhất là nhân vật bà mẹ với cái tội "chiếm nhiều chỗ quá". Bà có da có thịt, thể tích hơi nhiều nên chiếm một không gian nhiều hơn các thành viên khác trong gia đình, làm bia nhắm cho bày con thích đùa giỡn.

Ở Việt Nam chúng ta, người có da có thịt không nhiều, người mập cũng không nhiều, người phì lại càng ít hơn nữa. Những người mập thường là những người được...chiêm ngưỡng với vẻ ganh tị rõ ràng. Trong một đất nước nghèo khó, con người cũng... nghèo khó. Da và xương nhiều hơn thịt và mỡ. Nên những người có nhiều thịt hơn một chút thường là những người... hơn người. Hơn về sức nặng đã đành, còn hơn về ...địa vị trong mắt của những người chung quanh. Có lẽ vì được nể nang nên những người mát da mát thịt thường là những người vui tính, dễ có những tiếng cười hể hả.

Mập mạp một chút là ước mơ của nhiều người. Bà bác tôi tuy không thuộc vào loại gầy ốm nhưng vẫn cứ muốn nặng thêm ít ký. Bà nghĩ là mập mới khỏe. Và, như nhiều người khác, bà bị cuốn hút vào phong trào uống thuốc "hạt dưa" *cortisone* hồi đó. Viên thuốc nhỏ bé có hình dáng giống như hạt dưa ngày tết là... cứu tinh của bà bác tôi. Can ngăn thế nào bà cũng lắc đầu. Cứ uống. *Chán vạn người uống, cứ gì tao, mà có sao đâu!* Bà và mọi người khác không thể hiểu được hay cố tình không hiểu là chất *cortisone* có tính chất giữ nước trong người, làm mục xương, chỉ cho cái vẻ mập mạp giả tạo như một người bị bệnh phù thủng. Cái hại về lâu về dài của xương cốt mục nát, họ làm lơ không thèm nghĩ tới!

Mập đi sóng đôi với yêu đời, vui vẻ. Nhưng cũng có những người mập ít ưa được. Như nhân vật Tú Bà trong truyện Kim Vân Kiều của thi hào Nguyễn Du chẳng hạn.

Thoắt trông nhờn nhợt màu da
Ăn gì to lớn đẫy đà làm sao!

Hoặc như mụ "nặc nô kiểm duyệt". Hồi chiến tranh, ở Việt Nam có chế độ kiểm duyệt. Báo chí các loại, trước khi phát hành, phải nạp bản tại Bộ Thông Tin để chịu kiểm duyệt. Chỗ nào chính quyền xét thấy có hại, không ưa cho phổ biến, thì "đục" đi. Chỗ bị đục hất đi những con chữ sẽ để trắng. Nhiều bài lỗ chỗ chỗ đen chỗ trắng như cóc gặm coi rất thiếu thẩm mỹ. Nhà báo tương kế tựu kế, chỗ nào bị kiểm duyệt là trám vào một tấm hình khá sinh động. Hình vẽ một mụ già mập mạp, trông rất sớn sác, tóc vấn trần có tí đuôi gà vểnh lên, mặt gân guốc như sắp phải đánh lộn, tay cầm chiếc kéo to tổ bố, hai cẳng xoạc ra trong thế chạy hung hăng. Đó là dung nhan của "bà già kiểm duyệt" rất khó ưa.

Mập, đối với dân Việt Nam ta, không phải là một mối lo, mà là một ước vọng. Nó đồng nghĩa với khỏe mạnh và vui vẻ. Sang đến Bắc Mỹ, ước vọng này hình như ai cũng đạt được cả. Cuối thập niên 60, anh bạn tôi được học bổng USAID sang du học ở Mỹ. Hai tuần lễ đầu, trước khi được phân phối đi các Đại Học tại nhiều tiểu bang khác nhau, các sinh viên du học được dự một khóa hướng dẫn tổng quát về nước Mỹ tại thủ đô Hoa Thịnh Đốn. Trong một buổi hướng dẫn, một hướng dẫn viên nói đại khái là, sau ba năm du học, không chắc mọi người đều đạt được kết quả là ôm mảnh bằng về nước, nhưng có một điều chắc chắn là mỗi người sẽ nặng thêm được khoảng 15 *pounds*! Anh bạn tôi, vốn có bầu máu nóng, đứng phắt dậy phản đối hướng dẫn viên đã có những lời nói khinh miệt sinh viên các nước nhược tiểu. Anh bị kỷ luật tức khắc: trả về Việt Nam! Về Việt Nam, căm thù Mỹ, anh bí mật hoạt động cho Việt Cộng trong công tác nội thành. Sau 75, anh mới lộ diện.

Từ một câu nói liên quan tới cân kéo mà anh bạn tôi phản ứng nhảy sang tới bên kia lằn ranh. Có quá đáng chăng? Sự tức giận, nhất là tức giận vì bị khinh miệt, thường có sức đẩy mạnh mẽ lắm nếu chúng ta không tự kiểm soát được. Cũng như mập phì chỉ là hậu quả của sự thiếu kiểm soát đường vào của thực phẩm.

Tại sao mập? Bác sĩ chuyên về tim mạch Colin Rose ở Montréal vạch mặt chỉ tên thủ phạm: chất béo, thực phẩm biến chế và ăn uống không kiểm soát. Những viên thuốc làm giảm *cholesterol* lại khiến cho người ta ỷ lại vào thuốc, thoải mái ăn uống, cũng là một nguyên nhân. Nhiều người nghĩ rằng đã uống thuốc rồi thì lo chi, cứ việc ăn thả giàn. Vì vậy nên thuốc được tung ra thị trường vào cuối thập niên 80 thì đầu thập niên 90 bệnh mập phì... phì ra rõ ràng!

Thế nào là mập? Lấy tầm vóc cao trung bình của người Việt Nam là 1 thước 60 đi nhé. Với chiều cao đó, nếu cân nặng từ 54 ký đến 60 ký rưỡi là bình thường, từ 60 ký rưỡi đến 81 ký là mập, từ 81 ký đến 148 ký rưỡi là phì, trên đó là... đại phì! Tại Canada, khoảng một nửa dân số là mập và phì!

Dân Việt Nam ta, sống ở Bắc Mỹ, hầu như người nào cũng có khuynh hướng... phình ra. Nếu cứ lui tới thăm các ông *McDonald's, Burger King, Harvey's* đều đều là bảo đảm sẽ... phì da!

Trong một chung cư có đông đảo dân Việt Nam cư ngụ, một bà chạy sang mách bà hàng xóm.

"Bà Hai này, con trai bà gọi tôi là "con bò cái già" đấy. Bà phải dậy dỗ con bà chứ!"

Bà hàng xóm suýt soa.

"Chết thật! Em đã bảo cháu hàng trăm lần là không được

đánh giá con người qua hình thức bên ngoài rồi đấy chứ!"

Tuổi nào hay bị mập phì? Mập phì không đợi tuổi. Trong một cuộc nghiên cứu trên 177 ngàn trẻ em trong thời gian từ năm 1988 đến 1992, được phổ biến trên tạp chí Nhi Khoa ở Mỹ, người ta thấy các em chỉ được bú sữa mẹ dưới 1 tháng hoặc bú bình từ lúc mới sinh dễ có trọng lượng trên trung bình ngay từ lúc mới 4 tuổi. Các nhà nghiên cứu cũng nhận thấy rằng trẻ bú mẹ có vẻ biết tự kiểm soát để ngưng bú, trong khi trẻ bú bình thường bị khuyến khích bú hết chai. Theo bác sĩ Laurence Grummer-Strwan, trẻ bú sữa mẹ có thể thay đổi chế độ ẩm thực có thêm rau quả dễ dàng hơn. Ngoài ra, ông cũng cho biết là , so với sữa mẹ, sữa bình kích thích *insulin* mạnh hơn, đưa tới việc tích tụ mỡ sớm hơn. Cũng theo bảng nghiên cứu này thì 14,5% trẻ em không được bú sữa mẹ trở thành mập phì trong khi trẻ em được bú sữa mẹ khoảng 1 năm trở lên chỉ có 7% vượt thể trạng trung bình thôi. Vậy mà, năm 2001, chỉ có 32% phụ nữ Mỹ cho con bú quá 6 tháng!

Trong lứa tuổi *teen*, theo bảng thống kê do Viện Thống Kê Canada phổ biến tháng 11/2003, thì 6% trẻ nam và 3% trẻ nữ ở Canada bị phì. Trẻ em Mỹ... nặng ký hơn. Theo báo cáo của tổ chức Kaiser Family Foundation thì 15,3% các trẻ em tuổi từ 6 đến 11 đã bị ghi vào danh sách quá béo trong năm 1999-2000, so với 4,2% của khoảng thời gian 1963-1970. Tội về ai? Cũng theo tổ chức này thì tội ở những quảng cáo các thứ kẹo, thức ăn ngọt làm từ ngũ cốc và *fast food* trên truyền hình. Con số các quảng cáo loại này trên truyền hình đã tăng gấp đôi, từ 20 ngàn lên 40 ngàn, trong vòng ba thập niên. Đứa cháu tôi, cứ mỗi lần thấy quảng cáo của *McDonald's* tặng quà trên truyền hình là đòi đi cho được. Mà quà tặng lại có từng bộ gồm nhiều kiểu khác nhau. Muốn có đủ phải ăn thường xuyên, ăn tới phát ngán, để lấy quà. Nhiều khi bố mẹ phải ăn dùm để chống mập cho con!

Về người lớn, theo phúc trình hàng năm của *Canadian Heart and Stroke Foundation*, chi nhánh Québec, thì 47% dân Canada bị mập và 15% bị phì.

Một anh bạn rượu có máu tếu của tôi, mặt đỏ gay, dấp dính hỏi.

"Toa thấy sao? Mình đang ở trong cái xứ sở "nặng" đến như vậy, có nguy cơ phần trái đất này bị quá tải sa xuống thấp hơn làm mình rớt mất tiêu được không?"

Thấy giọng nói lưu linh nồng nặc của anh, tôi chọt nhẹ.

"Toa phải coi chừng trước. Nắm chặt lấy mép bàn kẻo toa rớt trước thiên hạ bây giờ!"

Giỡn chơi vậy thôi chứ mập phì không phải chuyện giỡn đâu! Nó đẻ ra nhiều vấn đề về sức khỏe mà nổi cộm nhất là hai bệnh tim mạch và tiểu đường.

Từ trước tới giờ, thuốc lá là nguyên nhân số một của bệnh tim mạch. Ngày nay, hút thuốc lá bị xua đuổi như dịch tà, số người hút đã giảm đi, chất béo vượt lên đứng hàng đầu.

Mập và phì dẫn đến bệnh tiểu đường loại 2 vì tụy tạng không sản xuất đủ *insulin* để đáng gục *glucose*. Dần dà, chất *glucose* thặng dư trong máu làm tổn hại mạch máu gây ra bệnh tim, đột trụy, mù lòa, đau thận và hủy hoại tứ chi!

Làm sao để tránh mập phì? Có 2 cách chính: kiểm soát ăn uống và vận động.

Không nên chơi với các ông nhiều chất béo như ông *McDonalds* chẳng hạn. Chuyên gia dinh dưỡng Roxane Guindon ở Canada khuyến khích. "Nếu bạn muốn ăn một đĩa *salad* loại lớn hơn là ăn một bịch khoai chiên thì rất tốt và nó chẳng làm tốn kém thêm cho bạn".

Cộng đồng thổ dân Cree ở Québec mới la hoảng lên là 60% con em họ từ 6 đến 12 tuổi bị mập và phì. Nguyên nhân được vạch mặt chỉ tên liền: các đồ ăn có chất béo. Họ liền mời một đầu bếp nổi tiếng Québec đến để làm thay đổi cách ăn uống cho trẻ em và ngay cả người lớn trong cộng đồng 14 ngàn người này. Ông đầu bếp được mời là một người Việt Nam, ông Hop Lam Dao (Đào Hợp Lâm hay Đào Lâm Hợp?). Ông là 1 trong số 10 đầu bếp ở Québec đã chiếm giải *Chef Santé* năm 2000. Tới Canada vào năm 1978 như một thuyền nhân, ông đầu bếp 49 tuổi này đã tổ chức những lớp dậy nấu nướng vào ban đêm, thăm viếng, chỉ dẫn cho các nhà hàng trong vùng, giới thiệu những món ăn tốt cho sức khỏe... Phải mất 4 năm bôn ba khắp vùng James Bay, ông mới được dân chúng chấp nhận, chịu thay đổi cách ăn uống từ thịt qua rau và các chất bổ dưỡng khác. Món được dân Cree chấp nhận nhanh chóng và thú vị nhất là món cuốn. Món cuốn bằng bún, rau, thơm và tàu hũ trong bánh tráng làm say mê dân Cree cả trẻ lẫn già. Ngược lại, ông Đào cũng bị say mê vì tính hiếu khách của dân Cree đối với riêng ông. Ông cười nói: "Buổi đầu tới đây, tôi đã yêu mến họ. Giống như tôi đã được sinh ra ở đây vậy". Chắc ông đầu bếp tài danh này đang chứng minh thuyết của nhà văn Trà Lũ là thổ dân ở Bắc Mỹ này đích thị là con cháu của 50 đứa con lạc lõng ra biển của mẹ Âu Cơ!

Cũng tại cộng đồng người Cree này, các phương tiện luyện tập thể dục được trang bị cho dân chúng có nơi tới bỏ rơi những kí thịt thừa thãi. Chính quyền cho thiết lập 1 sân quần vợt, 1 phòng chơi *bowling* và một bể bơi. Khách lui tới vắng như chùa Bà Đanh! Chẳng ai thèm tập tành gì cả. Không nản chí, họ tạm lùi một bước: khuyến khích dân chúng chịu khó hoạt động nhẹ như đi bộ, làm vườn, quét dọn quanh nhà... Dù sao có vận động chút đỉnh còn hơn không!

Dân Cree lười vận động nhưng chính sự vận động là một phương cách hữu hiệu chống mập phì.

Một cô còn trẻ mà người tròn trĩnh như chiếc lu. Cô rất khổ sở vì thân hình sồ sữa nên đi khám thật nhiều bác sĩ. Một bữa, cô hỏi ông bác sĩ thứ ba trong ngày.

"Thưa bác sĩ, tôi đã đi hai ông bác sĩ, một ông khuyên tôi nên đi bộ nhiều, còn một ông thì bảo tôi nên đi bơi ở biển, theo bác sĩ, tôi nên làm theo ai?"

"Cô nên nghe lời cả hai, đi bộ đến bãi biển để bơi!"

Ích lợi của sự vận động đã rõ như ban ngày. Cứ chảy mồ hôi là mỡ cũng chảy theo! Còn cứ tì tì hết tập phim bộ này đến tập phim bộ khác, hết *game* này đến *game* khác, *internet* mê mệt ngày đêm, người cứ dính vào màn ảnh ti vi hoặc *computer*, thì mỡ cũng cứ từ từ lấn chiếm cơ thể. Ai cũng biết vậy, nhưng không phải ai cũng làm được.

Một bà đòi chồng lắp cho hệ thống nước nóng trong hồ bơi để bà bơi chống mập phì. Ông chồng không muốn tốn tiền, lý lẽ.

"Bà thấy con cá voi ngày nào nó cũng bơi mà có ốm đi

tí chút nào đâu!"

Ông chồng này chắc có trí khôn không được bằng loài cá voi, mà bằng loài voi!

Hai chú voi đang ăn lá cây, thấy một ả ngựa vằn đi qua, liền ngắm nhìn và nói.

"Đúng là mốt làm người ta ốm đi và đẹp ra, cậu ạ."

"Vì sao cậu lại nói như vậy?"

"Thì cậu nhìn đấy, dùng đồ kẻ sọc, trông cô ta thon thả hơn hẳn, đâu có ô dề như tụi mình!"

02/2004

NGÓN TAY

Chỉ trong vòng hai tháng 5 và 6 năm 2003, người đọc và giới điểm sách, phê bình văn học Mỹ đã nồng nhiệt đón nhận hai tác phẩm của hai nữ tác giả Việt Nam thế hệ di tản thứ hai. Đó là cuốn *The Book Of Salt* của Monique Trương và cuốn *The Gangster We Are All Looking For* của Lê Thị Diễm Thúy. Cả hai cuốn đều do những nhà xuất bản lớn và uy tín của Mỹ đứng ra xuất bản và phát hành. Những bài điểm hai cuốn sách này, sau đó, đã xuất hiện trên những tờ báo có nhiều uy tín và đông độc giả như *New York Times, Vogue, Kirkus, Publisher's Book*...

Nhà phê bình Đào Trung Đạo, trên tạp chí Gió Văn, Texas, số mùa thu 2003, đã giới thiệu cuốn *The Gangster We Are All Looking For* của Lê Thị Diễm Thúy. Ông đã tóm tắt lại một đoạn kể lại thời thơ ấu của cô bé Diễm Thúy trong một căn *appartment* chỉ có một phòng ngủ tại một khu chung cư nghèo. Trong những đêm hè oi bức, cô bé cô đơn Diễm Thúy buồn tình một mình chơi với bàn tay của mình "... *dùng ngón tay làm thành những hình dạng đủ kiểu đủ hướng biến đổi tùy thích bóng chiếu trên tường: khi thì một nắm đấm, khi thì một mỏ chim đói ăn, khi thì một cái kéo. Nếu để bàn tay trước mặt, cô bé có một trang sách, một bức tranh. Rút cổ tay vào lòng rồi lật đi lật lại, cô bé có một trang sách khác, một bức tranh khác. Hai bàn tay cũng có thể làm thành một cái cửa, cô bé tùy ý mở ra đóng vào. Tưởng tượng như thể cái bản lề kẽo kẹt cô bé liền dùng lưỡi liếm ngón út thế là cửa khép mở êm ru. Nếu dùng hai ngón tay cô sẽ tạo được đôi chân đang chạy lên đồi. Chụp năm ngón kéo cả bàn tay lùi vào lòng cô tưởng tượng ra một thân hình nhào sâu xuống nước.*"

Từ khi con người tiền sử đứng vững được trên hai bàn chân để hai bàn tay được tự do hoạt động, cuộc sống đã hoàn toàn đổi khác. Địa vị của hai bàn tay với những ngón tay mặc sức uốn éo đã đẩy con người tới một hoàn cảnh sống cách biệt hẳn lối sống của những con thú còn phải chống cả bốn chân xuống đất.

Những ngón tay của cô bé Diễm Thúy chỉ là trò chơi, nhưng những ngón tay không phải chỉ là trò chơi, chúng còn là cái miệng. Từ khi con người hè nhau đồng lòng cộng tác xây tháp *Babel* lên cao thấu trời xanh làm Thượng Đế nhột, Ngài phải chơi trò chia rẽ, bắt mỗi người nói một thứ tiếng riêng, không hiểu được nhau, chẳng làm cách nào mà bảo nhau chung sức xây tháp lên cao được nữa, những ngón tay... ra quân. Khi ngôn ngữ phát ra từ cái miệng không còn mang được sứ mạng thông tin với nhau nữa, ngôn ngữ phát ra bằng những ngón tay uốn éo lên ngôi. Chỉ có chỉ chỏ thôi mà thông cảm với nhau rất mực. Thập niên 60 ở Việt Nam, khi những anh lính Mỹ mắt xanh ồ ạt đổ vào Việt Nam, những em gái bán *bar* vốn liếng tiếng Anh có bao lăm, thế mà chỉ trông vào những ngón tay lắt léo mà được việc. Hiểu nhau hết. Kịp đến khi con dân Việt Nam di tản ồ ạt đổ bộ lên đất Mỹ, nhiều người trong chúng ta có chút tiếng Mỹ nào dắt lưng đâu, vậy mà rồi cũng xong. Đó cũng là nhờ những ngón tay bẻ cong bẻ quẹo thay cho cái miệng bỗng ì ra bất lực. Nói tiếng Mỹ lúc đó rất mỏi tay!

Chẳng cứ tiếng Mỹ, ngôn ngữ tay còn là tiếng... quốc tế. Chụm 4 ngón lại, chỉ giơ một ngón cái thẳng lên thấu trời xanh. *Số dách!* Cũng vậy nhưng chỉ ngón cái xuống đất. *Xìu!* Lấy ngón cái vòng với ngón trỏ thành một vòng tròn, ba ngón còn lại giơ lên cao. *OK!* Chỉ ngón tay trỏ vào bên thái dương. *Khùng!* Cũng ngón tay trỏ, chỉ vào trán. *Thông minh gớm nhỉ!* Giơ cả năm ngón lên cao. *Cám ơn!* Nhưng chỉ giơ một ngón giữa lên cao, Chúa ôi! Nguy hiểm lắm! Nếu đang lái xe mà làm vậy, dám có án mạng trên xa lộ lắm. Nếu đang khơi khơi trên đường phố, thịt đổ xương rơi máu chảy có vòi không chừng. Không thương tích cũng thường tiền. Nếu ở cửa nhập cảnh phi trường?

Ông Dale Hirsh, phi công hãng máy bay *American Airlines*, đã giơ ngón tay giữa lên khi chụp hình để làm thủ tục nhập cảnh tại phi trường Sao Paulo, Ba Tây đã bị các viên chức di trú Ba Tây chơi sát ván. Họ đòi qui hành động của ông vào tội hình với hình phạt tối đa 2 năm tù ở. Sao ông lại chơi dại vậy? Chỉ vì tức khí. Nguyên là để trả đũa chính phủ Mỹ đã bắt các hành khách vào Mỹ phải chụp hình và lăn tay trong kế hoạch chống khủng bố, chính phủ Ba Tây, kể từ ngày 1 tháng giêng 2004, cũng bắt tất cả hành khách Mỹ nhập cảnh Ba Tây phải làm y như vậy. Trâu bò đang húc nhau, con ruồi háu đá Dale dại dột giơ chân giơ cẳng, ra cái điều phản đối, dính chấu là cái cẳng! Ông đã bị giữ lại và, sau khi thương lượng, chỉ được cho về Mỹ sau khi đã móc túi ra trả tiền phạt 12,750 đô... Mỹ!

Ngón tay, nhiều khi không đại đồng cả thế giới, mà chỉ là riêng tư ngôn ngữ của hai người. Khi yêu nhau, ngón tay tình biết mấy.

Trên bàn tay năm ngón
Có ngón dài ngón ngắn
Có ngón chỉ đường đi
Có ngón tay đeo nhẫn
Ngón tay tô môi
Ngón tay đánh phấn
Ngón tay chải đầu
Ngón tay đếm tiền
Ngón tay lái xe
Ngón tay thử coóc-sê
Ngón tay cài khuy áo
Em còn ngón tay nào
Để giữ lấy tay anh?

(Nguyên Sa)

Cũng khi yêu nhau, những ngón tay níu nhau đủ một đời.

em có bàn tay dịu dàng mấy ngón
có ngón nào của cô bé ngày xưa?
chỉ một lần vuốt nhẹ trái tim thơ
mà vết xước đủ một đời máu ứa!

(Hoàng Lộc)

Khi vợ chồng, ngón tay thân tình biết mấy! Bạn tôi, nhà thơ Phan Ni Tấn N. D. (tại sao cứ phải N.D. cho thêm phần tối tăm bí hiểm?), trước đây cùng vợ làm tương. Hai vợ chồng đi bỏ tương ở phố Tầu. Đường phố chật chội, xe cộ đông đúc, người lấn người chen chúc, làm họ đứng cách xa nhau. Muốn nói với nhau, hò hét thì kỳ, phôn tay lúc đó chắc chưa có, họ ngôn với nhau bằng những ngón tay.

dưới nắng chang chang cười thật hiền
nhìn ta vợ giơ hai ngón lên
hiểu ý tiệm cần tương hai lố
chợt thương con bạn đến vô biên.

Cũng vợ chồng, ngón tay... gian dối biết mấy! Vợ than thở.

"Anh không còn yêu em nữa sao? Trước kia, chiều chiều anh thường ngồi cạnh em và nắm giữ những ngón tay em..."

"Nhưng em yêu, từ khi chúng ta bán cây đàn dương cầm đi thì điều đó không còn cần thiết nữa!"

Cũng lại vợ chồng, ngón tay... tội tình biết mấy!

"Sao anh lại buộc ngón tay mình thế kia?"

"Vợ tôi buộc đấy, để tôi khỏi quên gửi thư."

"Thế anh đã gửi thư chưa?"

"Bà ấy đã quên không đưa thư cho tôi!"

Ngón tay là ngôn ngữ. Ngón tay của một bức tượng cũng... ngôn ngữ như thường. Những ngày Saigon sau 1975, người dân như có chung một ý nghĩ. Đi! Bằng mọi cách, đi! Trong đầu mỗi người Việt Nam không phải đều có một ông quan như mấy anh tây thực dân ngày xưa nói, mà đều có một con tầu. Bến tầu Saigon lúc đó thiếu gì người ra đứng ngó mông mà trong bụng đầy một trời mơ ước. Nhìn lên bức tượng Đức Trần Hưng Đạo, thấy tay Ngài dõng dạc chỉ ngón ra sông, lòng thấy người xưa người nay sao mà dễ hiểu nhau quá. Dạ, thưa Ngài, con quyết sẽ theo ý Ngài!

Cũng là tượng, nhưng chuyện này thì lại khác. Không phải đi mà... vào!

Quán rượu nằm đối diện với một bức tượng trên công trường. Nhậu xong, anh bợm nhậu khật khưỡng bước ra cửa thì thấy vĩ nhân chỉ tay vào quán, thế là lại quay vào uống tiếp.

Lần thứ hai ra cửa, vẫn thấy bức tượng đứng uy nghi chỉ tay ngược lại, anh bợm nghĩ: "Chắc là Ngài thấy mình uống chưa đủ đô nên chưa cho về đây! Đã thế thì vào làm chai nữa".

Lần thứ ba mò ra được đến cửa, ngẩng đầu lên thấy bức tượng "lắc đầu xua tay" lia lịa, bợm nhậu mới yên tâm bò về. Lết qua chân tượng, hắn còn lẩm bẩm: "Ông mà không can, tôi còn uống đến sáng!"

Ngón tay còn là cả miệng lẫn tai. Đối với những người chẳng may bị câm điếc, những ngón tay là ngôn ngữ chính của họ. Thứ ngôn ngữ này đã được chuẩn hóa dần dần theo thời gian. Ngày nay, với những ngón tay ra dấu với nhau, họ đã chuyện trò được cả những vấn đề trừu tượng. Trên truyền hình chúng ta coi hàng ngày, vẫn có những chương trình có "phụ đề" ngôn ngữ tay cho những người câm điếc. Trên góc màn hình, người xướng... tay "múa" thông dịch những gì người ta đang nói với nhau, kể cả khi truyền hình những phiên họp của Quốc Hội, nơi các dân biểu đang cãi nhau hăng say về những vấn đề chính trị. Hồi còn ở Việt Nam, vì công việc, tôi đã nhiều lần tới trường Câm Điếc Lái Thiêu. Đặt chân vào nơi đây, chúng ta thấy những nụ cười và những ngón tay vung lên uốn éo rất thành thạo. Những ngón tay của những dì phước cai quản và dậy dỗ cũng như những ngón tay của các em học viên trong trường. Nhờ ngôn ngữ tay cuộc sống như bừng ra khỏi tấm màn bưng bít không âm thanh. Mười ngón tay đã trở thành một bó hoa sống động của cuộc đời.

Bông hoa và ngón tay, không phải là không có những lúc phiền hà.

Đạo diễn nhập vai làm mẫu cho một kép trẻ.

"Cậu đưa bông hồng lên mũi, nhắm mắt, từ từ hít vào thật sâu rồi nói: "Chao ôi, đây chính là mùi hương đằm thắm của nàng!". Cậu hiểu rồi chứ?"

"Dạ, em sẽ diễn tả hết mình".

Đến hôm công diễn, màn độc thoại của chàng si tình làm khán giả cười nghiêng ngả. Vào trong hậu trường, anh ta lo âu hỏi đạo diễn.

"Sao họ cười vậy anh? Em có làm điều gì sai không?"

Đạo diễn gầm lên.

"Đồ chết tiệt! Ngửi ngón tay không rồi ăn nói bậy bạ!

Thế bông hoa cậu để đâu?"

Chuyện ngón tay đến đây coi như là hết. Để cho cậu diễn viên trẻ đi... rửa tay. Những vị đã giã từ vũ khí, xin mời mở coi bài khác. Riêng những vị còn mịt mù khói súng xông pha chiến trường, xin tặng thêm chút quà *bonus*.

Khi bạn nắm tay người yêu đi dạo hoặc âu yếm đưa lên môi hôn, bạn đừng quên liếc mắt nhìn ngón tay trên bàn tay phải của nàng. Nếu ngón trỏ ngắn hơn ngón đeo nhẫn, người yêu của bạn có xu hướng làm tình phóng khoáng tự do hơn. Đó là kết quả vừa tìm thấy được của Andrew Clark, một sinh viên ban Tiến Sĩ về tâm lý học của trường Đại Học McMaster ở Canada. Ông đã nghiên cứu trên 110 nữ sinh viên của trường tình nguyện làm mẫu cho ông. Bản nghiên cứu cũng đưa ra tỷ lệ 2D:4D với số 2 chỉ ngón tay trỏ và số 4 chỉ ngón tay đeo nhẫn. Nếu tỷ lệ càng cao thì "nhiệt tình" cũng cao theo. Thông thường đàn ông có ngón trỏ ngắn hơn trong khi đàn bà có ngón tay đeo nhẫn ngắn hơn. Vì vậy, nếu cô gái nào có ngón tay mang tỷ lệ của đàn ông (ngón trỏ ngắn hơn ngón đeo nhẫn) thì dễ sẵn sàng làm tình ngẫu nhiên và ít ràng buộc hơn. Tỷ lệ chiều dài giữa các ngón tay là dấu hiệu của sự tương quan giữa hàm lượng *hormone* nam và nữ có từ trong bào thai. Hàm lượng này ảnh hưởng tới sự phát triển khi trưởng thành như hành vi tình dục hay khả năng thể thao. Những phụ nữ có ngón đeo nhẫn dài hơn ngón trỏ có nhiều *testosterone* hơn, dẫn đến có xu hướng tình dục giống nam hơn.

Đó là công trình khoa học của một ông chuẩn tiến sĩ. Các cụ ta ngày xưa, có cần tiến sĩ tiến siếc gì đâu mà cũng...

bác học ra phết. Không tin các bạn cứ thử nhẩm đọc những trường túc, mi trường, hồng diện... mà xem!

03/2004

NGỦ

Tôi có một cái tật, đôi khi rất phiền phức, là buổi trưa phải nằm nhắm mắt khoảng 15 phút, ngủ thì càng tốt, không ngủ cũng không sao. Nhưng khi tỉnh dậy, thấy sảng khoái trong người, cơ thể tỉnh táo để tiếp tục làm việc. Mười lăm phút... dưỡng thần đó có lẽ là thói quen từ thời công chức ngày xưa: buổi trưa phải phóng xe về nhà đánh một giấc... la siết! Cái tật của tôi chẳng là cái tật có thể giữ bản quyền được. Nhiều người cũng... tật như vậy. Nhiều đủ để biến thành một dịch vụ thương mại. Cơ sở nghĩ ra cách làm tiền từ cái tật này là Công Ty *MetroNaps* ở Nữu Ước. Trên tầng lầu thứ 24 của tòa nhà nổi tiếng *Empire State Building*, bạn sẽ được đưa vào một căn phòng yên tĩnh và ít ánh sáng, nằm trên một chiếc ghế ngả giống như ghế trong phòng mạch nha sĩ với tấm chăn mỏng đắp trên chân. Trong không gian những tiếng động được làm mất đi, âm nhạc êm dịu dắt dìu bạn vào giấc ngủ ngắn chừng 20 phút. Hai chục phút là lý tưởng vì nếu lâu hơn bạn sẽ cảm thấy mệt mỏi khi thức giấc. Sau 20 phút lơ mơ dễ chịu, bạn sẽ được một chiếc máy gây ra tiếng động nhẹ và ánh sáng nhẹ nhàng đánh thức bạn dậy. Bạn sẽ cảm thấy khỏe khoắn và yêu đời hơn sau 20 phút êm ả mặc dù phải móc túi chi ra 14 đô!

Ngủ như vậy là ngủ... *mini* vào buổi trưa. Ngủ ban đêm mới là ngủ... *maxi*! Dài bao lâu? Thông thường là 8 tiếng đồng hồ một đêm. Già cả khó ngủ, ít nhất cũng phải 5 tiếng. Ít hơn nữa là có vấn đề. Những người ít vận động và cơ thể thiếu *vitamin* B2 thường ngủ ít và hay trằn trọc khi ngủ. Dùng nhiều các loại sản phẩm sữa và sữa chua có chứa nhiều B2 và *acid amine* sẽ có thể đem lại giấc ngủ ngon và sâu. Nhưng không ngủ được có khi chỉ vì... rộng chỗ quá!

đêm
buồn, lẻ
chiếu
đơn chăn
không em
tội, một chỗ nằm...
rộng rinh

(Đức Phổ)

Không ngủ được cũng có khi vì... im ắng quá!

Bà mẹ rầy la cô con gái:

"Đêm qua sao mày tiếp thằng bạn trai khuya quá vậy?"

"Xin lỗi má, chắc tụi con nói chuyện hơi ồn làm má ngủ

không được?"

"Đâu phải vậy! Chính tụi bay im phăng phắc tao mới ngủ không nổi!"

Mất ngủ, cực lắm. Thức đêm mới biết đêm dài. Bệnh mất ngủ thường là bệnh của những người viết lách. Cái đầu còn vấn vương với những bài viết chưa đặt được dấu chấm hết là một cái đầu rộn ràng băn khoăn. Ngủ sao được? Văn đã hành, thơ còn hành bạo hơn nữa. Câu thơ mới tượng hình, chưa trải được ra giấy, hoặc trải ra được rồi nhưng chữ dùng chưa đắt, làm cái đầu cấn cái triền miên. Ngày này qua ngày khác, bệnh mất ngủ cứ lấn dần. Thuốc ngủ chỉ được vài bữa rồi đâu lại vào đó. Rồi lại phải tăng liều lượng. Tăng đến đâu mới tới... bến? *Mặc mẹ nó!* Nhà thơ Luân Hoán đã có lần thốt lên. Giấc ngủ èo uột một hai tiếng mỗi đêm. Hai giờ sáng đã mở mắt, trước cả mặt trời. Nằm trằn trọc ngó trần nhà thế mà ra thơ. Thơ bình minh nên thơ có hồn chăng?

Không ngủ được nhưng buồn ngủ vẫn cứ buồn ngủ. Ngáp dài ngáp ngắn. Ngáp vì cơ thể mệt mỏi, uể oải, căng thẳng. Giang miệng ngáp một cái, đã hết biết, vì khi ngáp lượng không khí tràn vào phổi tăng lên. Các nhà nghiên cứu, những người đại tò mò, chia một cái ngáp thành ba giai đoạn. Đầu tiên là hít vào: miệng mở rộng, gốc lưỡi hạ xuống; hầu, thanh quản, lồng ngực và cơ hoành giãn ra, hít vào hết mức. Sau đó là giai đoạn co thắt: miệng mở rộng hết mức, một loạt cơ mặt sẽ thắt, mũi giãn nở, mắt nhắm lại, nước mắt và nước miếng chảy ra, không nhìn và nghe được gì. Cuối cùng là giai đoạn thở ra: các cơ quan co thắt trong giai đoạn trên từ từ mở ra lại. Buồn ngủ người ta ngáp, ngủ dậy người ta cũng ngáp. Cái ngáp lúc ngủ dậy có đính kèm thêm động tác vươn vai, co duỗi chân tay là cái ngáp rất... đã điếu!

Tiếng Việt của chúng ta cũng đã lắm. Âm họng "ngờ" nghe chìm chìm là âm khởi đầu cho ngủ, ngáp và... ngáy. Ngủ mà không ngáy là thiếu mất một tiết mục. Có những người vừa đặt mình xuống giường là vi vu ngay. Đó là những tiên ông tiên bà. Ăn được, ngủ được. Nhiều khi ngáy đã tới mức chính mình đang ngủ mà cũng nghe được tiếng ngáy của mình! Tự biên tự diễn như vậy là... khỏe. Khỏe cho mình nhưng không khỏe cho người nằm cạnh mình. Đang khó khăn dỗ dành giấc ngủ mà tiếng kéo gỗ cứ hì hà hì hục bên tai, chịu gì nổi. Vậy là có màn... khủng bố sở hữu chủ của tiếng ngáy. Có khi chỉ vì tiếng ngáy mà vợ chồng mặt nặng mặt nhẹ với nhau. Nặng hơn nữa là lôi ra tòa, anh đi đường anh tôi đường tôi!

Ngáy nguy hiểm như vậy nên để tránh tình trạng có thể đưa tới mất tình vợ chồng, chúng ta nên, trước khi chọn người trao thân, xem tướng... ngáy. Những người đầu tròn là những... thợ cưa. Càng tròn càng hăng say nghề nghiệp. Một nhóm các nhà nghiên cứu tại Cleveland đã so sánh khuôn đầu của 60 người hay ngáy và 60 người chưa từng ngáy bao giờ. Họ dùng tia X để đo khoảng cách từ răng tới thực quản, từ mũi tới đường thở, từ gò má tới hàm để tìm ra chỉ số CRI (*Craniofacial Risk Index*). Đọc vào chỉ số này, một chuyên viên có thể xác định đúng tới 75% chứng bệnh ngưng thở khi ngủ. Chính chứng bệnh này là nguyên nhân gây ra bệnh ngáy. Giải thích tại sao đầu tròn lại ngáy to, Mark Hans, thuộc Phân Khoa Nha trường Đại Học *Case Western*

Reserve, cho biết: khi chiếc đầu càng rộng thì lỗ thông khí từ trước ra sau càng thu hẹp.

Nếu khi mang nhau ra thề thốt *I do* mà lỡ quên không xem tướng đầu thì... tốn tiền. Tiền mua chiếc giường thông minh do nhóm nghiên cứu Thụy Điển tại Viện Hàn Lâm *Sahlgrenska* thuộc Đại Học *Gothenburg* phối hợp với Công Ty *Hilding Anders AB* ở Helsingborg vừa mới sáng chế ra. Chiếc giường quý giá này vừa được trưng bày tại Hội Chợ Đồ Dùng Gia Đình tại Stockholm. Được gọi là chiếc giường thông minh, nó sẽ ghi lại những thời điểm chủ nhân thức hoặc ngủ qua một hệ thống theo dõi. Nếu người sử dụng ngáy trong một thời gian dài, đầu giường sẽ từ từ nâng lên cho đến khi người ngủ ngừng ngáy. Sau đó đầu chiếc giường lại được hạ xuống theo vị trí ban đầu. Nâng đầu lên sẽ chặn được cơn ngáy bằng cách ngăn cho lưỡi tụt vào trong họng. Hết vi vu!

Đêm qua nằm ngủ sập vàng,
Trông xuống sập bạc thấy chàng nằm không.
Vội vàng cởi áo, đắp chung,
Tỉnh ra em vẫn nằm không một mình.

(Ca Dao)

Tiếc quá đi chứ giấc mơ vàng! Mơ là một khía cạnh thú vị của ngủ. Giấc mơ thời nhỏ là những giấc mơ rất thú vị. Giống như là đi coi xi nê miễn phí! Mà chẳng phải chỉ mỗi đêm coi một phim. Theo các chuyên gia thì trung bình mỗi đêm chúng ta nằm mơ từ 5 đến 7 lần. Mỗi giấc mơ có thể kéo dài từ vài giây đến trên một tiếng đồng hồ. Mơ là chuyện bình thường. Không mơ mới là chuyện lạ. Khi mơ chúng ta từ cuộc đời này bước qua "cuộc đời" khác, một thế giới của tiềm thức, vô thức, ẩn thức..., thế giới mà khi tỉnh chúng ta không sao chạm tới được vì giới hạn của các khả năng tâm lý và tâm linh. Cái "đời sống ban đêm" này là một bí mật mà nhà phân tâm học Sigmund Freud đã phải bỏ cả đời ra để nghiên cứu.

Mơ rất lợi ích. Craig Webb, Giám Đốc Điều hành Trung tâm *Dreams Foundation* cho rằng mơ giúp ta nhiều thứ, như học một kỹ năng mới, làm lành một vết thương tinh thần, làm giảm sự buồn khổ, làm tiếp nối tri thức, sáng tạo... Webb gọi đó là một "phương pháp suy tưởng" kiểu khác gợi cho ta nhiều ý hay để áp dụng khi... tỉnh. Đó là một thứ "la bàn bên trong", mà nếu tìm hiểu kỹ có thể tìm thấy ảnh hưởng lộ ra trong cuộc sống ban ngày. Tôi có một kinh nghiệm khá thú vị. Nhiều khi viết truyện tới chỗ bế tắc, chẳng biết đưa câu chuyện tới đâu. Qua một đêm ngủ, đường đi nước bước bỗng dưng thông suốt một cách dễ dàng. Chẳng biết có phải vì giấc mơ không! Tiến Sĩ Koch-Sheras bảo là phải. "Có gì đâu! Cứ thư giãn và bảo với cái bộ phận đầu não nằm mơ hãy cho bạn cái bạn muốn. Rồi sau đó hãy chú ý tới những gì bạn thấy trong giấc mơ, hãy cố nhớ giấc mơ khi tỉnh giấc."

Nhớ tới giấc mơ? Có khi chúng ta nhớ được, có khi quên lửng mất. Tại sao vậy? Bởi vì cái cách chúng ta thức giấc từ một giấc mơ rất quan trọng để nhớ lại nó. Như là có một khung cửa sổ huyền nhiệm mà khi thức giấc chúng ta phải lập tức hướng sự chú ý đến cánh cửa sổ đó thì chúng ta sẽ nhớ lại giấc mơ rất rõ. Mất dịp may với cánh cửa sổ là mất tiêu luôn, chúng ta sẽ quên tuốt luốt giấc mơ!

Ngủ là một thời gian thú vị. Chỉ trong giấc ngủ chúng ta mới tự do hoàn toàn để đi vào mộng. Chúng ta mặc sức vẽ ra một cuộc sống như ý mà chẳng sợ ai kiểm duyệt hay... véo nát đùi! Tò mò cho lắm thì cũng... bên kia biên giới.

Kiếm mãi, nghi hoài hay ghen bóng gió
Anh muốn vào dò xét giấc em mơ
Nhưng anh giấu em những mộng không ngờ
Cũng như em giấu những điều quá thực.

(Xuân Diệu)

Hoa cỏ lạ lẫm, đẹp đẽ và xa cách đến thế nào chăng nữa, chúng ta vẫn mặc sức hái. Nó là một lối giải thoát rất thanh thản và... miễn phí.

qua sông chợt thấy bờ sông
xanh rì một đám cỏ bồng và em
bỗng dưng, ừ bỗng dưng thèm
gối đầu ngủ giấc bình yên xanh và...

(Từ Thế Mộng)

Giấc bình yên xanh, chẳng phải lúc nào cũng có. Cuộc đời chộn rộn nhiều khi đánh cắp mất giấc ngủ. Ngủ trở thành điều phiền toái. Tỷ như ứng chiến 24/24 mà mắt cứ díp lại thì còn đánh đấm gì được nữa. Người lính, như vậy, chẳng nên ngủ nhiều. Nhưng ít ngủ thì uể oải, người ngợm cứ lơ mơ thì cũng chẳng làm được chuyện gì nên hồn, nói chi tới chuyện sống chết là... trao đổi đạn dược với đối phương. Làm sao vừa nhịn ngủ vừa nhịn ăn mà tinh thần cứ cao vòi vọi được? Chuyện tưởng như bất khả thi thì Bộ Quốc Phòng Hoa Kỳ đã nghĩ tới. Họ đang tài trợ một chương trình nghiên cứu mang tên *Metabolic Dominance* nhằm tạo ra những "siêu nhân" bằng xương bằng thịt có khả năng nhịn ăn nhịn ngủ suốt tuần lễ hoặc dài hơn nữa mà vẫn cứ phom phom đánh đấm như thường. Làm sao mà thực hiện được chuyện không tưởng như vậy?

Ai cũng biết là cơ thể con người có khả năng tự đốt các mô mỡ của mình để lấy năng lượng thay vì đốt các vật liệu *carbure hydro* từ thức ăn. Tuy nhiên, hoạt động này chỉ có thể diễn ra trong từng khoảng thời gian không dài với khoảng cách nhất định. Vì nếu để kéo dài liên tục, lượng độc tố tích tụ trong quá trình sẽ làm hại não. Với tài trợ của Bộ Quốc Phòng Hoa Kỳ, một nhóm khoa học gia dường như đã tìm được cách giúp cơ thể đốt mô mỡ mà không làm tổn hại não và tìm được cả những chất để đưa vào cơ thể nhằm làm cho quá trình chuyển hóa năng lượng từ mô mỡ diễn ra nhanh hơn và dễ dàng hơn. Một giải pháp của cuộc nghiên cứu là tìm hiểu phương thức truyền năng lượng cho các tế bào mà ngôn ngữ bóng bẩy gọi là "xây dựng những nhà máy điện tí hon bên trong cơ thể con người". Nhưng những nhà nghiên cứu cũng gặp phải một trở ngại: khi con người hoạt động vất vả, như một binh sĩ phải mang vác nặng, hoạt động mạnh trên chiến trường, thân nhiệt sẽ tăng cao. Điều này làm tăng tiết một số loại *protéin* có ảnh hưởng xấu đến quá trình trao đổi chất, thậm chí giết chết một số tế bào nhất định. Muốn tránh trở ngại này, người ta đưa ra hai giải pháp: hoặc ngăn chặn việc sản xuất các *protein* gây rối, hoặc khống chế thân nhiệt. Lối giải quyết thứ hai xem ra dễ thực hiện hơn.

Còn làm sao để không cần ăn mà vẫn cứ khỏe mạnh, đánh đấm như điên? Viện Dinh Dưỡng thuộc Đại Học Klemson đã nhận số tiền tài trợ 900 ngàn đô của Bộ Quốc Phòng để nghiên cứu giải quyết. Hướng đi của họ là nghiên cứu trên loài cỏ dại có tên khoa học là *Echinacea*, vẫn được cho là có khả năng tác động tích cực lên cảm giác mệt mỏi cơ bắp và sự thương tổn của bộ não con người. Từ thứ cỏ này, người ta sẽ bào chế ra những viên thuốc mà hễ cứ nuốt vào thì con người sẽ mất cảm giác đói hàng tháng trời.

Nhiều loài vật, như cá heo chẳng hạn, có bộ não không bao giờ ngủ toàn phần. Cứ thử hình dung như thế này: bộ não ấy được chia thành nhiều ngăn, một ngăn ngủ trong khi ngăn kia thức, cứ thế thay phiên nhau. Hoặc loài chim di cư thường vừa bay vừa ngủ, nghĩa là ngủ lơ mơ trong khi não vẫn chừa ra một khu vực để kiểm soát chuyến bay vạn dặm. Nhưng làm sao chuyển hóa được cách thức ấy cho con người? Đã có những nhà khoa học nghĩ tới việc áp dụng phương pháp chuyển đổi *gene*. Ý nghĩ này hơi phiêu lưu vì ngay chính *gene* của con người còn chưa được giải mã hết, nhiều *gene* vẫn còn là những dấu hỏi to lớn, liệu có thứ *gene* nào giống như *gene* của các loài vật trên không?

Người ta cũng nghĩ đến một lối khác là dùng các chất kích thích như trà, cà phê và các loại dược liệu khác. Trên thực tế, chất *amphetamine*, một dạng của thuốc chống ngủ, đã được ứng dụng từ Thế Chiến Thứ Hai trong quân đội của cả hai phe tranh chấp. Gần đây, loại thuốc chống ngủ thế hệ mới có tên *Progivil*, hay còn gọi là *Modafinil* đã được cơ quan Quản Lý Dược Phẩm và Thực Phẩm Mỹ cho dùng trên thị trường để chống chứng buồn ngủ kinh niên. Trong cuộc chiến Iraq hiện nay, binh sĩ Mỹ đã được cho dùng loại thuốc này. Kết quả binh sĩ có thể thức trắng 40 giờ, sau đó ngủ 8 giờ, rồi lại thức tiếp 40 giờ nữa. Nhưng việc dùng thuốc này còn nhiều hạn chế, không thể dùng liên tiếp mà không có phản ứng.

Hay là không ngủ như các *pha kia* Ấn Độ? Nhiều người trong số họ đã không ngủ hàng chục năm trời. Nghiên cứu tại sao thì mới phát hiện ra là hình như có một từ trường mạnh có khả năng chuyển vào não những xung điện có thể làm cho các tế bào thần kinh trở nên nhược hoạt. Người ta đã thử thí nghiệm phương pháp này, nhưng chẳng có binh sĩ nào tình nguyện cả. Có 75 binh sĩ đã được chọn ra để nghiên cứu và kết quả sẽ được công bố một ngày gần đây.

Đang nói chuyện ngủ thì lại đụng vào chuyện không ngủ. Lảng nhách! Pho pho một giấc có phải là... thiên đường hơn không! Như chuyện ngủ của đàn ông và đàn bà. Hừm! Nghe ra như lại không phải là chuyện ngủ. Nó là một thứ khác. Thứ mà người ta hiểu là đánh cờ người. Oan uổng cho chữ ngủ quá. Vì hoạt động loại này thì ngủ nghê cái nỗi gì!

08/2004

NÓI

Nói thương mà ở chẳng thương,
Đi đâu mà để buồng hương lạnh lùng.
Đêm qua khi lạnh khi nồng,
Khi đắp áo ngắn khi chung áo dài.
Bây giờ chàng đã nghe ai,
Áo ngắn chẳng đắp, áo dài không chung?

Lời trách rất ca dao. Trách thì vẫn trách, thương thì vẫn thương. Anh chàng hai lòng nói từ miệng thì khác nhưng trong tâm lại có ý khác. Cái miệng nói, nó lắt léo dễ sợ. Cùng một lời nói, nghĩa bắn ra mọi hướng. Ghi nhận về nói, phong phú lắm. Nói cạnh, nói khóe, nói chua, nói dóc, nói dối, nói điêu, nói gần nói xa, nói hươu nói vượn, nói khan nói vã, nói kháy, nói khéo, nói láo, nói lóng, nói nhăng nói cuội, nói phách, nói phét, nói suông, nói thánh nói tướng, nói trộm, nói xa nói gần, nói xấu, nói xỏ...

Trong cơ thể người ta, cái miệng là thứ lắt léo hơn cả. Nhưng cái miệng, tự nó đâu có nói được. Chẳng qua nó chỉ là cái lỗ để cho hơi thoát ra. Làn hơi chui ra, hơi nào cũng như hơi nào, khác nhau họa chăng chỉ có ngắn dài, mạnh nhẹ. Cái lưỡi nằm ở bên trong mới lắm chuyện!

Một hôm, người chủ nhà bảo tên đầy tớ rằng: "Mày ra bắt con lợn đem làm thịt, và xem cái gì ngon hơn cả, thì đem về đây cho tao."

Tên đầy tớ vâng lời, bắt lợn giết, và lấy cái lưỡi đem vào hầu chủ.

Mấy hôm sau, người chủ muốn thử tên đầy tớ, lại bảo nó đi làm thịt con lợn khác và dặn rằng: "Xem có cái gì không ngon hơn cả thì đem vào."

Tên đầy tớ làm lợn xong, lại đem cái lưỡi vào cho chủ.

Người chủ hỏi: "Thằng này láo! Sao lần này mày lại đem lưỡi vào cho tao như lần trước?"

"Thưa ông, cũng một cái lưỡi, khi tử tế ra thì không có gì tốt cho bằng, nhưng khi độc ác, thì lại không có gì xấu cho bằng."

Lợn có biết nói không nhỉ? Nói gì được! Chỉ có con người mới biết nói. Loài vật, kể cả loài linh trưởng, đâu có... láo lếu được như con người. *Quốc Văn Giáo Khoa Thư* là sách dậy cho con trẻ nên người. Chẳng lẽ lại đi cắt cái lưỡi người để dậy trẻ? Con ủn ỉn được đưa ra làm... bung xung. Lưỡi lợn được... nhân cách hóa! Ai bảo các cụ Trần Trọng Kim, Nguyễn Văn Ngọc, Đặng Đình Phúc, Đỗ Thận không thâm?

Cái miệng hợp lực với cái lưỡi phát ra tiếng nói. Đó là hai “nhân vật” chính. Phụ vào còn thanh quản, làn hơi... Phụ nhưng ép phê lắm. Không có thanh quản, khào khào liền. Không có làn hơi, có ghé sát tai vào cũng chẳng ra ngôn ngữ. Ngôn ngữ là ký hiệu chung của một tập thể con người, thường là một quốc gia. Những thanh âm phát ra đã được gán cho một ý nghĩa. Đồng ý chung với nhau về cái nghĩa đó, ngôn ngữ trở thành một thông tin giữa con người có chung một ngôn ngữ với nhau. Khác luồng thông tin, ngôn ngữ đâm ra... bơ vơ, chẳng có ý nghĩa gì cả. Muốn hiểu được nhau, người ta cần phải có người thông dịch.

Một nhà văn Mỹ đến nói chuyện tại một trường Đại Học ở Nhật Bản. Vì ngôn ngữ bất đồng nên phải cần tới một thông dịch viên. Nhà văn kể một mạch một truyện vui khá dài rồi ngưng lại để anh thông ngôn làm việc. Diễn giả rất ngạc nhiên trước việc anh ta chỉ nói có vài câu mà tất cả sinh viên đều cười ồ lên. Lúc kết thúc bài nói chuyện, nhà văn cảm ơn anh chàng thông dịch viên vì đã dịch rất giỏi. Ông hỏi :

“ Làm thế nào mà chỉ cần vài lời thôi anh đã chuyển cả một câu chuyện cười dài như vậy sang tiếng Nhật?”

Anh chàng thông dịch viên tự hào :

“ Tôi không thuật lại câu chuyện mà chỉ nói với họ là ông vừa kể một truyện cười và đề nghị cả hội trường cười to lên!”

Cái anh thông dịch viên này... ma lanh! Thua xa mấy anh chị thông dịch đứng đắn đàng hoàng, Như những thông dịch viên tại trụ sở Liên Hiệp Quốc ở Nữu Ước. Tôi đã có lần vào nghe lóm một buổi Đại Hội Đồng Liên Hiệp Quốc họp tại trụ sở này. Mấy anh chị thông dịch thật dễ nể. Mấy ông bà chức sắc, đại diện hơn một trăm quốc gia, tranh luận gay gắt đến như... cãi lộn. Qua chiếc máy nghe, các thông dịch viên cũng... cãi lộn! Họ cũng lên bổng xuống trầm, cũng năng nổ, cũng hùng hồn, cũng bỏ nhẹ, cũng giận dữ, cũng thiết tha chẳng kém gì nhân vật mà họ đang... núp bóng! Nhìn vào cử chỉ như... đóng tuồng của các chính khách, nghe giọng thông dịch, thấy y như được nghe chính các chính khách ấy đang nói thứ ngôn ngữ mình đang nghe. Nếu cần đập bàn đập ghế, các thông dịch viên cũng đập như ai! Cái miệng họ là cái miệng cho mượn, nhưng cho mượn một cách... trọn vẹn!

Từ thứ tiếng này qua thứ tiếng khác, không hiểu nhau, đã đành. Cùng nói một thứ tiếng mà cái tai của người này vẫn có thể làm ngơ với cái miệng của người kia. Thế mới... chia rẽ. Cố ý làm ngơ, không kể. Đó là một thái độ! Nhưng lắng nghe, cố nghe mà vẫn như vịt nghe sấm, cái đó mới phiền hà!

Tháng 7 năm 1954, hiệp định Genève chia đôi đất nước được ký kết, hơn một triệu dân chúng miền Bắc đã bỏ phiếu bằng chân không chấp nhận sống chung với Cộng sản. Trong hơn một triệu người đó, có một thằng nhỏ là tôi. Chân ướt chân ráo tới Saigon, gia đình tôi trú ngụ tạm thời tại nhà ông bác tôi trên đường Lê Thánh Tôn, ngay sát chợ Bến Thành. Sáng đầu tiên trên đất... khách, vừa ló đầu ra cửa, tôi đụng ngay một đám cãi lộn ngay bên hông chợ. Hai chị bán hàng tranh cãi mù mịt khói lửa, người đứng chung quanh hào hứng sẵn sàng châm thêm dầu. Tôi há miệng đứng coi như đang xem phim nói tiếng ngoại quốc không có phụ đề. Đôi tai tôi... bơ vơ. Có lắng nghe đó nhưng chẳng hiểu gì ráo trọi! Vậy mà cũng tò mò đứng vểnh tai cho tới khi... hạ màn. Quay trở vào nhà, ông bác tôi hỏi họ cãi lộn chuyện gì vậy? Đành phải thú thật nghe mà không hiểu gì cả làm cả nhà được một trận cười vui do thằng cháu Bắc kỳ di cư ngây ngô trình diễn!

Năm 1985, tôi bỏ phiếu thêm một lần nữa. Lần này lá phiếu đưa tôi tới một... trận địa ngôn ngữ. Cuộc tranh chấp giữa tiếng Anh và tiếng Pháp. Đúng ra là anh thiểu số tiếng Pháp... đòi quyền sống. Thành phố Montréal nơi tôi ngụ cư, người dân phần lớn nói được cả hai thứ tiếng nhưng hai thứ tiếng luôn luôn... háy nguýt nhau. Nói tiếng Pháp ở khu Anh hay nói tiếng Anh ở khu Pháp phiền hà lắm. Cái mặt mình lúc nào cũng là mặt lạ. Ngôn ngữ, sao nó hại nhau kỹ thế! Hại nhau từ ngoài đường vào tới trong nhà. Vào tới nhà, lại thêm một cuộc tương tranh nữa. Anh tiếng... mẹ đẻ nhẩy vô!

Trẻ em ở tỉnh bang Québec hầu như bị bắt buộc phải học bằng tiếng Pháp ở bậc Tiểu Học và Trung Học. Lên tới Cao Đẳng (gọi là CEGEP) mới được... tung tăng. Muốn Anh thì Anh, muốn Pháp thì Pháp. Sau hai năm Cao Đẳng, lên Đại Học cũng... rứa. Về nhà, trong các gia đình di dân tỵ nạn, ngôn ngữ được dùng thường là tiếng mẹ đẻ, thứ ngôn ngữ tình cảm mà các bậc cha mẹ thường nhiệt thành gìn giữ. Theo cuộc thăm dò các em dưới 24 tuổi ở Montréal do *Association of Canadian Studies* thực hiện mới đây thì các trẻ em di dân thường dùng tiếng mẹ đẻ trong nhà. Mạnh nhất là trẻ em Do Thái 95%, thứ nhì là trẻ em Nga 90%, thứ ba là trẻ em Việt Nam 89%. Yếu nhất là trẻ em Ý 32%.

Ngôn ngữ chẳng phải chỉ gây phiền hà cho con người mà còn ảnh hưởng tới... chó tuy chó chỉ biết nghe mà không biết nói. Anh Yvan Tessier, 39 tuổi, người gốc Pháp, cư ngụ tại Montréal, khiếm thị, có nuôi một chú chó dắt đường. Tháng 3 vừa qua, anh nhận được học bổng để đi học một khóa tiếng Anh cấp tốc trong 5 tuần lễ tại trường Đại Học New Brunswich, một tỉnh bang kế cận với tỉnh bang Québec. Dĩ nhiên anh phải mang chú chó dắt đường đi theo. Nhưng trường Đại Học này bắt buộc đi học tiếng Anh thì chỉ nói tiếng Anh kể cả việc ra hiệu lệnh cho chó. Khổ một điều là chú chó này được huấn luyện bằng tiếng Pháp nên chỉ có thể hiểu được những lệnh bằng tiếng Pháp. Nhà trường không chịu, bắt anh Yvan phải tập cho chó nghe tiếng Anh! Làm chi nổi! Ngày 4 tháng 7 vừa qua, anh tới trình diện nhập học nhưng bị từ chối. Anh bèn kiện lên tới Ủy Ban Nhân Quyền ở New Brunswich vì tội... kỳ thị của nhà trường!

Chó đã sa chân vào vòng ngôn ngữ như vậy, mèo còn vất vả hơn. Ông anh tôi được ông hàng xóm đi nghỉ hè nhờ coi chừng dùm nhà. Ừ lì như cái nhà thì xong ngay nhưng trong nhà có một chú mèo cần phải chăm sóc, cho ăn uống. Khi ông anh tôi mở cửa nhà để thể hiện tình hàng xóm, chú mèo thấy người lạ bèn vênh râu lên... kỳ thị! Ông anh tôi cho tới luôn. Ông ra lệnh cho chú mèo bằng tiếng Việt! Chú mèo trơ mắt... xanh lên nhìn thách đố. Chú đâu có biết tiếng ngoại quốc! Ông anh tôi phải... tránh mèo chẳng xấu mặt. Ông đành phải dùng tiếng Pháp nói với... mèo tây. Ông anh tôi vốn người ít nói nên không tiết lộ là trong thời gian... nuôi mèo có lên cơn... ái quốc lần nào nữa không, nhưng chỉ vài ngày sau khi ông hàng xóm trở về, chú mèo... chuyển sang từ trần! Chẳng lẽ mèo chết vì... ngôn ngữ! May, bác sĩ thú y sau đó xác nhận là mèo chết vì bệnh thận. Thận thì liên quan quái gì tới ngôn ngữ!

Mới có ba cái ngôn ngữ đã loạn cả lên. Vậy mà thế giới có tất cả 6800 ngôn ngữ hiện còn... khỏe mạnh. Loạn xà ngầu là phải! Mỗi tiếng nói có một cuộc sống riêng. Có những tiếng nói càng ngày càng vươn lên, có những tiếng nói cứ teo lại, có những tiếng nói... tạ thế! Người ta ước đoán rằng, tới cuối thế kỷ thứ 21 này, sẽ có thêm một nửa số ngôn ngữ hiện nay sẽ... qui tiên! Chẳng hạn như ngôn ngữ *Middle Chulym* nay chỉ còn một nhóm rất nhỏ người dân sống trong một thị trấn bó hẹp trong vùng Sibéria dùng. Tất cả số người này nay đã trên 45 tuổi. Họ đang hòa nhập với cộng đồng ngôn ngữ Nga và có khuynh hướng bỏ rơi tiếng mẹ đẻ. Một khi số người nhỏ nhoi này chết đi hoặc hoàn toàn hòa nhập với tiếng Nga, ngôn ngữ *Middle Chulym* cũng sẽ mất dấu!

Ngôn ngữ có diệt nhưng cũng có sanh, tuy số sanh không ăn thua gì với số diệt. Những thứ tiếng đang thống trị thế giới hiện nay như tiếng Anh, tiếng Tây ban Nha, tiếng Trung Hoa lại trở nên biến hóa và phức tạp hơn. Theo David Lightfoot, một nhà nghiên cứu ngôn ngữ tại Đại Học Georgetown, Hoa Kỳ, thì cuối cùng có thể sẽ có những ngôn ngữ mới ra đời từ sự biến hóa này. Thí dụ như tiếng Trung Hoa đang biến dạng khá nhanh và nhiều khi trở nên khó hiểu ngay trong những cộng đồng còn nói tiếng Trung Hoa. Khi nào cùng nói một thứ tiếng nhưng cộng đồng này không hiểu được cộng đồng kia thì một ngôn ngữ mới bắt nguồn từ tiếng Trung Hoa sẽ được khai sinh.

Chúng ta nói tự nhiên như chúng ta thở. Chẳng có chi phải... vấn. Nhưng những người không được may mắn như những người bị câm hay bị tật, nói là một vấn đề. Hoặc họ không phát âm được hoặc họ phát âm một cách thiếu sót.

Một đàn thằng ngọng đứng xem chuông
Chúng bảo nhau rằng: ấy ái uông!

Giọng thơ bỡn cợt của Hồ Xuân Hương nghe ra như... việt vị. Nó thiếu sự thương cảm làm cho người ta có cảm tưởng nhà thơ là một người... ác! Cũng đề cập tới nỗi đau lòng của những người bị tật, tôi tâm đắc với nhà văn Ngô Nguyên Dũng hơn. Trong truyện ngắn *Về Trước Hăm Ba Tháng Chạp*, ông kể chuyện chị Tuyến : *"Chị Tuyến bị khẩu tật bẩm sinh. Bù lại, chị có một nhan sắc rực rỡ. Tịnh luôn có cảm tưởng là đứa được chị thương chiều nhất nhà, vì Tịnh là người duy nhất hiểu được ngôn ngữ của chị Tuyến. Hai chị em thường trò chuyện với nhau, chị Tuyến bằng thứ tiếng tật nguyền, Tịnh bằng cách phát âm chậm, lớn và uốn lưỡi ra điệu... Một lần Tịnh bắt gặp chị ngồi khóc bên gốc ổi già, cạnh giếng nước. Hỏi tại sao khóc, chị ấp úng :*

" Úng... úng ó oị ị à on âm." (Chúng nó gọi chị là con câm)

Tịnh vuốt vai chị không biết phải an ủi sao. Những lúc cùng chị Tuyến ra chợ, Tịnh thoáng nghe đôi lời nhạo báng gần như miệt thị của vài người, trong đó có đứa là công an xóm. Chúng tới tiệm mua đồ, còn mở lời trêu ghẹo, bị chị Tuyến điểm mặt mắng : "U ắm, ơ ắm." (Ngu lắm, dơ lắm.). Dù không hiểu, nhưng nhìn vẻ mặt băm bằm, cau có của chị Tuyến, chúng biết đó là lời mắng, xua tay cười nham nhở: "Con câm đẹp mà dữ quá." Chị Tuyến vùng lên, thẳng tay đuổi thằng công an ra khỏi tiệm. Tịnh chạy ra, nắm bàn tay chị, gấp lại ngón trỏ xỉa xói giận dữ. Tay chị không còn hơi mát dìu dịu của ngày xưa."

Tiếng nói chẳng phải chỉ là một phương tiện giao tiếp mà nó còn là... nhân cách nữa. Cách chúng ta nói, cách chúng ta dùng chữ sẽ cho người khác biết về con người chúng ta. Với những người đẹp, tiếng nói cũng phải... đẹp. Nguyễn Du , khi tả nhan sắc của Thúy Vân, cũng cẩn thận tả cả tiếng nói.

Vân xem trang trọng khác vời
Khuôn trăng đầy đặn nét ngài nở nang
Hoa cười ngọc thốt đoan trang
Mây thua nước tóc, tuyết nhường mầu da.

Thiếu nữ Hà Nội ngày nay không được như Thúy Vân mặc dù có những nàng cũng hoa nhường nguyệt thẹn ra gì. Đầu năm 2002, tôi trở về Hà Nội lần đầu sau gần nửa thế kỷ rời bỏ nơi chôn nhau cắt rốn. Điều làm tôi sững sờ là những người đẹp Hà Thành không còn thứ tiếng nói kinh kỳ ngày xưa. Được khuôn mặt nhưng không được cái miệng. Những cái miệng đã làm cho một người Hà Nội trở về Hà Nội phải bâng khuâng hụt hẫng. Giá tôi đừng trở về!

09/2004

PHÔN TAY

Buổi tối, chúng tôi, một nhóm người viết lách ở Montreal ngồi nhâm nhi cà phê ở *Al Van Houtte*, lang bang chuyện kim cổ, chuyện xa gần, chuyện trời trăng, chuyện viết lách với nhà văn Nam Dao, từ Quebec lên chơi. Tiếng điện thoại di động reo. Tôi bắt phôn. Xong. Nam Dao nhìn tôi, với nụ cười tinh quái như chế giễu. *Các ông dại quá đi mất, ôm cái cục nợ đó vô người thì chẳng còn một xó xỉnh riêng tư nào cho mình nương thân nữa!* Tôi cười vớt vát. *Nhưng mà nó tiện lắm, ông ạ!*

Tiện, ai cũng phải công nhận như vậy. Lúc nào người thân, bạn bè, khách hàng cũng ở trong túi mình. Lỡ có xảy ra chuyện gì, ới ông 911 cũng dễ. Nhưng chỉ có tiện thôi sao? E rằng không chỉ như vậy! Dắt cái điện thoại di động trong người như đeo một chiếc đồng hồ đắt giá, một chiếc nhẫn hột xoàn, một cái cà vạt loại sang... Nó là một món đồ trang sức! Trong tiệm ăn, ngồi vào bàn, chưa mở thực đơn đã vênh mặt dằn chiếc điện thoại trên bàn. Tới chỗ đông người, chiếc điện thoại lắt lẻo trên bụng, nó có reo hay không, không cần. Chỉ cần nó kéo được những cặp mắt ngưỡng mộ của người khác. Nhưng nếu nó reo thì vui hơn. Nhất là khi nó hớn hở mang giọng nói của người mình đang mong chờ tới thì... nhất.

Sương rơi thút thít ngoài hè
Lòng anh rấm rức quá nè, chẳng sai
Cái phone trở chứng ba gai
Nằm im dấu mỏ mặc ngày qua nhanh
Cái phone chẳng hiểu lòng anh
Không reo một tiếng thiệt đành đoạn ghê.

(Quan Dương)

Nhiều khi cái phôn có làm thinh thì cũng làm như nó đang hét toáng lên. Kê điện thoại lên tai, nói năng ồn ào, như nói cho người chung quanh chứ không phải nói cho chiếc điện thoại nó chuyển đi. Thời vàng son đó bây giờ qua rồi!

Điện thoại cầm tay bây giờ như lá mùa xuân. Tràn đầy. Hình như người nào cũng dắt bên người chiếc máy biết la này, trừ ông Nam Dao. Theo ông Jorma Ollila, Chủ Tịch kiêm Giám Đốc Điều Hành của *Nokia*, thì tới năm 2008, thế giới sẽ có 2 tỷ người dùng phôn tay, và tới năm 2015 thì con số này leo lên tới 4 tỷ, một nửa dân số thế giới! Sao nó leo nhanh như vậy? Đó là nhờ giá cả càng ngày càng rẻ. Theo Rich Templeton, Giám Đốc Điều Hành của công ty sản xuất *chip* cho điện thoại di động *Texas Instruments*, thì không bao lâu nữa, người ta sẽ có một chiếc điện thoại di động có thể chụp hình và có thể truy cập được *internet* với giá 50 đô Mỹ. Ngay bây giờ nhiều hãng đã cho không khách hàng máy điện thoại nếu thuê đường dây trong khoảng từ 1 năm đến 3 năm. Càng thuê dài hạn thì càng được biếu không máy điện thoại thứ xịn hơn. Thị trường điện thoại di động đang nóng khủng khiếp. Để cạnh tranh nhau, có hãng còn sẵn sàng đổi miễn phí điện thoại cũ của hãng khác lấy điện thoại mới của hãng mình. Tôi khoái cái vụ này lắm. Bởi vì cái điện thoại cũ của tôi, một cục, ném chó chó chết, tự nhiên biến thành cái điện thoại mới, gọn ghẽ, màn ảnh màu, đèn xanh đèn đỏ chớp tắt đến chóng mặt, mà chẳng phải móc túi chi thêm một xu nào cả. Đã điếu hết sức!

Điện thoại di động bây giờ bèo như vậy nên chẳng lo mất điện thoại nữa. Ngày trước, (chỉ mấy năm trước chứ có bao xa!) quên điện thoại trong xe hơi là có nhiều phần cửa xe bị đập. Bây giờ quên điện thoại ở đâu quay lại vẫn thấy "chàng" ngoan ngoãn nằm yên vị chờ chủ nhân tới tìm lại. Tuy vậy, điện thoại rơi vãi nơi công cộng không phải là không gây ra những chuyện làm há hốc miệng người chung quanh.

Năm ông có mặt trong phòng tắm rửa và thay quần áo sau một buổi chơi *golf*, bỗng tiếng reng vang lên từ một chiếc điện thoại di động trên một băng ghế trong phòng. Một ông vội nhấc điện thoại lên.

- Allô

- Cưng đó hả? Em đây. Anh đang ở hội quán sân *golf* phải không?

- Ừ!

- Hay quá! Em đang ở trong khu thương xá cách sân *golf* có vài khu phố. Em thấy một áo khoác bằng da rất đẹp. Anh à, cái áo trông thật dễ thương! Em mua được không anh?

- Bao nhiêu vậy?

- Chỉ có 1000 đô thôi!

- Một ngàn đô à? Được! Em cứ mua nếu em thích!

- Anh à! Em cũng có ghé qua đại lý xe Mercedes, họ đã trưng bày những kiểu xe 2005 rồi anh ơi. Em thấy một chiếc mà em rất thích. Em nói chuyện với anh chàng bán xe và họ cho một cái giá thật rẻ... Và bởi vì mình cần đổi chiếc BMW mua năm ngoái...

- Họ cho giá bao nhiêu hả em?

- Chỉ có 60 ngàn đô thôi!

- OK, nhưng mà với giá đó anh muốn có đủ mọi *option* trong xe.

- Anh đừng lo, em biết tính anh rồi. Cái gì cũng phải nhất mới chịu! À, mà còn một việc nữa...

- Gì nữa em?

- Em vừa coi trương mục của mình, còn khá tiền anh ạ. Sáng nay em gặp ông *courtier* quen. Ông ấy giới thiệu với em căn nhà ở khu Mont Royal. Nhà lớn , đẹp, có hồ tắm phía sau... Anh nhìn thấy phải mê liền.

- Giá bao nhiêu vậy em?

- Chỉ có nửa triệu thôi! Thật rẻ anh ạ!

- Vậy thì em còn chần chờ gì nữa! Nhưng nhớ phải trả giá một chút nhé!

- Được rồi, cưng... Cám ơn cưng nhiều! Em sẽ gặp lại cưng tối nay nghe! Em yêu anh lắm!

- Anh cũng yêu em lắm!

Người đàn ông tắt và gấp máy điện thoại lại trong khi các ông khác nhìn ông với những cặp mắt kinh ngạc đầy vẻ thán phục. Ông giơ cao chiếc máy lên và hỏi. "Các ông có biết ai là chủ nhân của chiếc máy này không?"

Tại Việt Nam, điện thoại di động chạy đầy đường. Anh chị nào cũng kè kè bên người lấp lánh. Cửa hàng bán thẻ xử dụng điện thoại cũng đầy phố. Xó xỉnh nào cũng thấy. Hình như điện thoại di động bên đó chỉ xài toàn thẻ không thì phải. Không có lối xài bao hàng tháng như bên đây. Giá một chiếc điện thoại còn khá mắc. Ông bạn tôi giúi cho tôi chiếc điện thoại trông khá đẹp và thanh. *Ông giữ kỹ nhé, đừng lơ là kẻo bị giật đó, bên đó chắc chẳng ai thèm, nhưng bên đây, tôi mua nửa xín đấy ông ạ. Tôi nói tiền đô Mỹ đó!* Bỗng nhiên phải ôm một cái gia tài nho nhỏ đi nhung nhăng ngoài đường, tôi ngại. Ông bạn tôi trấn an. *Không sao! Tôi có cái mới đây rồi, bà xã tặng hôm sinh nhật tôi, cái này chụp hình được, ông quay mặt vô đây. Chụp nhé! Cũng hơi đắt. Bảy trăm ông Hoa Thịnh Đốn đấy ông!* Ở cái đất nước cửa đóng lâu ngày quá nên tối tăm, mới mở cửa nên còn chói ánh mặt trời, anh nào cũng say ánh nắng. Trên chuyến máy bay của Hàng Không Việt Nam từ Hà Nội vào Sài Gòn vừa đáp xuống phi trường Tân Sơn Nhất, đang chạy trên phi đạo, tiếng cô tiếp viên trên máy phóng thanh yêu cầu hành khách đừng mở điện thoại di động cho tới khi máy bay ngừng hẳn. Tiếng cô chưa ngừng thì có tới quá nửa số hành khách đã kê điện thoại vào miệng, nói ồn ào như một cái chợ vỡ. Tôi nhìn quanh, hình như họ đều là những người có quyền thế cả. Đi máy bay, không cán bộ thì cũng thương gia thứ bự!

Xài điện thoại tay ở Việt Nam là "khẳng định" chính mình. Điện thoại phải xịn đã đành mà số điện thoại cũng phải đẹp. Một ông tên là Toản ở phố Giảng Võ, Hà Nội, đã nói với phóng viên báo chí. *Đây là lần thứ bảy tôi thay số điện thoại, hết Vina, Mobi, Cityphone, bây giờ thì chuyển sang S-Phone. Tôi sẵn sàng bỏ ra một khoản tiền kha khá để có được một bộ tứ quý 8!* Thế nào là số đẹp? Có thể hiểu là những số dễ nhớ, hoặc những số được giới làm ăn hay những người mê tín quan niệm sẽ mang lại cái hên, sự thuận lợi cho họ. Số đẹp, theo một anh tên Hưng, cũng dân Hà Nội, là số 8. Nó mang lại cho anh sự may mắn trong công việc. Anh thường lang thang trên *internet*, lùng sục các đại lý điện thoại lớn để rình con số như ý.

Một bộ tứ quý 8 có bốn số chót là 8888 có giá từ 10 đến 25 triệu đồng! Cửa hàng Vân Yến trên phố Hai Bà Trưng, Hà Nội, lúc nào cũng tấp nập người vào mua số đẹp. Họ lập hẳn một bản danh sách dài hàng vài trăm số của 4 mạng *Vinaphone, Mobiphone, S-Phone* và *Cityphone* để khách lựa chọn. Tùy theo túi tiền, khách có thể chọn tứ quý hay bộ tam, số tiến hoặc số lặp... Đắt giá nhất vẫn là bộ tứ quý 8, người mua phải đặt trước vài tuần mới có! Công ty *Fonprimex* ở đường Nguyễn Công Trứ, Hà Nội, còn chủ động sưu tầm các bộ số đẹp để bán với giá cao. Loại số VIP thường để dành biếu các sếp, loại số đẹp thì dân buôn bán hoặc dân lắm tiền của chi ra vài chục triệu là... chuyện nhỏ!

Dân xài điện thoại di động ở Việt Nam được liệt vào loại sành điệu. Như ở các nước Á Châu khác.Theo một nghiên cứu của hãng *Strategy Analytics* (Mỹ) thì phần lớn máy điện thoại di động có gắn máy chụp hình được tiêu thụ ở các nước Á Châu. Trong năm 2003, trung bình cứ 6 máy điện thoại di động bán ra thị trường thì có 1 máy có gắn máy bộ phận chụp hình, nhiều gấp 5 lần so với năm 2002. Tổng số máy có gắn bộ phận chụp hình được sản xuất trong năm 2003 là 520 triệu và dự đoán trong năm 2004 là 580 triệu máy. Trong khi đó, máy chụp hình thứ thiệt chỉ bán được 49 triệu máy trong năm 2003!

Điện thoại di động có gắn bộ phận quay phim đang... động đậy dữ tại Bắc Mỹ. Người ta mang máy vào rạp chiếu bóng trong các buổi chiếu ra mắt trước hoặc trong các xuất chiếu đầu tiên, quay đầy đủ bộ phim mới tinh, bỏ vào *computer* tu chỉnh lại, rồi in ra thành DVD bán với giá rẻ mạt trên đường phố. Với cung cách "ăn cắp" này, phim *The Hulk* mới đây đã được bán ngoài phố ba tuần trước khi chính thức được trình chiếu tại các rạp chiếu bóng! Các nhà sản xuất phim đã "rào giậu" sau khi đã bị mất bò. Vào rạp hát bây giờ, bạn có thể bị kiểm soát như trước khi lên máy bay ở phi trường. Họ tìm các máy thu hình tí hon hoặc điện thoại di động có gắn bộ phận quay phim. Ngoài ra còn có những "thám tử" được trang bị các máy dò tìm tối tân núp trong bóng tối hoặc sau màn ảnh tìm ra các máy quay đang hoạt động. Chuyện này ở Việt nam thuộc loại... xưa rồi Diễm! Trong chuyến về Việt Nam đầu năm 2003, tôi đã mua được ngay tại Khu Chợ Cũ cuốn phim *Người Mỹ Trầm Lặng* với giá hai chục ngàn (khoảng hơn 1 đô Mỹ) được quay trộm theo kiểu này trong khi các rạp chiếu bóng tại Saigon và Hà

Nội còn đang chiếu. Ai bảo dân Việt mình chậm tiến?

Các nhà nghiên cứu tại Đại Học *Carnegie Mellon* ở Pittsburg, tiểu bang Pennsylvania mới sáng chế ra được điện thoại *Sensay* có thể kiểm soát các cuộc gọi tùy theo tâm trạng người xử dụng. Thiết bị hiện đại này, ngoài điện thoại, còn đi kèm với một chiếc hộp đeo vào cánh tay hoặc giây lưng, có gắn cảm ứng. Các nhà nghiên cứu đã nạp sẵn cho chương trình 4 trạng thái cơ bản của người xử dụng: bận và không muốn làm phiền, đang hoạt động, nhàn rỗi và bình thường. Trong tương lai, sẽ có thêm thiết bị phát hiện ánh sáng cho biết vị trí của máy điện thoại, trong cặp hay trong túi quần chẳng hạn, và thiết bị xác định tốc độ cho biết người dùng đang đi bộ, chạy hoặc đứng yên!

Điện thoại di động lềnh khênh như vậy, khi nó... qui tiên thì chôn nó ở đâu? Trung bình một điện thoại di động xài được 18 tháng thì... quăng nó vào kho. Cái xác chết kim loại này bao gồm chì, đồng, *cadmium* và nhiều độc chất cho môi trường khác. Vứt chúng như vứt rác đâu có được! Ở bên Anh và một vài nước Âu Châu, người ta đã tính trước rồi. Khi bán ra thị trường một điện thoại di động hay các thiết bị điện tử khác, họ đã kèm theo một chứng chỉ... tái sinh rồi. Chi phí của việc tái sinh này đã nằm trong giá bán khi ta mua máy. Chi phí này được gọi là "chi phí điều hành cuối đời"! Ở Bắc Mỹ chúng ta, không có thứ chi phí... dọn dẹp này. Vậy mà mỗi năm chúng ta thải ra khoảng 130 triệu máy điện thoại di động!

Ở Quebec, Hội Nữ Hướng Đạo Quebec có chương trình thu hồi lại những máy điện thoại di động cũ. Họ lập ra những địa điểm thu hồi để tiện lợi cho người tới cho. Xong đem bán cho các cơ xưởng tái tạo ở Mỹ. Mỗi máy họ thu vào quỹ được 4 đô. Cơ xưởng tái sinh phân loại, cũ và cổ quá thì tháo ra để... *rì xai*, máy tương đối còn xài được thì tân trang lại rồi đem bán cho các nước đang phát triển ở Á Châu, Phi Châu, Trung Mỹ...

Ở Toronto có tổ chức *Future Plumding* chuyên giúp các hội từ thiện thu hồi các điện thoại di động để bán cho một công ty ở Michigan. Công ty này cũng phân loại và xử lý những điện thoại cũ này. Khoảng 80% có thể mang bán lại được. Một chiếc máy còn tốt, loại xịn, có *camera*, có thể bán được tới 80 đô! Một số máy được gài thêm số 911 và cho không các nhà tá túc dành cho các phụ nữ bị ngược đãi.

Điện thoại di động cho các phụ nữ bị ngược đãi là điều hay, nhưng nó cũng là điều không hay cho các đấng mày râu bị... ngược đãi!

Điện thoại di động của anh chồng reng.

- Allô!

- Anh đấy à? Chiếc xe của em đề không nổ, anh có thể về coi cho em được không?

- Em nghĩ anh là ai vậy? Anh không phải thợ sửa xe!

Một lúc sau, điện thoại lại reo.

- Anh có thể về nhà được không? Cái TV bị hư chẳng có hình gì hết trơn!

- Này, cô nghĩ tôi là ai vậy? Tôi không phải thợ sửa chữa TV đâu!

Buổi trưa, cô vợ lại phôn phàn nàn về cái cửa bị kẹt không khóa được. Anh ta bực tức gào vào điện thoại.

- Cô làm phiền tôi quá! Cô nghĩ tôi là ai vậy? Tôi không phải là thợ mộc!

Buổi tối, anh chồng về nhà, cô vợ cho biết đã nhờ ông hàng xóm sửa được tất cả. Anh chồng hỏi.

- Ông ta có đòi tiền công không?

- Ông ta đề nghị rằng hoặc là em nấu cho ông ấy một bữa ăn, hoặc lạ "chiều" ông ta một tí!

- Thế cô đã nấu cho ông ấy ăn món gì?

Lần này thì đến lượt cô vợ giận dữ. Cô la lên.

- Anh nghĩ tôi là ai vậy? Tôi không phải là đầu bếp!

04/2004

PHỞ

Tôi không ăn phở. Tôi theo đạo phở. Đạo của tôi lang bang lắm vì ông thần phở vốn là một vị thần lang bang. Phở xuất phát ở Hà Nội từ hồi nào, sử sách không thấy ghi. Có lẽ sự ra đời của các vị thần đều kỳ bí cho dễ được chúng sinh nể sợ. Chỉ biết ông thần phở là một ông... cơ hội. Thấy người ta lang bang, ông cũng lang bang theo. Ông theo dân Hà Nội di cư vào Nam, ông theo dân Việt di tản ra khắp cùng thế giới. Chỗ nào có người Việt là có phở. Mà có phở thì chẳng cứ gì con rồng cháu tiên mà dân nước nào cũng... thần phục. Phở không còn là *Soupe Tonkinoise* hay *Vietnamese Beef Noodles Soup* mà đã hiên ngang được dân quốc tế gọi ngay tên cúng cơm. Danh từ "phở" đã chễm chệ trong các tự điển, trong các thực đơn nhà hàng, trong các sách dậy nấu ăn...

Tây đầm đã uốn giọng "pho"!

Phở lang bang nên cách hóa thân cũng lang bang. Phở bò, phở gà, phở áp chảo, phở tái lăn... Mỗi loại lại có nhiều phiên bản khác nhau. Tùy từng thời người ta đã cho phở đi với cà rốt thái nhỏ, phở ăn đệm với đu đủ ngâm dấm hoặc cần tây, phở húng lìu, phở đậu phụ... Láo lếu! Ông Nguyễn Tuân ông ấy giận. Phở, theo Nguyễn Tuân, chỉ là phở thịt chín. Cho thịt tái vào cũng hỏng. Huống chi những thứ bá láp khác. Phở, từ khi di cư vào Nam, còn bị cho giao du với giá sống, giá trần, các loại rau thơm, tương đen, tương đỏ. Ra tới hải ngoại, cũng rứa. Mấy thứ "ăn theo" này sống lâu được với phở có lẽ vì hợp với khẩu vị của... đạo hữu. Quen rồi. Không có thì thấy thiêu thiếu. Nhiều đạo hữu vào những tiệm phở của người Bắc "ròng" đã ngẩn ngơ vì thiếu đĩa giá sống và hai chai tương đỏ tương đen. Ông Nguyễn Tuân mà thấy cơ sự này thì phải biết! Ngay tới tôi, một đệ tử... chân truyền của phở, mà nhìn những thứ linh tinh này cũng chỉ muốn nhắm mắt.. cầu nguyện cho sự chính thống của phở. Thi sĩ thì lại khác. Nhìn đâu cũng thấy... nên thơ. Như nhà thơ Quan Dương chẳng hạn.

Tội tình chi mấy cọng rau
Sao em nỡ ngắt lấy đầu bỏ đuôi
Mà thôi. Mà cũng đành thôi
Đầu đuôi gì cũng thơm mùi tay em

Không ăn tương ớt đi kèm
Chắc là em sợ phải ghen không đành
Sợ ghen sao nặn nhiều chanh?

Hay em quá ngọt để dành chút chua?

Phở vốn lang bang nên mỗi tay nấu là mỗi loại phở, mỗi tiệm là một thứ phở. Người ta chỉ đồng ý được với nhau phở là mỗi món ăn ngon. Sáng, trưa, chiều, tối, lúc nào ăn phở cũng được. Phở ngon từ sáng tới tối. Nhưng đồng ý được với nhau thế nào là phở ngon thì chịu.

Nhà văn Vũ Bằng luận về phở ngon như sau: *"Một hàng phở ngon là một hàng phở ăn một bát lại muốn ăn hai và nếu còn sức ăn nữa thì phải ăn ba không thấy chán. Gặp phải ngày ta se mình, ngửi mùi thịt thấy sợ, hàng phở ngon vẫn có thể làm cho ta ăn ngon miệng với một bát phở chay, chỉ có bánh và nước thôi. Làm như thế mà ngon, thế mới là ngon đấy."*(Miếng Ngon Hà Nội, trang 30)

Hồi còn ở Saigon phở ngon... của tôi là phở Dậu. Thực ra cái quán phở nhỏ trong Cư Xá Công Lý không có tên, thực khách cứ theo tên chủ nhân mà đặt tên cho cửa hàng. Hỏi tại sao ngon thì tôi... bí. Tại bánh phở mềm, tại thịt thơm, tại nước dùng ngọt? Chịu. Phở ngon là một tổng hợp không thể phân tích được. Hay ngon là vì quen vị? Ăn mãi hóa quen, đâm ghiền. Người ta có thể ghiền được cả một mùi hôi nách, huống chi mùi vị phở! Ngày nay, phở Dậu vẫn còn tuy bà Dậu đã xuất ngoại. Người khai thác hiện nay là con trai bà Dậu. Ông giải thích rõ cho tôi là bà Dậu là người đầu tiên dựng nên quán phở này, sau nhường lại cho bà em. Cái bà mà thực khách chúng tôi kêu là bà Dậu thực ra không phải tên Dậu mà là em bà Dậu. Ông chủ hiện nay là con bà Dậu... chính gốc. Từ một cái quán nhỏ lợp bằng thứ tôn vá víu ngày xưa, phở Dậu ngày nay đã là một căn lầu đúc ba tầng. Thực khách tới ăn như... đi hội. Hết lớp này đến lớp khác. Trong những lần về Việt Nam mới đây, tôi vẫn quen chân lết tới phở Dậu. Vẫn được kể là ngon nhưng vị không còn là vị cũ. Hình như nó thiếu cái mềm mại của bàn tay bà Dậu... cũ. Hình như nó thiếu cái tình thân giữa chủ và khách. Tôi bỗng nhớ tới những ngày đông khách, hết chỗ, bà Dậu chỉ cho tôi vào ngồi nơi một góc bàn lổn nhổn những hành những rau trong căn phòng nhỏ bên cạnh, giữa những thùng bánh phở, những chậu xương... Chẳng cần hỏi han gì, tô phở nghi ngút khói bưng vào vẫn là tô phở thường ngày, của tôi!

Ông Vũ Bằng bảo muốn biết phở ngon hay không cứ thử nếm một chút nước phở trước khi ăn. *"Thực ra, điều quan hệ trong một bát phở là cái bánh, nhưng thứ nhứt phải cần có nước dùng thật ngọt. Bí quyết là ở chỗ đó. Và tất cả những hàng phở ngon đều giữ cái bí quyết ấy rất kín đáo, y như người Tầu giữ của, vì thế cho nên trong làng ăn phở, vấn đề nước vẫn là một vấn đề then chốt để cho người ta tranh luận. Hầu hết người ta đều nhận thấy rằng muốn có một nồi nước dùng ngon, cần phải pha mì chính. Nhưng chưa chắc thế đã hoàn toàn là phải. Thuyết cho đường nhất định là bị loại rồi. Có người cho rằng phải có nhiều đầu cá mực bỏ vào; có người chủ trương cần phải có thứ nước mắm tốt; lại có người quả quyết với tôi rằng muốn có nước dùng ngọt, không thể thoát được món cua đồng - cua đồng giã nhỏ ra, lọc lấy nước, cho vào hầm với nhiều xương ống, nhưng phải chú ý tẩy cho thật khéo, mà cũng đừng ninh kỹ quá sợ nồng"*.

Nhà văn Thạch Lam cũng cố lý giải thế nào là một tô phở ngon. *"Nếu là gánh phở ngon - cả Hà Nội không có đâu làm nhiều - thì nước dùng trong và ngọt, bánh dẻo mà không nát, thịt mỡ gầu giòn chứ không dai, chanh, ớt, với hành tây đủ cả. Chả còn gì ngon hơn bát phở như thế nữa. Ăn xong bát thứ nhất, lại muốn ăn luôn bát thứ hai. Và anh hàng phở chả phải gánh nặng đi đâu cả, chỉ việc đỗ một chỗ nhất định, cũng đủ bán một ngày hai gánh như chơi."* (Hà Nội Ba Mươi Sáu Phố Phường)

Giáo Sư Phạm cao Dương cũng mù mịt không kém: *"Nguyên liệu làm phở rất đơn giản mà cầu kỳ. Đơn giản vì nó chỉ là bột gạo, thịt bò và hành ngò. Nhưng nên nhớ là một con bò đứng cạnh đống bột gạo đang ăn một bó hành ngò thì không thể gọi là bát phở được. Và công thức nấu phở chắc chắn phải là những "bí kíp" vì nấu phở cũng không phải là pha trộn theo kiểu thuốc tây để có... chai phở nào cũng giống y chang nhau, theo một tiêu chuẩn nhất định..."*

Luận về một tô phở ngon cứ như là thầy bói rờ voi vậy. Chẳng biết đâu là bờ là bến. Hay là nó ngon vì những thứ ở ngoài tô phở?

Có gì trong bát phở trong?
Khi em khuấy đũa mềm lòng thế ni?
Em ăn đừng liếc anh chi
Hai con mắt nguýt giết người không dao.

(Quan Dương)

Quê quán của phở là Hà Nội. Phở Hà Nội là phở của những nhân vật tưởng như đã thành huyền thoại. Như phở Tráng ở Hàng Than, phở Sứt ở hàng Khay, phở Lùn, phở Cụt, phở Mũ Đỏ... Đặc điểm của phở Hà Nội là phở gánh, phở xe mới là phở ngon. Cứ dời vào tiệm là phở kém hẳn đi.

Ngày xưa đã từng, ngày nay cũng vậy. Đầu năm 2003, tôi trở lại Hà Nội sau nửa thế kỷ xa cách. Lòng vòng ở khu phố cổ, tôi được chỉ tới một tiệm phở ngon. Thực khách vòng trong vòng ngoài, chắc ngon thật! Đây là tiệm phở tái lăn, thứ phở lần đầu tôi được nghe tên. Thịt sống được lăn qua chảo, đảo sơ trước khi trút vào tô phở. Bước vào cửa là phải xếp hàng chờ trả tiền. Tiền phải trả trước rồi mới được cho vào ngồi bàn chờ. Tôi ngồi trên một chiếc ghế không lưng dựa để dọc theo vài dẫy bàn dài chiếm hết chiều ngang tiệm. Bàn ghế cũ kỹ, nhơ nhớp. Ống đũa cũng vậy. Đũa cáu bẩn, muỗm nhôm xỉn và dính mỡ. Giấy lau là giấy cuộn như giấy vệ sinh. Dưới sàn nhà giấy vứt trắng xóa nằm lẫn với vỏ chanh, cọng rau. Tô phở được bưng tới. Tô cũ và mẻ. Nước phở óng ánh mỡ. Nhìn là không muốn ăn. Ngon làm sao được?

Nhà văn Kiệt Tấn, gốc người miền Nam, đầu năm 2002 cũng tới Hà Nội, cũng ăn phở Hà Nội, tìm cái ngon của Phở Hà Nội. *"Buổi tối tôi bảo Tùng dắt chúng tôi đi ăn phở, phở Hà Nội. Phở của sĩ phu Bắc hà, phở của Thanh Nam, phở của Mai Thảo "chỉ có dân Bắc Kỳ nêm nếm là nhất!", phở của Nguyễn Tuân, phở của Vũ Bằng thì phải biết! Nhất đấy các cụ ạ. Tùng dẫn đến một trạm phở bò nổi tiếng (tên gì?) ở đường Nguyễn Du. Đóng cửa. Di tản chiến thuật về một tiệm phở gà gần đó. Bốn tô phở gà lớn, thêm một dĩa lòng gà phồn thịnh có trứng non tăng cường. Thịt gà xắt nhỏ bốc mùi thơm ngon. Không có rau riếc chi cả, ăn theo kiểu Hà Nội mà lị. Được? Ừ, thì cũng cứ gọi là được đi. Nhưng theo khẩu vị của tôi nó không sánh bằng cái phở gà di cư đường Hiền Vương thuở nào, hay cái phở gà cách tân hải ngoại*

Tây Mỹ bi giờ. Nhưng đối với khẩu vị người Hà Nội, ăn tô phở Hà Nội ngay tại Hà Nội vẫn cứ là ngon thì đã sao. Ly kỳ? Thiệt ra chẳng có gì tới mức đáng gọi là ly kỳ. Còn nhất thì nhất định là không thể nào nhất được rồi". (tạp chí Văn, Xuân Giáp Thân, 2004)

Ăn một tô phở, không ngon thì cũng bổ. Này nhé, thịt thà như thế, xương cốt như thế, bột gạo như thế, bổ từ trên xuống dưới, từ trong ra ngoài là cái chắc.

Phở là đại bổ, tốt bằng mười thuốc bắc...
Quế, Phụ, Sâm, Nhung chưa chắc đã hơn gì
Phở bổ âm dương, phế, thận, can, tỳ
Bổ cả ngũ tạng, tứ chi, bát mạch

(Tú Mỡ)

Bổ thường đi với béo. Phở bổ nhưng có phải là nhà cung cấp *cholesterol* chăng? Dược sĩ Trần Việt Hưng đã thử phân tích một tô phở cỡ *medium* ở hải ngoại và đưa ra bảng... phong thần sau:

- 600 đến 800 *calories*
- 70 đến 80 gr chất đạm
- 60 đến 70 gr chất bột

Lượng chất béo và *cholesterol* tùy theo ý thích của thực khách:

- Tái trần: 14 gr chất béo; 100 đến 120 mg *cholesterol*
- Tái gầu : 40 gr chất béo; 180 đến 210 mg *cholesterol*
- Tái nạm vè: 30 gr chất béo; 150 mg *cholesterol*

Nếu chơi thêm nước béo thì những con số trên còn... nhảy vọt hơn nữa.

Nhưng nếu chịu chơi thì quên tất cả những con số vớ vẩn

trên đi! Như lời phán của Giáo Sư Phạm cao Dương: *"Đã ăn phở thì đừng sợ chết vì cholesterol! Vì cholesterol thì để cho Mỹ nó kiêng. Ra đường...lạng quạng thì cũng đi tàu suốt. Vậy thì sợ gì cholesterol!"*

Phở... ngon chưa? *Cholesterol* mà nhằm nhò gì! Nhà nghiên cứu Phan Huy Đường còn làm tới hơn. Ông chơi luôn mỡ gầu. *"Tôi vào một tiệm phở khang trang, sạch sẽ, đủ chỗ ngồi cho khoảng 200 thực khách. Phục viên (chủ?) ra lấy order. Tôi bảo:*

- Tôi muốn kêu thêm một bát mỡ gầu, nhưng phải là mỡ gầu thật mới kêu.

- Món ấy ngon dở tùy ngày. Để tôi vào bếp xem hôm nay thế nào.

Nàng đi vào bếp một lúc, trở lại nói:

- Hôm nay ăn được.

Quả nhiên ăn được thật. Tiếp khách như thế quả là thật thà, lịch sự.

Bạn bè dắt đi lùng nhiều tiệm phở trong nhiều tiểu bang, chỉ có hai tiệm nấu mỡ gầu ăn được tuy chưa thật ngon. Mỡ gầu là một thỏi mỡ chi chít gân, rất khó nấu. Luộc quá đà, mỡ nát nhèo, hôi mùi mỡ bò, nuốt không trôi. Luộc chưa tới mức, mỡ cứng, dai, hôi, nhai không được, nuốt không trôi. Nấu đúng mức, đúng kiểu, xắt mỏng ra, những sợi gân chi chít co lại, xoăn tít, cắn vào, mỡ dòn tan, beo béo, thơm thơm, ngon tuyệt vời."

(Hợp Lưu, số 76, tháng 4-5/2004)

Phở là phở, thứ đạo càng ngày càng đông tín đồ, người mình cũng như người ngoại quốc. Chẳng cần mời chào người ta vẫn cứ tấp nập tới xin... quy y. Nó đang thẩm nhập vào những cái dạ dày còn xa lạ với những món ăn Việt nam. Nó đã và đang là Việt nam trước cộng đồng thế giới. Ông Nguyễn Văn Khoa, một khuôn mặt rất hoạt động trong Cộng Đồng Việt Nam tại nam Cali, mới đây đã cộng tác với Công Ty Quốc Việt Foods, để đẩy mạnh việc đưa các món ăn Việt nam, mà phở là một món chính, đến các trường học, bệnh viện, sòng bài và các xe *lunch*. Phở, như vậy, đã cất thêm một bước trong việc... truyền đạo. Nó sẽ là một thứ đạo ngang hàng với đạo *McDonald's* chăng? Được là cái chắc. Vì tôi tin như vậy!

08/2004

QUẢNG CÁO

Quảng cáo là chuyện chúng ta đều làm cả, dù buôn bán hay không. Này, ông đừng vơ đũa cả nắm chứ! Tôi sống một cuộc sống phẳng lặng, ai biết thì cám ơn, không biết cũng không sao, cớ chi phải quảng cáo? Ấy ông bạn, đừng nóng chứ! Trước khi bước ra khỏi cửa nhà, ông bạn mở tủ quần áo, chọn lựa bộ vừa ý nhất mặc vào người, soi gương chải đầu, cạo râu, xịt chút nước hoa, chơi chút dầu khử mùi vào những nơi cần thiết, xỏ chân vào đôi giầy hợp với thời tiết, để làm chi vậy? Để cho người ta chú ý đến mình. Quảng cáo đấy!

Mỗi tối anh ra ngoài ngồi quán
Vuốt gel anh chải đầu tém
Áo da anh sửa gọng kính
Dáng dấp anh coi như nghệ sĩ

(Đỗ Kh.)

Ông bạn đi cua đào, ngoài việc diện ra, cũng phải cười nói điệu nghệ, trình bầy một cái tôi coi cho hấp dẫn chứ. Không thì ma nào thèm. Quảng cáo đấy!

Giả dụ như ông bạn bán được món hàng là cái thân ông bạn, em gật đầu, ông bạn tiến tới, ra mắt ông bà già của em. Cũng phải "khoe" một chút. Không khoe tài thì cũng khoe của. Nói dóc thêm một chút cho vui cũng không sao. Quảng cáo đấy!

Trong nhà anh lát đá hoa,
Chân tảng đồng bạch, lợp nhà tiền trinh.
Cửa bức bàn anh lồng kính thủy tinh,
Hai bên bức thuận anh chạm tứ linh, rồng chầu.
Nhà anh kín trước, rào sau,
Tường xây bốn mặt, hơn đâu hỡi nàng?
Nhà anh vóc nhiễu nghênh ngang,
Nhiễu điều lót áo cho chàng đi chơi.
Áo nàng anh sắm đủ mười đôi,
Bộ ba áo nhiễu để mặc chơi ngày thường.
Dù nàng có bụng nàng thương,
Thì anh quyết đóng bốn thang giường gỗ lim.

(Ca Dao)

Đó là loại quảng cáo *mini*. Bán có mỗi một thứ. Bán xong là... phẹc mê bu tích. Loại quảng cáo thương mại của các vị chỉ thích đếm tiền của thiên hạ lâm ly hơn nhiều. Họ xấn xổ áp đặt bạn phải thò tay vào túi rút bóp ra đổi lấy thứ họ bán, dù bạn có cần hay không! Mở tờ báo ra, quảng cáo ngồi la liệt, trang nọ leo qua trang kia, trang bài cũng phải đeo theo bên nách vài cái quảng cáo. Thậm chí trang bìa, cái mặt của tờ báo, quảng cáo cũng dính kè kè bên hình người đẹp! Mở ti vi ra, cứ dăm ba phút lại quảng cáo. Chương trình càng hấp dẫn, quảng cáo càng nhiều. Mở cái máy thu thanh, nhộn nhịp những nhà hàng, ga ra, thuốc bắc thuốc nam, nha sĩ, bác sĩ... Lái chiếc xe ra đường, quảng cáo nằm bên phải bên trái, quảng cáo nằm trước nằm sau, quảng cáo đu theo xe chạy ngang chạy dọc đập vào mắt. Chóng mặt lắm! Đậu xe bên lề đường, khi ra lại xe, quảng cáo đã nằm chình ình trên kiếng trước. Hỗn thật! Chỗ nào cũng quảng cáo kể cả chốn tôn nghiêm.

Trong vườn hoa nhà thờ, vị linh mục đang đi dạo với một thương gia. Một giáo dân trẻ đi phía sau. Câu chuyện giữa linh mục và vị thương gia có vẻ rất hấp dẫn. Vị thương gia thầm thì:

"Năm chục ngàn đô la!"

"Không được!"

"Một trăm ngàn vậy!"

Im lặng.

"Thôi được, năm trăm ngàn được không?"

Linh mục vẫn không chịu, vị khách lắc đầu thất vọng rút lui. Anh giáo dân tiến lên rụt rè nói với vị linh mục:

"Thưa cha, nửa triệu đô la là một con số không nhỏ đâu! Sao cha lại từ chối?"

Vị linh mục buồn rầu:

"Nhưng con có biết ông ta muốn gì không? Ông ấy đề nghị cha mỗi lần đọc kinh xong, không phải kết thúc bằng tiếng *Amen* mà bằng tiếng *Cocacola!*"

Buôn bán mà không quảng cáo thì còn bán buôn gì nữa.

Thời buổi bây giờ, hữu xạ tự nhiên hương coi bộ khó. Ra một sản phẩm, phải đập vào mắt, hét vào tai, dúi vào tay người tiêu thụ. Nếu không, họ hàng nhà nhện có việc làm là cái chắc!

Ai cũng thi nhau quảng cáo thì mắt mũi nào mà biết cho hết. Ông này đập vào tai, bà kia dí vào mắt, cứ như xa luân chiến, đầu óc người tiêu thụ nào mà nhớ cho nổi. Cứ lềnh bềnh tất cả. Quảng cáo hay không quảng cáo, cũng rứa! Không phải vậy, trong một đống lúc nhúc những quảng cáo, anh nào chơi nổi, chơi trội thì ở được lâu trong đầu người tiêu thụ. Muốn nổi, muốn trội, phải cần có chuyên viên. Thế là chúng ta có những hãng chuyên môn nghĩ ra những kiểu quảng cáo mới lạ. Hình thức thế nào cho bắt mắt, nội dung thế nào cho dễ nhớ và nhớ lâu, có các chuyên viên tối ngày ăn xong là ngồi nghĩ cho các nhà thương mại. Chẳng hạn như đưa ra các người mẫu, chỗ nào ra chỗ nấy, sáng như trăng, đẹp như sao, ăn mặc đại khái cho có, cười một miếng, ngôn đôi câu. Ăn chết! Ai chẳng thích nhìn người đẹp? Giới mày râu đã đành, giới chị em cũng muốn thân cận với người đẹp cho có cảm tưởng cũng... đẹp lây. Quảng cáo nào cũng lôi người đẹp ra quay tới quay lui. Riết rồi nhàm. Mất... ép phê! Các bà các cô cứ ngày ngày ngắm nhìn những người thon thả xinh đẹp như từ thế giới khác đến đâm ra mặc cảm không muốn nhìn nữa. Mà đã không nhìn thì đâu có khoái cái sản phẩm đi kèm với người mẫu. Một cuộc thăm dò thực hiện cho Công ty mỹ phẩm Anh *Dove Firming* đã cho kết quả là 2 phần 3 phụ nữ Anh có mặc cảm sau khi xem các quảng cáo có người mẫu. Người ta vậy, mình vậy. Cũng tủi thân chứ! Công ty này bèn cho ra những quảng cáo với hình ảnh một phụ nữ như vừa kéo ở chợ ra. Trông có vẻ gần gũi hơn, thật hơn.

Hình ảnh chỉ là những thứ gây chú ý một cách chớp nhoáng. Ấn tượng đấy, nhưng dễ bị quên. Mà quảng cáo thì cần phải cho người ta nhớ lâu, ít nhất là lâu tới lúc người ta đi... *shopping*! Muốn cho quần chúng nhớ lâu, phải cần những cái quảng cáo... thông minh. Đọc quảng cáo xong, người ta thấy sảng khoái, thú vị, cười một cái, bỏ vào bộ nhớ liền một khi. Mời bạn thử... nhếch miệng với mấy cái quảng cáo này.

Một cửa hàng kính thuốc:

"Đôi mắt là cửa sổ tâm hồn. Để bảo vệ cho tâm hồn của bạn, hãy lắp kính vào cửa sổ!"

Một hãng nước hoa:

"Sản phẩm nước hoa mới nhất của chúng tôi có hương thơm rất lôi cuốn những người khác giới. Để bảo đảm an toàn cho người sử dụng, kèm theo mỗi lọ nước hoa có một cuốn sách dậy cách tự vệ và thoát ra khỏi đám đông!"

Một thẩm mỹ viện:

"Xin các bạn chớ có tùy tiện mà liếc mắt đưa tình với các cô gái xinh đẹp từ mỹ viện của chúng tôi đi ra, rất có thể cô gái ấy chính là bà ngoại của bạn!"

Khi người ta thích thú với cái ý vị, thông minh, người ta cũng dễ mở hầu bao ra. Cũng như trong giao thiệp hàng ngày, làm cho người ta mở miệng cười được là người ta dễ mở lòng ra. Thành ra, bạn nào thích đọc phiếm, rất dễ cưới vợ lấy chồng! Cũng quảng cáo đấy, quảng cáo cho..phiếm!

Quảng cáo, phải kiên trì. Cổ nhân đã có kinh nghiệm: đẹp trai không bằng chai mặt. Cứ lì ra là ăn tiền. Quảng cáo thương mại cũng phải lì. Cứ rỉ rả vào tai, cứ chớp chớp vào mắt, món hàng của mình sẽ dễ dàng chui vào trong tiềm thức của khách hàng. Vì vậy, dù sản phẩm của mình dân tiêu thụ đã nhẵn mặt, hàng năm các nhà sản xuất vẫn cứ chi ra những món tiền kếch xù cho quảng cáo. Quảng cáo, quảng cáo và quảng cáo. Quảng cáo đến chết vẫn còn quảng cáo!

Một thương gia đang nằm chờ chết, thều thào đọc chúc thư cho luật sư:

"... Có lẽ cũng phải nghĩ tới các nhân viên của tôi một chút. Hãy chia cho mỗi người làm trên 25 năm, mỗi người nửa triệu đô la..."

Luật sư ngạc nhiên:

"Nhưng hãng của ngài chỉ mới thành lập có 15 năm thôi mà?"

Vị thương gia thở hắt:

"Vâng, tôi nhớ! Nhưng cũng phải quảng cáo chứ!"

Ở Canada cũng như ở Mỹ, chúng ta đang ở vào mùa bầu cử. Bầu cử có cái vui là ra đường thấy ngay các ông lớn dành nhau ôm cột đèn, ngồi trên thân cây hoặc vắt vẻo cười trên vách tường. Quảng cáo đấy! Mà quảng cáo cật lực. Vì món hàng này dễ ôi, qua ngày toàn dân đi bầu là... rác! Bán được hình ảnh mình là bốn, năm năm ấm thân. Cũng tiền cả đấy. Vung tiền ra để bán bộ mặt mình, cuộc buôn bán danh vọng này ai cũng muốn thắng. Hai ông chóp bu Bush và Kerry trong cuộc chạy đua vào tòa Bạch Ốc đã chào hàng ra sao? Chỉ cần coi trên ti vi, nơi có những quảng cáo sống động và kéo được nhiều cặp mắt ngó vào nhất, hai ứng cử viên này đã đổ cả đống tiền vào. Chỉ trong 7 tuần lễ tranh cử sơ khởi trên 18 trong số 50 tiểu bang, hai bên đã ném sơ sơ ra khoảng trăm triệu!

Bầu cử ở Ấn độ, trong tháng tư, Thủ Tướng Vajpayee quảng cáo bằng cách gọi điện thoại tới từng nhà cử tri. Ông Vajpayee chẳng phải ba đầu sáu tay gì mới làm được như vậy. Ông chỉ cho ghi âm sẵn lời... tự khen rồi gửi tập thể tới các nhà thuê bao điện thoại. Tự quảng cáo, chưa đủ. Các ứng cử viên ở Ấn Độ còn có thói quen dựa hơi các siêu sao điện ảnh hoặc các ca sĩ nổi tiếng. Họ thuê những khuôn mặt của quần chúng này đi quảng cáo dùm. Dĩ nhiên phải trả tiền. Trả nhiều là đằng khác. Từ 50 ngàn đến 500 ngàn *rupee* một ngày. Muốn qui ra đô Mỹ, cứ chia con số trên cho 43,5 là biết liền!

Ở Nam Dương các ứng cử viên cũng... ăn theo ca sĩ. Các cuộc tuần hành vận động thường phải có các ca sĩ đi kèm mới nổi đình nổi đám. Nghe ra có vẻ giống như... sơn đông mãi võ! Ngoài ca sĩ, phải có tí ti cho dân chúng đứng coi cầm tay cho... dễ nhớ. Áo thung, banh, chai nước lọc chẳng hạn. Chắc chắn các món đồ này phải cõng tên và biểu tượng của đảng trên lưng. Ai dại gì mà cho không!

Ứng cử ở Phi Luật Tân ngày nay cũng tốn kém như... Mỹ! Muốn làm nên trò trống phải sơ sơ có trong túi khoảng gần trăm triệu đô Mỹ. Trăm thứ phải chi tiền. Thuê các hãng thăm dò dư luận, quảng cáo trên báo chí truyền thanh truyền hình, tổ chức tuần hành... Ba chục giây quảng cáo trên truyền hình cũng ngốn hết 4 ngàn đô Mỹ. Đặc điểm của cuộc tranh cử tại Phi là tặng thẻ bảo hiểm y tế cho cử tri. Có thẻ trị giá đến 700 đô Mỹ. Một mốt tranh cử khác là phải có... nhạc hiệu tranh cử. Thuê nhạc sĩ sáng tác bản nhạc này cũng vài ngàn đô như không.

Mã Lai, quốc gia Hồi Giáo, có lệ cứ cuối mỗi cuộc tuần hành tranh cử bao giờ cũng phải có buổi cầu nguyện tập thể. Nhiều tiền thì cầu nguyện ở các đại sảnh lịch sự, ít tiền thì nắm áo Đức *Mohamed* ở các sân vận động.

Ở Nam Hàn, các ứng viên muốn được các cử tri thương thì phải biết cúi đầu, hoặc trình diễn hơn, quỳ gối dập đầu xin bàn dân thiên hạ tha thứ cho những sai sót trong quá khứ. Mốt tự hạ này rất ăn khách vì nó làm mủi lòng các cử tri có lá phiếu trong tay.

Quảng cáo mang nhiều bộ mặt. Mặt nào cũng là mặt...lì! Cứ làm sao bán được hàng là xà và hết. Hàng là bộ đồ lót hay cái bản mặt của ứng cử viên cũng vậy. Quảng cáo... khó như vậy nên chắc chỉ có trí óc của con người mới nghĩ ra nổi. Đừng tưởng vậy! Con người chẳng hơn gì con gà đâu!

"Quảng cáo có một sức mạnh ghê gớm lắm ông ạ!"

"Sao ông biết?"

"Này nhé! Khi con gà mái đẻ trứng, nó kêu cục tác ầm ĩ. Còn khi con ngỗng đẻ nó lặng im."

"Vậy thì sao?"

"Cho nên trứng gà ai cũng mua, còn trứng ngỗng thì không!"

06/2004

RĂNG

Một thương... Hai thương... Ba thương... *Bốn thương răng nhánh hạt huyền kém thua.* Phải đợi tới cái thương thứ bốn trong bài ca dao *Mười Thương*, răng mới được nhắc tới. Hơi chậm! Răng phải là số một. Cứ nghĩ như thế này thì thấy. Cả một khối cơ thể con người, các ông bà bác sĩ săn sóc tuốt, chỉ trừ răng. Chỉ vẻn vẹn có tối đa 32 cái răng mà các ông bà nha sĩ thi nhau chăm chút. Cùng có cái đuôi... sĩ, cùng ăn học như nhau, mà một đằng chỉ sờ tới bộ răng cân nặng chẳng bao *gram*, một đằng phải lo toan hết từ đầu tới chân, thường phải năm bảy chục ký có dư. Thứ nào quý hơn thứ nào?

Răng có thứ tự của nó. Răng cửa, răng nanh, răng hàm... Anh răng nanh coi bộ phiền toái nhất. Anh răng cửa, nhe ra là trăm phần trăm. Anh răng hàm, nhe ra mà vẫn kín như bưng. Chỉ có anh răng nanh là ỡm ờ nửa kín nửa hở. Nếu anh răng nanh này nghịch tinh, hơi nhoài mình ra phía trước một chút thì... nhức nhối lắm! Nó thành răng khểnh. Nó mang lại cái duyên cho cả khuôn mặt. Vì vậy, các ông văn thi sĩ, khi nói tới người đẹp, cách gì cũng phải đè ra gắn cho được chiếc răng khểnh.

Mùa này là mùa mơ mùa vải
Và đúng như người ta vẫn thường nói
Con gái Hà Nội rất là xinh
Mắt xếch một mí và răng khểnh.

Ông Đỗ Kh. phân biệt đối xử. Cứ gì con gái Hà Nội mới răng khểnh. Người đẹp của ông thi sĩ xứ Huế Hoàng Xuân Sơn cũng... khểnh vậy!

sáng nay ngắm
một nụ hường
mới hay si dại
là hương của trời
chiếc răng khểnh
chiếc răng cời
là duyên bất định
để đời cho nhau

Ông Trần Doãn Nho, có thơ thẩn gì đâu, mà cũng răng khểnh một chiếc gắn cho nhân vật Hạnh của ông trong truyện dài Dặm Trường. "*...Nàng tên Hạnh, người ta không gọi là Hạnh-Lục, mà lại gọi là Hạnh-khểnh, vì nàng có cái răng khểnh, để phân biệt với ít nhất là hai cô Hạnh nữa, người thì là Hạnh-biển (dân ở biển lên) và Hạnh-nói (nói nhiều, hở cái là nói liên tu bất tận). Sau này, răng khểnh* *của nàng rụng mất, nhưng cái tên xem như đã chết, nên cứ Hạnh-khểnh."*

Răng nhô ra một hai chiếc là răng khểnh, tham lam nhô ra cả hàm trên thì lại thuộc diện khác, diện... thưa anh rằng! Chiếc mái Tây Hiên chẳng ai gọi là mái... khểnh được! Chữ nghĩa coi vậy mà khó khăn phát khiếp!

Vẻ đẹp của hàm răng, hầu như mọi người đều đồng ý là phải trắng và đều tăm tắp như những hạt bắp. Đều như bắp thì được đi, nhưng bắp e chừng không được trắng lắm. Răng ngà? Nghe thì có vẻ sang cả nhưng mầu ngà ngả về vàng. Mà răng ngà ngà vàng thì... hơi ngại. Nó không hứa hẹn sự thơm tho. Trên nửa thế kỷ trước đây, răng của con gái Hà Nội được tiêu chuẩn hóa là đều và bóng như hạt na. Hạt na không thể trắng được. Nó đen nhánh như hạt huyền. Răng đen phải là răng nhuộm. Nhuộm răng ăn trầu là phong tục xưa. Ăn trầu, ai cũng biết, nhất là những vị đã từng được nếm trái phật thủ vào mặt! Còn nhuộm răng là cả một công trình. Hồi còn nhỏ, tôi đã từng chứng kiến cảnh nhuộm răng của các bà cô, bà dì. Lấy lá chuối non, cắt thành một vành đặt vừa khít được vào hàm răng, bôi nhựa cánh kiến lên mặt lá áp vào răng. Buổi tối đi ngủ, dán cánh kiến vào răng, buổi sáng tháo ra. Răng sẽ trở mầu dần dần, từ đỏ tới nâu, rồi nâu thật đậm theo thời gian dán cánh kiến. Thường chu kỳ này phải mất vài chục ngày. Lúc răng đã sậm mầu, mới ngậm thuốc nhuộm cho răng đen và bóng. Như hạt huyền. Răng trắng, thời đó, bị chê bai là trắng nhởn như răng... me tây! Cũng như mặc quần trắng bị khinh bỉ là... ca-ve! Trong Tuyển Tập Nhớ Huế số 15, xuất bản tại Westminster, tác giả Lê Văn Lân đã nhắc lại vẻ đẹp răng đen của bà Cẩm Lợi, phu nhân của nhà văn Nhất Linh như sau: *"Anh em tôi hồi thiếu niên còn nhớ đã núp nhìn lén bà, thấy bà dung nhan cổ điển dễ nhìn với vấn tóc trần, hàm răng đen, và nhất là ăn nói linh hoạt rất thực tế hoàn toàn không giống nữ nhân vật tiểu thuyết tên Loan trong truyện Đoạn Tuyệt của Nhất Linh."*

Cái đẹp là một thứ hết sức đỏng đảnh. Nó trở mặt như trở bàn tay. Đang đen nó quay ngoắt sang trắng. Đời sống văn minh làm răng đen đâm ra bơ vơ. Mang hàm răng đen bị chê là... *le nhaque!* Thế là một hai ba chúng ta rủ nhau đi cạo răng cho trắng. Mấy ông thợ làm răng bỗng có việc làm. Rẻ tiền thì nó thành răng... cải mả. Đắt tiền thì răng mới... ngà ngà. Trắng tươi, khó lắm! Túi đông địa thì đi ngay một đường răng bọc vàng cho thêm phần lóng lánh, chụp hình chẳng cần đèn rọi , ban đêm ai nhìn cũng thấy!

Cạo răng dĩ nhiên là đau nhưng cái đau thấm gì với... đau răng. Phải cất công leo lên ghế của nha sĩ. Mà ghế của nha sĩ là một loại phi thuyền không biết sẽ đưa người ngồi trên ghế đi tới đâu. Mấy ông chính khách được báo chí ví von đang ngồi trên ghế của nha sĩ có nghĩa là con đường danh vọng đang phiêu bồng mù mịt chẳng biết đâu mà mò. Chiếc ghế nệm êm ái, ngả người cỡ nào cũng *ô kê*, chân duỗi thẳng tự nhiên, tưởng là phải thoải mái lắm, ai ngờ nó...cực chi lạ! Mắt nhắm, miệng mở tê rần bất động đến rách khóe môi, tiếng dùi tiếng đục, tiếng sè sè đe dọa, đục đẽo tuôn trào máu me, nước miếng nhả ra liên chi hồ điệp mà không được nuốt. Răng cỏ, sao mi làm tội làm tình ta đến như thế này!

Tội tình này đã được các nhà sáng chế vừa đổ xuống sông

xuống biển cho bàn dân thiên hạ nhờ. Họ đã dùng tia *laser* để biến những buổi... hội đàm với nha sĩ thành những giờ phút dễ chịu hơn. Không kim, không đau, không tiếng động, không đục đẽo. Và nhất là không tê tái vì há miệng đường dài! Neil Gregory, một quản trị viên ở Calgary, Canada, vừa đi chữa răng bằng phương pháp mới đã ngôn với cái miệng cười rộng. *"Thật không thể tin được! Không kim kiếc gì cả. Cái khó chịu duy nhất là cảm thấy lạnh ở nướu răng khi nước bị làm bốc hơi đi. Chỉ có vậy!"*

Đi nha sĩ mà khoan khoái như vậy thì sợ chi. Khách chữa răng đổ xô làm theo phương pháp mới này mặc dù phải móc hầu bao chi thêm khoảng từ 30 đến 100 gia kim tùy theo mức độ công việc. Riêng tại Calgary đã có 13 phòng mạch được trang bị bằng những máy mới này. Tốn kém lắm không? Khoảng từ 90 đến 100 ngàn gia kim. Chính các ông bà nha sĩ cũng thích thú với... đồ chơi mới này. Nha sĩ Norman Cheng đã khoái trá nói: *"Đây là một kỹ thuật thú vị. Có ngày tôi không phải đụng đến cây kim. Chưa bao giờ trong 14 năm hành nghề của tôi lại có lúc như thế này"*. Tia *laser* đã hoạt động ra sao? Nó tìm ra những tế bào có nước rồi làm bay hơi nước đi, rất nhanh và rất chính xác, không hề hấn gì tới cấu trúc của những chiếc răng không đau. Kỹ thuật này có thể dùng để trám răng, giải phẫu nướu và xương răng, và niềng răng. Chỉ có một phiền toái nho nhỏ. Vì kỹ thuật quá mới nên các hãng bảo hiểm sức khỏe chưa theo kịp: họ chưa chịu chi tiền cho các khách hàng chữa răng theo lối mới này!

Khi răng... hết thuốc chữa thì khỏi chữa luôn. Chơi một bộ răng giả là xong. Thường các cụ bắt răng phục vụ lâu quá, răng oải răng... đi chơi. Cho anh nướu răng... cô đơn! Nướu răng, tiếng Bắc Kỳ diễn nôm là... lợi.

Bà già đi chợ Cầu Đông
Bói xem một quẻ lấy chồng lợi chăng?
Thày bói gieo quẻ nói rằng:
Lợi thì có lợi nhưng răng không còn!

Răng giả cũng có cái vui của răng giả. Nó cho chúng ta hưởng được cái thú vừa đánh răng vừa huýt sáo! Nhưng vì nó không dính chặt vào miệng mà chỉ khi *on* khi *off* nên cũng có cái phiền. Mới đây, một ông người Đức đã đi trình phú lít ở Dortmund là chủ nợ đã xiết bộ răng giả của ông khi ông không thể thanh toán tiền nợ vì thua bạc. Ông chủ nợ, mới 51 tuổi, răng cỏ chắc vẫn còn đầy đủ, nên không hiểu được nỗi khổ của người chỉ có thể ăn thức ăn lỏng. Được cái là ông cũng biết nể cảnh sát nên đã chịu trả lại bộ răng khi con nợ cam kết sẽ trả đủ 150 *euro* tiền nợ.

Răng giả chẳng phải chỉ để nhai thực phẩm mà còn là tình nữa.

Sau những ngày đông giá lạnh, chợt một chiều, thời tiết trở nên ấm áp, cặp vợ chồng nọ ra ngồi ngoài hiên nhà sưởi nắng và ôn lại quá khứ. Bà già nói với ông già.

"Em nhớ ngày xưa anh thường ngồi sát vào em."

Ông già xích lại sát bên bà vợ. Bà già lại tiếp.

"Em nhớ hồi đó anh thường choàng tay ôm chặt em."

Ông già run rẩy vòng tay qua eo bà già, siết chặt lại. Bà già lim dim mắt nhớ lại.

"Em nhớ là anh còn thích cắn vào vai em nữa kia!"

Ông già lập cập đứng lên.

"Được! Được! Để anh vào nhà lấy hàm răng giả ra đã!"

Cuộc sống, nhất là cuộc sống trong những thời khắc nghiệt ngã gần tàn, chẳng mấy khi là những thời khắc mộng mơ. Nó thực tế hơn nhiều.

Một đôi vợ chồng già bước vào một tiệm *Mac Donald's* gọi một cái *hamburger*, một gói khoai tây chiên, một ly nước. Họ cẩn thận cắt đôi bánh, chia đều gói khoai và rót nước ngọt thật đều ra hai chiếc ly. Thấy vậy, một thanh niên tốt bụng đề nghị mời hai vợ chồng già một xuất ăn nữa. Bà vợ lịch sự từ chối.

"Cậu không hiểu đâu! Chúng tôi lấy nhau đã hơn 50 năm và đã quyết định sẽ cùng nhau chia sẻ thật đều những gì mình có cho tới trọn đời."

Ông chồng bắt đầu dùng bữa trong khi bà vợ ngồi khoanh tay say sưa ngắm chồng. Thấy vậy, người thanh niên thắc mắc.

"Sao bác không ăn cùng với bác trai?"

Bà lão móm mém cười.

"Tôi chẳng nói với cậu là chúng tôi chia sẻ thật đều mọi thứ trong đời hay sao? Hôm nay tới lượt ông ấy dùng hàm răng giả trước!"

Răng, nó đau thì ta khổ. Trong trăm ngàn nỗi khổ của đời sống, nỗi khổ đau răng là nỗi khổ có hạng. Mất ăn mất ngủ. Đau răng mà thiền được chỉ có các thiền gia. Ni cô Trí Hải thiền với cái răng đau như sau.

"Đau răng mới biết rõ ý nghĩa của Vô Ngã."

"Răng với Vô Ngã có ăn thua gì với nhau đâu, thưa cô!"

“Khi răng không đau thì mình không để ý tới hắn, coi như không có. Khi hắn lên tiếng là có chuyện. Cũng thế, nếu mình vô ngã thì môi trường chung quanh mình rất dễ chịu. Còn mình lên tiếng “Có tôi đây” thì có chuyện ngay. Bởi vậy, muốn lành mạnh phải vô ngã!”

03/2004

RƯỢU

Ông ngồi với hai ông Tây
Ông kia tên Mạc, ông này tên Cô
Buổi sáng ông chỉ say vừa
Nửa khuya mới tới đúng mùa nho ngon
Tết này ông sáu tư tròn
Nhìn ông tôi thấy vẫn còn Tháng Giêng.

Bài thơ của Nguyên Sa tặng Mai Thảo vào năm 1990, khi Mai Thảo vừa tròn 64 tuổi. Nhắc tới rượu mà quên nói tới Mai Thảo thì... xỉn đứt đuôi rồi! Bởi vì cái thế ngồi đẹp nhất của Mai Thảo là ngồi giữa hai ông tây... lỏng. Ông *Martell* và ông *Cognac*. Chỉ cần có thế và chỉ thích có thế.

Khi Mai Thảo sang chơi với anh em viết lách ở Montreal, Phạm Nhuận đã trữ sẵn hàng thùng... chai mờ, tiếng lóng của anh em chúng tôi để chỉ thứ rượu *Remy Martin V.S.O.P.* được đựng trong chai có màu xanh lá mờ mờ ảo ảo. Chúng tôi ngồi kín một thồi tại nhà hàng tàu nổi tiếng nhất Montreal, đồ ăn đầy bàn, toàn cao lương mỹ vị. Mai Thảo luôn miệng dục anh em ăn. Còn ông cứ tì tì những ly sóng sánh màu hổ phách thơm lừng. Tay ông có tật. Cái tật chỉ thích cầm ly và nhác cầm đũa! Phạm Nhuận, vốn tính hiếu khách, gắp vào cái chén lạnh tanh trước mặt Mai Thảo mỗi thứ một chút và mời. Anh dùng đi! Mai Thảo lừ mắt. *Cái thằng này, làm như bố người ta không bằng: Anh dùng đi! Anh ăn đi!*

Rượu tự nó đã là đủ. Mai Thảo bắt được cái đủ đó. Mùi vị đó, nồng nàn đó, sắc mầu đó, nó là sự hoàn hảo. Lẫn vào những thứ khác, nó... trần tục mất! Trần tục như tôi. Biết bao nhiêu lần tôi đã cố gắng uống thứ *cognac*... trinh nguyên đó mà không xong. Chỉ thấm đầu lưỡi đã thấy cay xè. Thơm thì có thơm nhưng cực cái miệng cái lưỡi quá. Phải pha *soda* hay *Perrier*, thêm vài cục đá, rượu nhạt đi, uống mới được. Hồi thập niên 60, mấy anh lính Mỹ qua Việt Nam hay uống *whisky* pha với *Coca-cola*. Dân ta bắt chước, uống cũng thấy hay hay. Tôi thử, thấy thích. Vài tháng sau, có dịp qua Thủ đô Hoa Thịnh Đốn, trong một bữa tiệc, khi chủ nhà hỏi thức uống, tôi xin một ly *whisky* pha *Coca-cola*. Mấy cặp mắt chung quanh tôi trợn tròn lên. Một bà hỏi ở Việt nam người ta uống như vậy sao? Tôi cứ chân chất cho biết là thứ thức uống này do mấy anh *G.I.*.. nhập cảng vào Việt Nam. Họ nhìn tôi, tôi nhìn họ. Ngỡ ngàng chẳng biết xuất xứ từ mô!

Tôi coi vậy mà còn đỡ. Ông khách du lịch này mới... hết thuốc chữa!

Ông khách du lịch bước vào quán rượu, gọi một món đồ uống thật mạnh. Anh hầu bàn liền mang ra một ly whisky pha soda. Ông khách nhìn thấy bèn cười nhạt.

"Tôi đã nói là thứ gì thật mạnh cơ mà!"

Anh bồi lủi thủi đi vào trong, rót một ly *whisky* nguyên chất mang ra. Ông khách khó tính lại gắt:

"Anh không hiểu tôi nói gì à? Một thứ thật mạnh!"

Anh hầu bàn bực mình, bèn chế một ly *cocktail* theo kiểu riêng: 1/3 thuốc tẩy *javel*, 1/3 *axide chrohydric*, 1/3 *acide sulfuric*. Khách ngửi mùi hỗn hợp một hồi, thử nếm rồi nhâm nhi tới cạn ly. Khà một cái, ông khen:

"Được lắm! Ít ra phải như thế này chứ! Đúng là thứ mà tôi thích!"

Hôm sau, ông khách trở lại, anh hầu bàn hồi hộp hỏi:

"Thưa ông, ông khỏe chứ?"

"Khỏe! Này anh bạn, tôi có một chuyện thắc mắc nho nhỏ: anh cho tôi uống thứ rượu gì ngon thì thật ngon nhưng cứ mỗi lần đi tiểu lại có vài lỗ thủng trên mũi giầy vậy?"

Pha phách lăng nhăng như vậy, ông Mai Thảo giận đã đành, ông *Hennessy* ông ấy còn giận hơn nữa. Cũng như tôi, mỗi lần đi ăn phở, thấy thực khách xịt vào tô phở tương đen tương đỏ, nặn thêm vài múi chanh, trút vào một nguyên một đĩa giá sống là tôi... giận. Ăn như vậy có tội với phở. Cũng như uống như vậy có tội với rượu.

Để làm ra được những giọt hổ phách thơm lừng, công khó lắm. *Cognac* là một thứ rượu tinh luyện, được lọc đi lọc lại nhiều lần bằng cách đun lên rồi tụ hơi rượu nho cho đọng lại, càng nhiều lần tinh luyện thì càng tốn kém, nhưng càng tạo ra được thứ rượu ngon hơn. Riêng đối với rượu *Hennessy*, loại V.S.O.P. *(Very Special Old Pale)*, mà những anh bạn rượu của tôi gọi đùa là *Verser Sans Oublier Personne* (Rót Không Chừa Một Ai) chỉ mới ra đời vào đầu thế kỷ thứ 19 sau khi được Hoàng Gia Anh đặt riêng. Đó là thứ rượu phối hợp pha chế khoảng 60 loại rượu nho khác nhau trong khu vườn nho riêng của gia đình *Hennessy*. Rượu sau khi tinh luyện phải được "ngâm" trong những thùng rượu làm bằng gỗ sồi già. *Old Pale* là những thùng đựng rượu cũ, bằng thứ gỗ cổ thụ và đã được chứa rượu nhiều đời rồi.

Đó là những gì mà ông Thomas Leclerc, được công ty *Hennessy* cử qua Cali trong tháng 4 vừa qua, thuyết trình cho khoảng gần 30 khách Việt Nam trong giới quảng cáo, nhà hàng và giới truyền thông trong một buổi mời nếm rượu. Xịn hơn *VSOP* là *XO*, thứ rượu mà chỉ cầm tới cái chai đã thấy sướng. Sướng hơn nữa là *Hennessy Paradis*, uống vào như được hưởng... phúc thiên đàng! Phía trên thiên đàng là... *Richard Hennessy*, thứ rượu mang tên ông tổ sáng lập ra Hennessy. Nó được pha chế bằng 100 loại rượu nho khác nhau, có tuổi ít nhất là 130 năm và đựng trong những chai bằng loại pha lê quý. Sang như vậy nên giá cả cũng... sang! Từ 1600 đô Mỹ tới 2000 đô Mỹ một chai. Vào tiệm rượu mà kêu một ly *Richard Hennessy* sẽ phải móc túi chi không dưới 150 đô Mỹ!

Rượu ngon chỉ nên uống tới lúc vừa lâng lâng, nhích lên một chút là say. Rượu không ngon, say cấp kỳ! Sau 1975, rượu mạnh mà vừa túi tiền chỉ có đế. Không biết người ta pha những chất quỷ quái gì trong rượu mà uống vào là lăn đùng ra lúc nào không biết. Trong một lần nhậu với bạn bè, tôi đã tỉnh trí giữ không uống nhiều, vậy mà chân nam đá chân chiêu lúc nào không biết. Trong đời theo hầu ông Lưu Linh của tôi, chưa bao giờ bị hạ đo ván một cách tức tưởi như vậy.

Cũng trắng như rượu đế, rượu Đại Hàn uống có vị ngòn ngọt, vậy mà cũng... chết. Trong lần qua thủ đô Seoul, đầu thập niên 70, tôi có dịp ngồi trong một bàn tiệc có đủ món ăn chơi. Chân ngồi xếp bằng trên những chiếc gối đặt sát trên sàn nhà gỗ có sưởi ấm ở phía dưới, bàn thấp lè tè la liệt các thứ thịt, cá, sò sống và cả chục loại *kim chi*. Hầu rượu là các em *kiseng* mặc quốc phục Đại hàn. Ngôn ngữ nói với nhau là ngôn ngữ tay và mắt. Mắt em sóng sánh nâng ly rượu, trao cho anh một ly, em một ly. Ực một cái. Em vội gắp đồ ăn đút vào miệng khách. Rồi lại một ly. Ngọt lịm. Cái ngọt chết người. Em nghệ giả cứ như một nhà ảo thuật làm ly sau lớn hơn ly trước. Từ chiếc ly bằng ngón tay cái, chúng đã được... nâng cấp tới những chiếc ly bằng ly uống nước cam. Rượu sóng sánh trong ánh mắt thôi miên. Ngã lúc nào không biết. Anh ngã em nâng. Em, dạn dầy với nghề nghiệp, vẫn tỉnh bơ như không mặc dù chẳng thèm ăn gian uống ít hơn khách một ly nào cả. Anh, chẳng lẽ lép vế hơn em, cứ tì tì với đôi mắt đong đưa, gục là cái chắc!

Uống rượu mà không say, uổng rượu! Một tay tửu đồ đã phán như vậy. Thi sĩ Tản Đà còn... bài bây hơn.

Đất say đất cũng lăn quay
Trời say mặt cũng đỏ gay ai cười!

Say có cái thần của say. Đi như múa, nói như khiếu, coi

trời bằng vung mà trí óc đâu có lẫn. Vẫn làm toán được như thường.

Chồng về khuya, leo lên giường với vợ, nhìn xuống cuối giường thấy có 6 cái chân, hỏi:

"Quái! Mọi khi anh với em chỉ có 4 chân, sao hôm nay lại có 6?"

"Anh nốc cho lắm rượu vào! Xuống tận cuối giường đếm lại từng cái xem!"

Chồng nghe lời đi xuống cuối giường đếm kỹ từng cái một và công nhận:

"Đúng là chỉ có 4 cái chân, như mọi khi!"

Thế nào là say? Người ta đo mức độ say tùy theo nồng độ chất rượu trong máu:

- 0,05% rượu trong máu: mất khả năng xét đoán, suy nghĩ, tính chủ động, huyết áp tăng.

- 0,08%: huyết áp tiếp tục tăng, khó kiềm chế cử chỉ, cử động không bình thường.

- 0,1%: mất tự chủ, hay đi đi lại lại, miệng nói lắp bắp lung tung.

- 0,2%: thần kinh bị tác động ngiêm trọng, đi bắt đầu lảo đảo, nói to, không mạch lạc, nếu lái xe dễ gây ra tai nạn.

- 0,3%: vùng não bị tổn thương tạo nên nhiều ý nghĩ sai lầm.

- 0,4%: nếu ngủ, khó đánh thức: không chủ động trong hành động.

- 0,5%: ngất, trung khu thần kinh điều khiển sự hô hấp và tuần hoàn tim bị ngưng lại, dẫn đến tử vong.

Say, chẳng nên rủ chiếc xe say theo. Xe... say trên đường phố hay xa lộ rất dễ nhận biết. Gặp được cảnh sát là... may.

Không gặp cảnh sát, đường ta ta chẳng đi, cứ lấn sang đường người, tai nạn cầm chắc trong tay. Nhẹ ra thì móc tiền sửa xe, xe mình và xe người. Nặng hơn, có người chết hay bị thương thì... tù. *Hit and run* thì còn chết hơn nữa. Mà khi xỉn, thường chậm suy xét, không nghĩ gì hoặc không thấy xa, rất dễ có khuynh hướng vù! Uống rượu đến vào tù, mất vui đi.

Quan Vân Trường mặt đỏ cũng thành danh
ta đỏ mặt hơn ông, đời lại hỏng
ông cốt cách quỳnh tương, ta hồ đồ rượu dỏm
cuộc trăm năm đã đến thế - hoang tàn

(Hoàng Lộc)

Cái hại của rượu, cứ gì trên đường phố rong ruổi. Nó hại ngay trong cuộc sống thường nhật của chúng ta.

Trên diễn đàn, giáo sư thuyết trình về tác hại của rượu:

"Các anh nên nhớ, rượu là nguyên nhân dẫn đến sự chia ly của biết bao nhiêu cặp vợ chồng..."

Một thanh niên đứng lên hỏi:

"Xin lỗi giáo sư! Xin giáo sư cho biết cần phải uống bao nhiêu rượu để có thể có được sự chia ly này ạ?"

Rượu và tình. Đó là một cặp bài trùng rất... nam nhi. Em sóng sánh trong rượu hay rượu nồng nàn trong em? Say tình, say rượu, khác gì nhau?

Vẫn thế thôi, anh vẫn như xưa
Bao nhiêu nết xấu quyết không chừa
Thương em những lúc không còn rượu
Nhớ rượu khi tình mây ngớt mưa.

(Lê Vĩnh Thọ)

Rượu, tình, những mê đắm một đời người. Nam vô tửu

như kỳ vô phong. Rượu làm ta phơi phới cuộc sống nhưng cũng làm tàn tạ cuộc sống. *"Các anh hãy trông người kia đi ngoài đường. Mặt đỏ gay, mắt lờ đờ, quần áo xốc xếch, chân đi xiêu bên nọ, vẹo bên kia, múa chân múa tay, mồm nói lảm nhảm, chốc lại ngã chúi một cái. Lũ trẻ đi theo sau, reo cười chế nhạo. Thỉnh thoảng anh lại đứng lại, nói những chuyện gì ở đâu đâu. Người qua lại, trông thấy cũng phải tránh xa.*

Người ấy vừa ở hàng rượu ra. Chỉ tham mấy chén rượu mà thành ra say sưa, mất cả tư cách con người, có khi như là con vật vậy, thật là đáng khinh bỉ.

Hỡi các anh, các anh đã trông thấy người say rượu như thế, thì nên lấy đó làm gương mà giữ mình."

Chắc nhiều độc giả thấy đoạn văn trên quen quen. Nó nhắc lại một thời thơ ấu, khi tới trường, cuốn Quốc Văn Giáo Khoa Thư trong cặp, lòng vui với những dòng chữ Quốc Ngữ trong sách giáo khoa, khởi đầu cho cuộc thay đổi ngôn ngữ trong nhà trường, từ tiếng Pháp qua tiếng Việt. Những bài học thuộc lòng đầu đời, tôi chắc các bạn cũng như tôi, vẫn còn ở với chúng ta cho tới bây giờ. Bởi vì, những dòng chữ giản dị nhưng trong sáng trên là niềm tự hào của con dân đất Việt ngày đó. Nó làm lòng ta lâng lâng, như vừa nhấp một chút rượu.

Vui với rượu, buồn với rượu, tiếc nuối với rượu... Rượu, bằng cách nào, nó cũng dính với đời sống. Cuộc sống nhiều khi được gấp vào phía trong. Chỉ có ta với ta. Nỗi cô đơn như một thân phận. Những lúc lẻ loi như vậy, rượu bỗng như một người bạn tới với một người bạn. Rượu, như một cứu rỗi. Nhưng chẳng phải chỉ có rượu!

Ngồi tượng hình riêng một góc quầy
Tiếng người: kia, uống cái chi đây?
Uống ư? một ngụm chiều rơi lệ
Và một bình đêm rót rất đầy.
(Mai Thảo)

05/2004

TAI

Tai là một bộ phận xoàng xĩnh nằm trong một vị thế cheo leo nguy hiểm. *Chẳng phải đầu cũng phải tai.* Cái đầu to thế mà tránh để cho cái tai nho nhỏ gánh chịu. Vậy mà người ta vẫn chỉ để ý đến cái đầu và đoạn nối dài của cái đầu là cái mặt. Cặp tai toòng teng hai bên mặt hầu như bị bỏ quên không được kể vào quần thể những bộ phận trên mặt. Mấy ông nhà thơ thì lại còn quên bạo hơn nữa.

Má còn làm thẹn hoa đào?
Mắt còn làm nhạt ngàn sao trên trời?
Tóc còn xanh thuở đôi mươi?
Lòng còn vui thuở hoa cười ước mơ?

Nhớ về người yêu cũ, hỏi rối rít hầu hết các bộ phận trên mặt nhưng nhà thơ Tạ Ký lại làm lơ với đôi tai người yêu.

Má hồng, mắt biếc, mi cong, mày phượng, miệng hoa. Từng ấy bộ phận chia nhau tất cả các mỹ từ xưng tụng, có dành cho đôi tai được một chữ nào đâu!

Tạ Ký làm thơ nên chắc lơ mơ như mọi thi sĩ khác. Đỗ Kh. cũng làm thơ nhưng ông này rõ ràng lắm. Ông gọi chỗ nào ra chỗ nấy, đố có lầm được. Ông vốn có khiếu về các bộ phận trên thân thể con người. Coi nào, thử xem ông có cho đôi tai một cơ hội nào không?

Ai mà nhớ nổi em làm sao
Kiểu tóc lần chót là kiểu nào
Ai mà nhớ nổi lần cuối gặp
Cái miệng em tròn hay nó méo
Cái miệng em cười hay nó mếu
Cái miệng của em như cái thuyền
Bấp bênh trên một hồ nhân tạo
Mỡ dầu.

Nói lắp về cái miệng đôi ba lần xong, ông rủ em Linda đi tuốt xuống miệt Cà Mau đất lành chim đậu, để lại đôi tai bơ vơ buồn tủi. Chỉ có một điều an ủi là cái mũi cũng cùng chung số phận, cả hai ông thi sĩ đều chẳng bố thí một dòng thơ cho cái mũi! Họa sĩ Thái Tuấn còn chê chiếc mũi tận tình hơn nữa. Các cô thiếu nữ trong tranh của ông chẳng cô nào được ông sắm cho một chiếc mũi cả. Chỗ của chiếc mũi ông làm lơ không thèm ban cho một nét. Vậy mà xem tranh ông, nếu không để ý thì chẳng thấy thiếu gì cả. Tài tình là ở chỗ đó. Chiếc mũi, tuy vậy, còn được ca tụng đó đây là mũi dọc dừa chẳng hạn. Tai thì chịu thua. Lại còn bị mắng bằng những chữ khó nghe nữa. *Đồ cụp tai! Tai điếc hay sao vậy?*

Nói nghe ngứa cả tai! Ngứa tai là bệnh nghe những lời nói của những người ngứa mồm. Cũng như thối tai là bệnh nghe những lời nói của những người thối mồm.

Cái tai, cuối cùng, chỉ có chút an ủi là được nhắc tới trong các sách giáo dục sinh lý, như là một chỗ nhậy cảm trong các hoạt động trên giường.

Hai vợ chồng già cãi cọ với nhau về chuyện ai sướng nhiều hơn ai trong hôn nhân. Đến khi sắp đuối lý, ông chồng trở ngược tình thế bằng câu hỏi.

"Đã bao giờ bà bị ngứa lỗ tai chưa?"

"Thỉnh thoảng, nhưng có liên quan gì đến vấn đề này đâu?"

"Ậy, từ từ, thế bà làm thế nào cho khỏi ngứa?"

"Thì tui ngoáy tai bằng cái ngoáy tai!"

"Vậy chứ, tôi hỏi bà, lúc ấy thì cái ngoáy tai nó sướng hay lỗ tai bà sướng?"

Cái tai, xem ra như vô dụng. *Bỏ quách nó đi được chăng? Không được!* Ông nội trợ khoát tay (cái tai có bơi theo không nhỉ?). *Bỏ đi thì lúc tay làm bếp lỡ bị nóng lấy cái gì nắm vào để giải nhiệt?* Ông thầy tướng số lắc đầu (cái tai có lắc theo không nhỉ?). *Không có tai thì làm sao coi được tướng thọ hay yểu?* Ông thầy giáo cũng quắc mắt (cái tai có vểnh lên theo không nhỉ?) *Không có tai lấy gì để nhéo khi học trò phá phách nghịch ngợm?* Mấy bà mấy cô la bai bải (cái tai có bịt lại không nhỉ?). *Không được, bộ muốn tụi tôi vứt mấy đôi bông tai đi đâu?*

Bông tai? Cái tai cuối cùng cũng có chút duyên dáng. Nhưng đó là thứ duyên dáng nguy hiểm. Tác giả cuốn Canh

Dưỡng Sinh (sách gối đầu giường của người Việt hải ngoại?), khoa học gia Lập Thạch Hòa, đã làm tới bốn thí nghiệm về bông tai. Đeo khoen với vàng 3 *carat* vào hai tai của con dơi, nó không thể bay lên được. Đeo khoen vào tai con chuột, nó chạy vòng vòng không biết phương hướng. Đeo khoen vào con rắn, con rắn không thể bò thẳng tới, giống như là khúc gỗ vậy. Đeo khoen vào tai con chó hoặc con mèo, không bao lâu con vật sẽ chết.

Tại sao vậy? Khoa học gia Lập Thạch Hòa giải thích. Các loại động vật sinh sống trong trạng thái thiên nhiên rất nhậy cảm với các chất kim loại, nên sanh ra các phản ứng tác hại. Cơ thể con người thường phát ra một dòng điện rất thấp. Dòng điện này xuyên qua lớp da truyền đạt qua thần kinh, mang những mệnh lệnh phát ra từ não bộ phân phát đi khắp các cơ tạng trong cơ thể. Vì thế lớp da đóng vai trò truyền đạt điện từ của thần kinh rất quan trọng. Đeo nhiều nữ trang sẽ gây cản trở đường chuyển vận dòng điện nên có thể xảy ra các trường hợp phát điện bất thình lình và tùy tiện lúc nào cũng được. Một khi tế bào ác tính biến thành bướu ung thư, não bộ phát mệnh lệnh cho các bạch huyết cầu và tế bào lành hình chữ T tấn công các tế bào độc đó. Nhưng vì đeo nhiều vàng quá, thành ra sự truyền lệnh phản công bị gián đoạn, nên thua trận. Vì thế những bệnh nan y như ung thư nhũ hoa, ung thư tử cung rất dễ xảy ra cho các phụ nữ thường đeo nhiều trang sức bằng kim loại. Tổng số các bệnh nhân mắc phải bệnh này hàng năm gia tăng gấp hai lần nhiều hơn những người không đeo nữ trang. Mặt khác, những phụ nữ đeo nữ trang mắc bệnh lú lẫn cũng càng ngày càng gia tăng.

Cho nên, đeo nhiều vòng vàng trên cơ thể không có ích lợi gì cho sức khỏe!

Nếu khoa học gia Lập Thạch Hòa, ngoài nữ trang bằng vàng, nói thêm vào cả kim cương hột xoàn thì quý hóa biết bao!

Tôi không phải là khoa học gia nhưng cũng thấy được một điểm là càng đeo bông tai lớn con người càng trì trệ. Cái gì lớn mà chẳng nặng! Bằng chứng là các phụ nữ Thượng đeo bông tai đến căng cả tai nên ít mở mang hơn các phụ nữ đeo bông tai nhỏ là các bà các cô văn minh có hạng, son phấn ngất trời!

Cái tai luôn luôn có một phần số hẩm hiu. Được có mỗi một việc duyên dáng là cõng đôi bông tai mà ngày nay, cái công việc tưởng như độc quyền này cũng đã bị cạnh tranh quyết liệt. Chẳng cứ gì tai, các bà các cô ngày nay chỗ nào mà chẳng đeo bông đeo khoen được. Trên trán, lông mày, mí mắt, lỗ mũi, đôi môi, cằm, xuống tới nhũ hoa, lỗ rốn và xuống sâu hơn nữa! Một bà ở Ba Tây vừa được ghi vào sách kỷ lục *Guinness* vì đã đeo trên khắp người tới gần hai ngàn khoen!

Ông bạn tôi, nhà thơ Hoàng Xuân Sơn, vốn là người rất nhậy cảm, thơ liền.

Những chiếc khoen trên mũi trên môi trên ngàn ngàn rốn
lóng xương cụt ngoẹo đầu hôn vết xâm
đêm hôn một khoảng da trời nguyệt bạch
mơn mởn xanh ngày ruỗi chân nằm

Tôi có một ông bạn đồng sự người Haiti rất vui tính, đạo đức và dí dỏm. Có một lần, ông đọc báo thấy có một bài phóng sự về chữ trinh của các tiểu thư ngày nay, bèn than thở: *"Cái giống trinh nữ ngày nay đã tuyệt chủng rồi!"*. Chuyện thường ngày, chẳng ai thèm để ý tới nữa. Tôi ầu ơ với ông cho phải phép. Nhưng ông không bỏ qua. Ông bảo ở quê hương ông, cô gái nào trước khi về nhà chồng mà léng phéng trước thì, sau đêm tân hôn, bên nhà trai sẽ gửi về bên nhà gái một cái bánh. Cái bánh này có hình thù như hai bàn tay khum khum úp vào nhau, ở giữa có một khe hở. Thế là rồi đời cái danh giá của cả họ nhà cô dâu!

Nghe câu chuyện hấp dẫn, tôi hứng chí cho ông biết là ở Việt Nam chúng ta, cũng có một cách tố cáo về sự mất mát cái ngàn vàng tương tự như vậy. Nhưng chúng ta dùng một thứ khác: cái tai heo quay! Nhà trai sẽ gửi về cho nhà gái, vào ngày nhị hỉ, cái đầu heo đã bị xẻo tai.

Tôi vừa dứt lời, ông bạn đen như than của tôi toác miệng cười. *Không hiểu cái bánh khum khum có đường rãnh của nước tớ và cái tai heo của nước đằng ấy, cái nào có lý hơn nhỉ?* Tôi không muốn trả lời ông bạn nhưng trong bụng vẫn nghĩ là cái tai heo nó lắt léo và sâu sắc hơn là cái chắc!

À, thế ra tầm ngầm tầm ngầm như cái tai, cuối cùng, cũng nói lên được một điều gì đấy chứ. Nhưng đây là cái tai heo! Rõ phiền!

01/2004

TEEN

Tuổi *teen*, nghe bấp bênh lắm. Cái tuổi được các cụ xưa phán là: ăn chưa no, lo chưa tới. Lớn chẳng ra lớn, nhỏ chẳng ra nhỏ, cứ ấm ớ lòe nhòe. Tuổi *teen* là tuổi học trò, cái tuổi được các thi nhân xưng tụng như là một thứ ô mai, vừa cay, vừa chua, vừa ngọt, vừa đậm đà. Thứ ô mai này mà đi với tóc thề thì hết biết.

Trống tan em trước cổng trường
Trắng bay bay ngút ngàn phương tóc thề
Cặp đầy ắp mộng vàng hoe
Thôi em đừng gõ guốc đè ngợp anh!

(Từ Thế Mộng)

Hình ảnh thiên thần đó ngày nay có còn không? Áo trắng, không còn nhiều. Trinh trắng, còn hiếm hoi hơn. Cuộc sống không còn như xưa. "Nước thanh bình ba trăm năm cũ" coi bộ như đã ngàn năm cũ. Ngày nay, bấp bênh lắm. Người ta sống đã khác đi, trường lớp đã khác đi, nếp nghĩ suy đã khác đi.

Nhưng theo một bản nghiên cứu của Health Canada thì tuổi học trò Canada vẫn... *OK*. Phần lớn các em được phỏng vấn đã cho biết là vẫn mặn với trường lớp, hòa thuận với cha mẹ, thích giao du và ít khi bị trầm cảm. Nhưng trường lớp không phải là môi trường sinh hoạt duy nhất của các em, 60% em cho biết là đã đi làm thêm kiếm tiền tiêu vặt. Bản thống kê cũng cho biết là học trò của chúng ta ngày nay không phải là không có máu... phiêu lưu. Hơn một phần ba các em đã chơi ma túy. Theo các em thì ma túy ít hại hơn thuốc lá! Rượu thì lại càng ít tai hại hơn nữa. Cứ 5 em thì có 1 em uống rượu thường xuyên. Tuy vậy, 82% vẫn cảm thấy mình là một phần tử ràng buộc với trường lớp, 70% tích cực tham gia các chương trình ngoại khóa. Học sinh ngày nay vẫn tin tưởng vào những gì được giảng dậy ở trong lớp (80%), vào thầy cô (72%), vào cảnh sát (71%), và vào cha mẹ (69%). Truyền thông không được tin tưởng lắm. Chỉ có 44% tin vào báo chí, 41% tin tưởng vào truyền hình. Tuy vậy, 63% coi truyền hình hai tiếng mỗi ngày và 15% coi trên 5 tiếng. Truy cập vào *Internet* thì khoảng 10% ngao du trên 5 tiếng mỗi ngày, 33% mỗi ngày 1 tiếng, và 15% từ hai tiếng đên 5 tiếng.

Chuyện một mai khi rời ghế nhà trường thì nam vẫn ra nam, nữ vẫn ra nữ. Nam vẫn khoái những công việc hái ra tiền và mang lại nhiều danh vọng, nữ vẫn chỉ thích những công việc hợp với nữ tính và có khuynh hướng thích góp một tay vào việc tạo dựng một thế giới tốt đẹp hơn. Đó là kết luận của cuộc nghiên cứu trên 1400 học sinh thuộc 39 trường trong vùng Alberta, Canada. Nữ vẫn tự tin vào năng khiếu nghệ thuật và ngôn ngữ, nam vẫn tự hào về khả năng toán học và khoa học.

Chuyện nghe ra vẫn như xưa, thời chúng ta còn ở với trường lớp. Con trai chiếm nhiều chỗ trong các lớp ban Toán, nữ sinh có khuynh hướng theo ban Văn Chương. Nhưng ngoài xã hội ngày nay xem ra đã khác. Phụ nữ cũng mạnh bạo gánh vác các công việc tưởng chỉ thích hợp với nam nhi. Và họ cũng đã thành công ra gì. Ranh giới nam nữ hầu như đã bị xóa nhòa. Thực tế hình như đã quay mặt với kết quả thống kê trên. Sao vậy? Vì bản nghiên cứu hỏi các em khi các em còn... *teen*. Lớn hơn lên, suy nghĩ có thay đổi. Điều này chứng tỏ con em chúng ta, trong khung cảnh cuộc sống hiện nay nơi các xã hội Tây phương, vẫn còn có tuổi *teen*, một thứ tuổi *teen* rất bấp bênh.

Bấp bênh nhìn thấy rõ ràng nhất là sự phì nộn. Lại phải nói chuyện... thống kê! Tại Canada, 35% nam sinh và 29% nữ sinh dư kí lô. 17% nam sinh và 14% nữ sinh bị chứng phì nộn, tăng gấp ba so với năm 1981. Trẻ em Mỹ cũng rứa. Một bản nghiên cứu tương tự ở Mỹ có kết quả na ná như vậy đã lên tiếng cảnh giác là xã hội phải nghĩ tới việc chống phì mập nơi trẻ em. Bệnh phì nộn mang tới bệnh cao máu. Cuộc nghiên cứu của Viện Đại Học Tulane ở New Orléans do Giáo Sư Paul Muntner cầm đầu đã báo động về sự gia tăng của chứng cao máu trong giới học sinh trong thập niên qua. Lý do? Ăn uống không kiêng cữ, uống cà phê và các thứ nước có chất *caffëine* quá sớm và quá nhiều. Tạp chí *Archives of Pediatrics and Adolescent Medicine* số tháng 5 vừa qua đã cho biết là chất *caffëine* được coi là một yếu tố nguy hiểm cho bệnh cao máu và tim mạch nơi trẻ em. Trong độ tuổi từ 12 tới 17, 68% nam sinh và 62% nữ sinh uống nước ngọt hàng ngày, 21% nam sinh và 22% nữ sinh uống trà hoặc cà phê thường xuyên. Chúng không hề biết là chất *caffëine* không phải chỉ có trong cà phê mà còn có trong trà, *chocolate*, nước ngọt *cola*...

Bấp bênh trong lối sống ngầu. Nhiều em coi trường lớp, gia đình là những môi trường quá chật chội cho các em sống. Một số em tìm cách... nhảy rào. Chúng đi bụi. Bạn và tôi, lái xe trên đường phố, khi dừng lại ở những ngã tư có đèn lưu thông, chúng ta thường khó chịu vì những em nhỏ ăn mặc lôi thôi dị hợm, đầu tóc xanh đỏ, vòng lớn vòng nhỏ toòng teng từ đầu tới rốn, chùi vội vài nhát trên kiếng trước xe và ngửa tay đòi tiền. Không trả thì thấy tội mà trả thì ấm ức. Buông thắng, rồ ga, vọt xe đi, đầu óc chúng ta muốn xua đi cái vướng mắc khó chịu vừa trải qua. Chuyện gì mình mà ôm rơm cho nặng bụng! Nhưng cứ thử tưởng tượng con em chúng ta là một trong những đứa trẻ đó, nhức nhối lắm! Cuộc nổi loạn của đám trẻ, bắt nguồn từ lối sống *hippy* nhiều chục năm trước, xem ra vẫn triền miên hàng ngày. Một trường hợp điển hình: Cô con gái 15 tuổi của ông Rob Marleau, cư dân Montréal, bỗng có những cử chỉ chướng tai gai mắt với cha mẹ. Thái độ cư xử, cách ăn nói xem ra đã có vấn đề. Cha mẹ còn lúng túng chưa biết xử trí ra sao thì một đêm, cô con gái không về nhà. Sáng hôm sau, từ một máy điện thoại công cộng, cô gọi về nhờ cha mẹ tới đón. Lúc tới nơi, vợ chồng Marleau thấy cô con gái đứng với hai cậu trai lớn tuổi hơn. Không xong rồi, họ kiếm tới Hội Dịch Vụ Gia Đình Amcal. Cô gái liền được gửi tới cơ quan thiện nguyện đã hoạt động từ năm 1990 này để theo một chương trình cải hóa trong 8 tuần lễ. Ban ngày, trẻ em vẫn được cho đi học ở trường như thường. Tối có những sinh hoạt hướng dẫn. Cuối tuần, các em được cho về nghỉ tại nhà. Cha mẹ được hướng dẫn cặn kẽ về việc chăm sóc con em trong dịp cuối tuần này. Và, như một phép lạ, chỉ trong một khóa 8 tuần lễ, cô con gái của Rob Marleau đã thay đổi trở thành một đứa trẻ ngoan ngoãn trong gia đình.

Cũng trong mục đích ngăn cấm các em đi hoang, hai thành phố, một ở Canada và một ở Mỹ, đã... giới nghiêm! Con nít dưới 15 tuổi không được ra đường từ 10 giờ rưỡi tới 6 giờ sáng tại Huntington, một thành phố chỉ có 2600 dân, nằm cách Montréal khoảng 60 cây số về phía tây nam, và từ 10 giờ tới 5 giờ sáng tại Malone, một thành phố thuộc tiểu bang New York. Tại Huntington, vi phạm lệnh cấm sẽ bị phạt lần đầu 50 Gia Kim, từ lần thứ hai tăng lên 100 Gia Kim. Tại Malone, "nhân đạo" hơn, không có phạt tiền, chỉ kêu cha mẹ tới lãnh con về! Chuyện rắc rối là thành phố Huntington vừa bị kiện đã vi phạm vào Hiến Chương về Quyền và Tự Do trong khi... bắt nạt con nít như vậy. Ủy Ban Nhân Quyền Quebec đã khẳng định là thành phố đã vi phạm nhân quyền và buộc phải bãi bỏ biện pháp giới nghiêm khắt khe này. Thị Trưởng thành phố Stéphane Gendron, một mặt tạm hoãn lệnh giới nghiêm, một mặt nhờ luật sư kháng cáo. Chuyện chưa ngã ngũ ra sao! Không biết bà già gân Gendron này có họ hàng gì với ông già gân Đô Trưởng Saigon của chúng ta năm xưa không?

Theo các nhà Tâm lý học và các nhân viên công tác xã hội thì cuộc sống ngày nay đặt ra cho các bậc cha mẹ rất nhiều thử thách. Nguyên do thì nhiều. Gia đình ngày nay không còn là một chốn dung thân an bình cho con em. Cha mẹ ly dị; cha mẹ đầu tắt mặt tối với công việc; cha mẹ quá hưởng thụ cuộc sống riêng tư; cha mẹ không theo kịp sự thay đổi của cuộc sống dồn dập ngày nay... là những nguyên nhân gần nhất. Trường học lơ là việc giáo dục đạo đức, thiếu nhân viên xã hội và tâm lý gia trong nhà trường cũng là một nguyên nhân. Cuộc sống quá phức tạp với nhiều giá trị khác nhau được tôn sùng hoặc quá nghiêng về vật chất làm thui chột các giá trị tinh thần cũng làm đám trẻ bơ vơ mất phương hướng. Đó là những cái xẻng xúc các em đổ ra ngoài đường phố. Và làm các em mất tuổi thơ. Chừng nào cho tuổi thơ tìm lại được tuổi thơ?

Tuổi *teen* là tuổi hồn nhiên. Những ngày xưa cũ đó, cuộc đời dịu hiền như những vòng quay vui của cặp bánh xe đạp *mini*. Rộn ràng, lóng lánh.

Chả có gì... sao lòng mình cũng thẹn
Đến ngượng ngùng bỡ ngỡ: hay là ai?...
Trăm bức thư lót giấy kẻ dòng đôi
Mà nét chữ còn run (dù rất nhẹ).

(Nguyên Sa)

Những cuộc tình học trò ngon như một trái táo thơm.

Khởi đầu một chuyện tình thường là những bức thư không qua bưu điện. Mực tím, giấy thơm, chữ biết thở, nếu thở được ra thơ càng...ăn tiền

mang vào lớp bài thơ anh mới tặng
khoe bạn bè cho chúng lác mắt chơi
í mà chết, anh viết gì trong đó?
chuyện chúng mình? em hổng chịu đâu!

(Luân Hoán)

Chuyện tình tuổi học trò, nó bấp bênh lắm. Có đó mà mất đó. Nhưng có khi có đó mà còn đó. Như cuộc tình của nhà thơ Luân Hoán. Nó bắt đầu từ khi nàng còn trong tuổi *teen.* Chàng phải mất tới bao nhiêu bài thơ mới dỗ dành nàng chìa được bàn tay ra, "văn học sử" không thấy ghi! Giấy bút chỉ ghi lại được lời thú nhận của nàng như sau: *"Cảm ơn Trời Phật, cuộc tình của chúng tôi gần như không có chuyện buồn. Cái trở ngại lớn nhất là lúc khởi đầu. Tôi nhỏ hơn ảnh gần tròn một con giáp. Nói xấu hổ, phải tăng thêm hai tuổi trong khai sinh để được về nhà chồng, hư thật. Vì không có chuyện buồn nên chúng tôi có quá nhiều chuyện vui. Vui lúc lận đận, vui lúc thong dong. Chuyện vui nào cũng đáng nói, thành ra, chừ không có chuyện vui nào đáng kể cho anh nghe hết. Nhưng nghe để làm chi đây? Để cười người ta chắc?"* (Chân Dung Thơ Luân Hoán, trang 245)

Tôi bỗng thấy muốn rời thơ để làm một con toán nhỏ. Tuổi lập gia đình, theo pháp luật, của một cô gái là 18 tuổi. Chị Luân Hoán khai tăng lên hai tuổi để đủ tuổi... xấu hổ. Như vậy là nhà thơ đón nàng thơ về dinh vào năm 16 tuổi. Cuộc tình khởi đầu lâu trước đó, lâu đủ để chàng thả hàng

hàng lớp lớp thơ. Nó bắt đầu từ tuổi nào? Hình như chị Luân Hoán, trong một lần vui chuyện, đã tiết lộ là vào tuổi 13. Tuổi của ca dao!

Lấy chồng từ thuở mười ba
Đến năm mười tám thiếp đà năm con
Ra đường thiếp hãy còn son
Về nhà thiếp đã năm con với chàng!

Như vậy, chị Luân Hoán chưa... ngon! Lấy chồng trễ mất ba năm và cho tới bây giờ chị mới có bốn con. Còn thiếu một đứa!

Nghịch ngợm một chút thôi, chị Luân Hoán à! Coi như thêm một chuyện vui trong cuộc đời chỉ có toàn chuyện vui của chị.

Tôi còn biết nghịch ngợm, huống chi tuổi *teen*. Đó là tuổi đứng hàng thứ ba, chỉ sau quỷ và ma. Học trò mà không nghịch thì còn ra cái... tuổi *teen* gì nữa! Học trò có hóa thành tượng cũng còn nghịch như điên.

Trong công viên có hai bức tượng *teen* rất đẹp, một nam một nữ. Họ lặng lẽ đứng đó nhìn nhau đắm đuối suốt nhiều năm ròng. Một sớm mai đẹp trời, một thiên thần xuất hiện và ban cho họ một điều ước: “Vì hai ngươi là những pho tượng mẫu mực đã mang lại niềm vui cho nhiều người, ta ban cho các ngươi điều ước lớn lao nhất: sự sống! Các ngươi sẽ có 30 phút để làm tất cả những gì khao khát bấy lâu nay!”

Thiên thần vừa dứt lời, lập tức hai bức tượng trở thành người thật. Họ mỉm cười với nhau, dắt tay nhau chạy vào khu rừng bên cạnh và lẩn vào sau một bụi cây. Thiên thần mỉm cười một mình khi nghe thấy đôi trai gái cười rúc rích và bụi cây rung soàn soạt, cành lá đu đưa.

Sau 15 phút, hai pho tượng sống từ trong bụi cây trở ra, vẻ thỏa mãn, tươi tỉnh. Băn khoăn nhìn đôi trẻ, thiên thần nhìn đồng hồ , hỏi:

"Các ngươi vẫn còn 15 phút làm người nữa, các ngươi có muốn tiếp tục không?"

Bức tượng nam nhìn âu yếm bức tượng nữ và hỏi:

"Em ơi! Mình làm lại lần nữa nhé!"

Bức tượng nữ mỉm cười e ấp, đáp:

"Dạ! Nhưng lần này đến lượt anh giữ con bồ câu để em " bĩnh" lên đầu nó nhé!"

08/2004

THUỐC LÁ

Viết về thuốc lá, dễ mếch lòng! Mấy ông bạn tôi phần đông đều cầm tinh cái... đầu xe lửa. Mù mịt lắm! Mấy năm trước, nhà thơ Du Tử Lê qua Montréal chơi, vào một tiệm ăn, thấy có khu dành cho người hút thuốc, khen rối rít. Cái xứ này... văn minh gớm nhỉ!

Đầu thập niên 90, tôi đọc được trên tờ *Time*, số đặc biệt về thuốc lá, một bài tiên đoán rất khó tin. Họ cho biết là tới năm 2000, hút thuốc lá sẽ bị coi như là hút cần sa ma túy! Vào cái thời những năm đầu của thập niên chót của thế kỷ thứ 20 đó, người ta sống với thuốc lá như sống với cơm, với bánh mì. Đề huề lắm. Có chi báo hiệu cho một sự chia tay sỗ sàng như vậy đâu! Mấy ông bạn tôi gạt đi. Cái thứ ăn nói bá láp! Tôi, chẳng còn là dân phì phèo ngậm chơi lửa đỏ, lúc đó cũng không nghĩ là chỉ nhấp nháy trong mười năm nữa, thuốc lá... ghê gớm như vậy! Vậy mà mọi sự xẩy ra đúng boong. Ngày nay, dân hút thuốc bị xua đuổi như xua tà ma. Chẳng còn nơi nào là nhà cả. Ngay nhà mình cũng... lạ lẫm với mình. Họa sĩ Đinh Cường dẫn tôi vào một cái chẹt nhỏ xíu dưới chân cầu thang dưới hầm nhà, tay rút thuốc, nói nhỏ. *Cái phòng này bị kêu là phòng Tội Lỗi đó!*

Hút thuốc quả là cái tội. Ngày xưa, tội nhẹ thôi, chỉ tổ vướng bận: thuốc với quẹt đầy túi. Ngày nay, tội nặng. Đối với người chung quanh, dù thân hay sơ, người làm bạn với khói như bị... rút phép thông công!

Tôi ở bên này hút cả trăm thứ thuốc
châm lửa rồi hút vội được vài hơi
nhìn quẩn quanh bảng cấm giăng khắp lối
muốn bực mình buông tiếng chửi lại thôi.

(Nguyễn Bá Trạc)

Ở bên này hút thuốc cực lắm. Ở bên nớ hút thuốc vẫn còn như đang ở... thiên đường. Người hút thuốc vẫn còn được sống chung hòa bình với người không hút thuốc. Tỷ lệ người hút thuốc ở Việt Nam rất cao: 56% nam giới. Thầy giáo nước ta, cứ hai thầy lại có một thầy thở khói. Nam sinh học theo thầy cũng được 5%. Mùi thuốc lá vẫn là mùi quen thuộc. Trong thời gian ở Việt Nam mới đây, bước chân vào quán cà phê, tiệm ăn, điểm *internet* và hầu như tất cả các chốn công cộng khác, tôi vẫn thấy người ta rút thuốc ra châm lửa tỉnh bơ. Không... tội lỗi một chút xíu nào. Mới chỉ vài tuần trước đây, Viện Đại Học Y Tế tại Hà Nội mới chính thức cấm các nhân viên và sinh viên hút thuốc trong khuôn viên của trường. Đây là Viện Đại Học đầu tiên trong nước đưa ra lệnh cấm này. Lệnh là như vậy. Tuân lệnh lại là chuyện khác. Đó là... thông lệ ở nước ta!

Trưởng phòng hỏi một nhân viên:

"Anh không biết là Sở ta có lệnh cấm hút thuốc trong lúc làm việc sao?"

"Dạ biết! Nhưng tôi đang ngồi chơi chứ có làm việc đâu!"

Tại sao người ta hút thuốc? Tôi hút thuốc là vì muốn học đòi làm người lớn. Hồi còn học trung học ở Chu Văn An Saigon, được bạn bè rủ rê, tôi thử hút điếu đầu. Ho sặc sụa, đắng nghét. Ăn một cây cà rem chắc sướng hơn nhiều! Nhưng cái tâm lý muốn làm người lớn buộc tôi phải dứt... cà-rem. Hút thêm vài điếu nữa, dĩ nhiên không phải hút liên tiếp, thấy quen quen. Tập tọng thứ gì chẳng phải tốn công. Cứ từng điếu như vậy, tôi có cảm tưởng như mình đã... thành nhân. Chỉ từng điếu thôi, hút ké, mua lẻ, đi xin... Lần đầu tiên tôi có nguyên một bao thuốc 10 điếu còn bọc giấy bóng kính thẳng băng là lần tôi ăn hối lộ! Giờ làm toán, thằng bạn ngồi bên cạnh tôi cắn bút. Cắn chán nó năn nỉ tôi cho... cọp dê. Tôi bằng lòng vì nó hứa sẽ có quà đền ơn đáp nghĩa. Ngày hôm sau, nó mang cho tôi một bao thuốc còn nguyên xi. Nhà nó có cửa hàng tạp hóa, của này chắc cũng là của... chôm. Bỏ bao thuốc vào túi, tôi thấy như mình cao thêm cả thước. Giờ ra chơi, hung hăng bóc bao thuốc mời bạn bè. Thấy mình lớn chi lạ!

Nhà văn Thế Uyên... chậm tiến hơn tôi. Mãi tới trên 21 tuổi mới hút điếu thuốc đầu tiên trong đời. *"Tôi bắt đầu hút thuốc lá hồi trẻ, so với tiêu chuẩn chung và quốc tế, vào năm đã hơn 21 tuổi, và không do ai rủ rê cả. Một người bạn đến mời tôi đến quán Gió Bấc để uống cà phê, gọi mấy điếu thuốc ngon hồi đó là Cotab, mời tôi. Mời thì hút thôi và thấy môi ngậm điếu thuốc buồn buồn trên da môi nhẹ nhàng, khói bốc ra trong miệng trong da mũi như mơn trớn một mùi thơm hắc dễ chịu, nhất là khi đi kèm với cà phê đắng ngọt trên lưỡi. Kể từ đó mỗi lần đi uống cà phê, tôi lại hút hai điếu Cotab, về sau thấy nhạt, không đã, chuyển sang hút thuốc lá nâu điếu dài Oakland."* (Văn, California, số 90&91, tháng 6&7 năm 2004).

Bắt đầu như thế, người ta xông vào một cuộc tự tử dịu dàng. Bởi vì, hút thuốc lá là chấp nhận mất đi từ 12 tới 25 năm tuổi thọ. Ung thư phổi là căn bệnh gần gũi với thuốc lá nhất. 87% trường hợp ung thư phổi là do thuốc lá. Số người chết vì thuốc lá khoảng 5 triệu người mỗi năm, nhiều hơn tất cả số tử vong do tai nạn, lao phổi và AIDS cộng lại! Trong tương lai 25 năm nữa, nếu không ngăn chặn kịp thời, số đi ngủ với giun do hút thuốc lá sẽ tăng gấp đôi, 10 triệu mỗi năm. Hai phần ba số tử vong này là ở các nước đang phát triển.

Những con số này, đọc cho vui, chứ các... nhà máy khói chắc chẳng coi ra gì. Trên mỗi bao thuốc lá bán ra trên thị trường, trước đây người ta đã... đe dọa bằng chữ. Hút thuốc sẽ bị ung thư phổi, ung thư miệng, có hại cho thai nhi... thậm chí tới... bất lực! Vậy mà người ta vẫn cứ phì phèo. Chưa thấy quan tài chưa đổ lệ, người ta tăng sự đe dọa bằng những hình ảnh rõ ràng, đập thẳng thừng vào mắt các vị đang cầm điếu thuốc vào miệng. Mỗi bao thuốc đều có hình những lá phổi, những hàm răng, những cái lưỡi... loang lổ thâm xịt. Nhìn vào là thấy ớn. Người đã ngưng hút thuốc như tôi nhìn thấy rất hãi. Nhưng với những chiến sĩ can trường vẫn đang mù mịt khói thuốc thì nhằm nhò gì ba cái lẻ tẻ. Có mà dọa con nít! Không hút, chết sướng hơn!

Trên một chuyến tàu, cuộc trò chuyện chuyển sang nói về những thói quen tốt và xấu trong việc giữ gìn sức khỏe. Một anh chàng béo tốt hồng hào thao thao bất tuyệt về đề tài này. Anh ta nói:

"Hãy nhìn tôi đây thì biết! Chưa bao giờ tôi đau ốm cả. Tất cả là do cách ăn uống và kiêng khem."

Mọi người há miệng ra chờ đợi lời giải thích hấp dẫn. Chờ cho mọi người nao nức xong, anh mới... thuyết pháp:

"Tại sao ư? Tôi sống rất có điều độ, ăn uống đơn giản, 9 giờ tối đi ngủ, 5 giờ sáng thức dậy, tập thể dục hàng ngày, mùa hè cũng như mùa đông. Và nhất là không bao giờ cà phê, rượu chè, thuốc lá..."

Một người ngồi trong góc tàu cắt ngang câu nói, hỏi:

"Xin lỗi ông! Ông vào tù vì tội gì vậy?"

Tôi tự do, vậy tôi hút thuốc lá! Dân Québec chúng tôi được tiếng là những người chịu chơi. Số người nghiện, bất cứ nghiện thứ gì, cũng đều nhất nước Canada. Thuốc lá thì càng nhất! Ngay trẻ em Québec cũng... nhất nước! Hơn nửa số trẻ em hút thuốc trên toàn thể Canada là trẻ em Québec. Năm 2002, trong số học sinh từ lớp 5 đến lớp 9, có 3%, khoảng 54 ngàn em, nghiện hút. Trong số này, quá nửa là các em gái! Cứ lên một cấp lớp là số trẻ em hút thuốc tăng gấp đôi. Lớp 7 là 2%, lớp 8 là 4%, lớp 9 là 8%. Học sinh từ lớp 7 đến lớp 9, từ 12 đến 14 tuổi, nghiện thuốc lá thì có tới 75% chơi luôn cần sa, 92% chơi luôn rượu. Hai phần ba các em nghiện có cả cha lẫn mẹ là dân... phun khói. Hổ phụ hổ mẫu sanh ra hổ tử! Càng hút thuốc thì càng... dốt. 12% các em hút thuốc có học lực trên trung bình so với 40% các em không hút. Học lực dưới trung bình thì có 28% các em hút so với 6% các em không hút.

Một cậu bé đi đi lại lại trước rạp chiếu bóng, miệng phì phèo điếu thuốc. Một bà cắc cớ hỏi:

"Mẹ cháu có cho cháu hút thuốc không?"

"Không!"

"Thế sao cháu lại hút?"

"Thế chồng cô có cho phép cô nói chuyện với đàn ông lạ ở ngoài đường không?"

Hút thuốc lá đâu có ngu! Lý luận cũng... ra gì! Trẻ em cũng như người lớn. Một ông Hy Lạp, ông Takis Kouris, cũng... tam đoạn luận! *"Tôi là dân Hy Lạp và dân Hy Lạp thì phải hút thuốc. Đó là một phần của Hy Lạp!"* Thuốc lá gắn liền với dân Hy Lạp. Số người trưởng thành hút thuốc là từ 40 đến 45 phần trăm. Trong hạng tuổi từ 25 tới 34 còn... siêu hơn nữa: 60%! Họ hút tá lả. Trong xe điện ngầm, ngoài phi cảng quốc tế, ở mọi chốn công cộng và nhất là trong tiệm ăn, khách sạn. Chính quyền cũng có ra tay đấy nhưng dân chúng coi như pha. Trong tiệm ăn, tìm được khu cấm hút thuốc cũng phải trần thân vất vả. Nơi "mát mẻ" đó chỉ là một vài bàn nằm thu mình cho có lệ bên cạnh những bàn hút thuốc. Trung bình một người dân Hy Lạp hút 23,38 điếu mỗi ngày, bỏ xa nước về nhì tại Âu Châu là Bỉ với 18 điếu rưỡi. Mắc mớ gì tôi lại suy tì Hy Lạp như vậy? Tại vì tháng 8 sắp tới, Thế Vận Hội mùa hè sẽ được tổ chức tại thủ đô Nhã Điển của Hy Lạp. Thể thao ít đi đôi với thuốc lá nên chính phủ đang khuyên dân chúng nên bớt nhả khói để khỏi mất mặt với các lực sĩ và du khách khắp thế giới sẽ đổ tới vào dịp hội lớn này. Cũng như trước đây, khi Thế Vận Hội được tổ chức tại Séoul, Nam Hàn, nhà cầm quyền đã phải dùng đủ cách để... dấu đi những tiệm thịt chó cho quốc tế khỏi chọc quê dân Nam Hàn! Chưa chi quốc tế đã... chọc quê dân Hy Lạp. Họ nói là Thế Vận Hội Hy Lạp nên châm ngọn lửa thiêng bằng... một điếu thuốc lá!

Giỡn hoài! Đã bảo thể thao không đi với thuốc lá được! Tại Montréal, trong giải Đua Xe Hơi Quốc Tế Grand Prix F1 vừa kết thúc, thuốc lá cũng được mời đi chỗ khác chơi. Từ trước tới nay, các hãng sản xuất thuốc lá đã bỏ rất nhiều tiền ra cho cuộc đua này để họ có cơ hội quảng cáo thuốc lá. Năm nay, dựa vào luật cấm quảng cáo thuốc lá, ban tổ chức bắt buộc phải nghỉ chơi với các ông đông bạc này. Cuộc đua tưởng đã phải bãi bỏ nhưng chính phủ đã chi ra 12 triệu Gia kim để cứu cuộc đua. Vậy mà chính phủ vẫn mang tiếng to đầu mà dại. Mùi thuốc lá vẫn vương trên vòng đua. Trên xe đua *Jordan-Ford*, quảng cáo thuốc lá *Benson&Hedge* đã được ghi trại ra thành *Be On Edge*, trên xe *BAR-Honda* thuốc lá *Lucky Strike* biến thành *Look Left* hay *Look Right* tùy theo hướng nhìn của khán giả! Cái kiểu... hương gây mùi nhớ này là một chiêu ngoạn mục của các nhà sản xuất thuốc lá!

Khói xe còn vương vấn khói thuốc. Khói thuốc còn... đốt

sức khỏe của những người phải ngửi khói. Không hút nhưng chỉ hít khói thừa cũng bị vạ lây. Ngửi khói thuốc thường xuyên có nhiều nguy cơ bị viêm phế quản, viêm phổi hoặc làm bệnh hen suyễn trở nên nặng nề hơn. Ở Việt nam, vì tỷ lệ người hút thuốc cao nên số người hưởng cơm thừa canh cặn cũng cao. Trên 50% dân không hút thuốc phải tiếp xúc với khói thuốc ít nhất 30 phút mỗi ngày. Theo một khảo sát mới đây với các học sinh ở 5 tỉnh thuộc 5 vùng kinh tế trên cả nước thì cứ 10 em lại có 6 em bị nhiễm khói thuốc ngay tại nhà.

Đốt thuốc lá là đốt tiền. Cách này hay cách khác. Mỗi năm, một người hút thuốc lá ở Việt nam chi khoảng 700 ngàn đồng cho thuốc lá. Nhân lên với 12 triệu người hút, mỗi năm họ đốt hết 8200 tỷ đồng, số tiền đủ để mua thực phẩm nuôi sống 10,6 triệu người! Một khảo sát gần đây cho thấy chi tiêu cho thuốc lá trong một gia đình ở Việt Nam cao gấp 3,6 lần phí tổn cho học hành, gấp 2,5 lần cho mua sắm áo quần và gần gấp đôi số tiền chi cho khám bệnh!

Số tiền nhà nước bỏ ra để chữa những bệnh gây ra bởi thuốc lá là chuyện khác. Đó là một số tiền không nhỏ. Trong thập niên 90, hơn 40 tiểu bang ở Mỹ kiện các hãng sản xuất thuốc lá đã dẫn tới vụ dàn xếp ngoài tòa một món tiền bồi thường khổng lồ lên tới hơn 240 tỷ Mỹ kim! Năm nay, tỉnh bang British Columbia ở Canada nối gót đưa các hãng sản xuất thuốc lá ra tòa. Số tiền đòi bồi thường là bao nhiêu, người ta chưa biết rõ. Nhưng mỗi năm, số tiền tỉnh bang đã phải chi ra cho việc điều trị các loại bệnh liên quan đến thuốc lá là 500 triệu Gia kim.

ta với cái buồn chẳng ai buồn hơn
ngậm điếu thuốc rê gật gù thở khói
giá mà còn em cho ta được nói
chắc đôi đường ân oán cũng không xong!

(Hoàng Lộc)

Góc quán cà phê đây thiên hạ
Buồn vui thuốc lá chuyện lao xao
Vui em áo mới theo mùa mới
Xưa ngực bình nguyên trỗi dậy chào

(Nguyễn Nam An)

Buồn theo thuốc lá. Vui theo thuốc lá. Không có điếu thuốc lá, các bạn tôi chắc sẽ hụt vần thơ. Thuốc lá tơ lơ mơ mà, biết chăng, đã làm nên một góc văn học của mọi nền văn học trên thế giới. Không có thuốc lá, chắc gì văn thơ đã không nhạt nhẽo, chẳng mùi mà cũng chẳng vị. Bạn tôi, nhà văn Hồ Đình Nghiêm, cũng cùng dân Montréal, cũng phì phèo ngang cỡ nhà thơ Lưu Nguyễn, đốt khói ngang tầm nhà thơ Hoàng Xuân Sơn khi chưa dứt khói, đã... thuốc lá tụng hết nước: *"Những chính trị gia, những nhà văn, những họa sĩ, những đạo diễn...chừng như ai nấy đều là những kẻ nghiện hút. Bởi thuốc lá, nó đại bổ cho một đầu óc cần toan tính, suy tư. Là thang thuốc kỳ diệu giúp người ta hạ hỏa, lấy lại được sự bình thản. Những mafia, những đại ca cũng đều ngậm thuốc, nheo mắt trước và sau khi hành sự. Kể cả thằng đàn ông trên giường, nằm vật mình sang bên, việc đầu tiên là vớ ngay một điếu thuốc, lim dim thụ hưởng, thôi ngó ngàng tới con mẹ đàn bà đã từng là đồng minh vừa mang mình vượt qua cái lãnh thổ mà sự mê tơi thống khoái có thể làm phát khóc đi được. Khóc trong quốc gia hay khóc ngoài biên ải cũng đều là khóc cả. Cái quan trọng là anh còn khóc được hay đã khô cạn những nguồn cơn?"* (Văn Học, California, số 208&209, tháng 8&9 năm 2003)

06/2004

TIỀN

Đó là một chữ mà khi nghe thấy ít ai có thể không có một phản ứng. Tiền! Nghe sướng lỗ tai. Cái miếng giấy, đôi khi rất nhàu nát bẩn thỉu đó, lại là tờ giấy mà ai cũng muốn chụp lấy, bỏ vào túi. Bỏ vào rồi hầu như không ai muốn kéo nó ra lại. Một bà bạn tôi, thấy ông chồng cứ ngồi xuống là hai chân rung tít lên, đã lừ mắt giỡn như thiệt. *Rung như vậy hèn chi tiền không rớt hết!*

Tiền bỏ đi chơi thì nghèo. Chẳng mấy ai thích nghèo, họa chăng chỉ có mấy ông kiết xác, biết chẳng bao giờ giầu được mới an ủi nhau bằng những câu rất... cao thượng. Đại khái như: Đói cho sạch, rách cho thơm! Giấy rách phải giữ lấy lề! Hoặc cay cú hơn: Tiền bạc không mang lại hạnh phúc!

Một tỷ phú tâm sự với bạn:

"Tất nhiên tiền bạc không mang lại hạnh phúc, nhưng ít ra nó cũng giúp mình đến được sa mạc Sahara hay hòn đảo Honululu cùng vài cô gái đẹp để thử xem hạnh phúc có ở đó hay không!"

Có tiền mua tiên cũng được! Nhưng mua tiên để làm gì? David Blanchflower của Đại Học Darmouth và Andrew Oswald của Đại Học Warwick (Anh) đã tiến hành một cuộc khảo cứu về mối liên hệ giữa thu nhập, hoạt động tình dục và hạnh phúc. Cuộc khảo sát được thực hiện với 16 ngàn người Mỹ. Kết quả không thấy có sự tương ứng đáng kể giữa mức thu nhập và hoạt động tình dục. 19% nhóm có thu nhập thấp "hành quân" từ 2 đến 3 lần một tuần so với 21% nhóm có thu nhập cao. Kỷ lục trên 4 lần một tuần, anh nhà giầu chiếm 6% trong khi anh trên răng dưới lựu đạn lại đạt được tới 8%! Hạnh phúc, nếu tính theo con số những lần... đánh cờ người, thì những cặp một vợ một chồng chăm chỉ đánh cờ hơn những trự độc thân, góa bụa, ly dị hoặc ly thân. Và thường thường con số bạn tình mang lại hạnh phúc tối đa cũng chỉ có một người. Vậy thì, mang tiền đi mua tiên, ích gì đâu!

Chẳng thà đi mua... xe! Hai cô bạn gái nói chuyện với nhau:

"Bồ lại mua xe mới? Lấy chồng giầu sướng thật!"

Cô bạn nhăn nhó thảm hại:

"Có gì đâu! Hôm đó tớ đang *shopping* ở dưới phố, chợt thấy đau bụng. Ngó quanh thấy có một cửa hàng bán xe *Mercedes* vội vào nhờ *toilet*. Bồ biết tính tớ, chẳng lẽ khơi khơi đi ra mà không mua gì thì cũng ngại!"

Đừng tưởng có tiền mua xe *Mercedes* là ngon lành đâu!

Xe *Porsche* cũng vậy! Bởi vì theo một cuộc khảo sát trên 2.200 người lái xe của tạp chí *Men's Car* xuất bản tháng 5 năm 2004 thì những ông lái xe *Mercedes* chỉ "vui chơi" được có 1,6 lần một tuần. Lái xe *Porsche* ngầu như vậy mà yếu xìu! Chỉ có 1,4 lần một tuần. Ngầu nhất là dân lái xế *BMW* 2,2 lần một tuần. Tiếp theo là *Audi* 2,1 lần một tuần; *Volkswagen* 1,9 lần một tuần; *Ford* 1,7 lần một tuần. Tính theo quốc tịch xe thì lái xe Ý 2 lần một tuần; xe Pháp 1,9 lần; xe Nhật 1,8 lần; xe Thụy Điển 1,6 lần; xe Đại Hàn 1,5 lần! Về đàn bà lái xe thì lái xe Pháp 2,1 lần; xe *Audi* 2 lần; xe Ý 2 lần; xe *BMW* 1,9 lần và xe *Porsche* 1,2 lần. Vậy khi ra đường, thấy ai lái xe *Porsche*, chúng ta chẳng nên trầm trồ, đó là thứ... hạng bét! Đây là một bản nghiên cứu...vô duyên nhất thế giới, ghi lại đọc cho vui, chứ đừng có vị nào thấy mình yếu lại... đổi xe! Chỉ tổ tốn tiền vô ích. Nhà tình dục học Greg McCrea ở Ottawa, khi đọc bản nghiên cứu này đã khôi hài. Chắc tại mấy anh lái xe *BMW* thích... nổ lớn hơn mấy anh lái xe *Toyota* hay xe *Ford* thôi! Tôi thì chẳng cần nghiên cứu nghiên kiếc gì, ra đường, thấy mấy trự ngồi sau tay lái xe *Porsche*, đàn ông cũng như đàn bà, trự nào cũng phất phơ mái đầu bạc là hiểu ra sự tình tại sao họ lại đèn đỏ về cờ quạt liền một khi!

Xe xịn phải đậu trước một một tòa nhà xịn cho cân cái. Coi mới được con mắt. Các tỉ phú, triệu phú có nhà bạc triệu, đó là chuyện phải lẽ. Không triệu phú cũng có nhà bạc triệu là... dân Việt Nam hải ngoại. Chồng cầy, vợ cầy, có khi tới hai *job*, đủ tiền đặt cọc là lao vào nhà. Người ta mua... nhà thờ! Đó là những căn nhà tráng lệ, sạch như li như lau, đồ đạc tường thảm như... đóng hộp, nhiều phòng thì đóng bớt chỉ xài một phòng, vợ chồng con cái tụ lại cho ấm, nhiều *toilet* thì khóa lại chỉ xài một cái, bếp không bao giờ có khói vì sợ hôi nhà, lớn bé di chuyển khép nép như sợ làm đau nhà. Nhà không phải để ở mà để... thờ! Gặp bạn bè bất kể cũ mới, bất kể thân sơ, nhiều khi không phải là bạn mà chỉ là... bạn của bạn, là vội ríu rít kéo về nhà cho được để... cho biết nhà! Người được mời cảm thấy như mình đang đi... hành hương! Nhiều tiền, ai cũng thích. Muốn mua gì thì mua, toàn thứ xịn!

Tiền chì mua được cá tươi,
Mua rau mới hái, mua người nở nang.
Tiền trinh mua vội mua vàng,
Mua phải rau héo, mua nàng ngẩn ngơ.

Nhưng làm sao để có tiền? Người xưa đã chỉ: có gan làm giầu. Gan, ai chẳng có. Vậy mà sao vẫn... xăng xu? Phải mang cái gan đó ra đối đầu với... súng đạn. Như đi cướp nhà băng chẳng hạn. Một là giầu, hai là đi... mua nhà. Nhưng là... nhà đá! Còn gan chỉ để... uống rượu thì cứ tằn tiện là nhất. Rob Lunan là một người như vậy. Ngay từ hồi nhỏ ông đã được gọi là *Scrooge*, một nhân vật cực kỳ giữ chặt hầu bao trong truyện *A Chritmas Carol* của *Charles Dickens.* Ông đã không giận mà còn rất thích thú với xước danh này. Ông đã có lần tỉnh bơ thú nhận là ra đường thấy một xu rớt dưới đất là ông phải lượm liền. Không lượm thì không chịu được! Một xu lượm được giá trị bằng hai xu làm được! Đó là... ranh ngôn của ông thầy... tiện này. Năm ngoái, ông quen hai cặp vợ chồng. Một cặp lợi tức hàng năm chỉ có 25 ngàn

Mỹ kim, 3 đứa con nhỏ, còn nợ nhà và có hai chiếc xe. Năm miệng ăn, một đầu lương mà rất thảnh thơi. Một cặp khác, hai vợ chồng cùng đi làm, không con cái, lợi tức hàng năm 80 ngàn Mỹ kim. Vậy mà... vỡ nợ! Điều tôi nhận thấy sự khác nhau giữa hai cặp vợ chồng này là cách tiêu tiền, Lunan nói. Và ông nảy ra sáng kiến viết một cuốn sách dậy cách... hà tiện. Đó là cuốn *The Scrooge Guide*. Châm ngôn của cuốn sách này là cái gì tự tay làm lấy được thì đừng mua! Từ ly cà phê buổi sáng, phần ăn trưa ở sở làm đến trồng rau trong vườn, đóng lấy tủ giường bàn ghế, ăn uống có... tính toán. Chẳng hạn nên làm một bản thực đơn cho cả nhà trong một tháng sẽ có thể bớt được một nửa tiền chợ! Những gì không thật cần thiết thì đừng mua, đừng xài. Xe hơi làm chi? Xe buýt cũng tới nơi vậy! *Computer*, *internet* chưa cần thì đừng thèm biết tới. Khi cần thì mua đồ cũ hoặc đi xin, đi lượm về mà xài, *internet*... chùa cũng lên trời như người ta! Bạn nào muốn học đòi tiết kiệm với ông Scrooge này thì hãy... tiêu tiền! Sách của ông bán với giá 24,50 Mỹ kim, tính ra khoảng 33,60 Gia kim.

Bạn chẳng nên dại dột làm mình nghèo thêm 24 đô rưỡi. Ngoài đời thiếu gì người còn siêu hơn cái anh chàng Rob Lunan khôn vặt này. Tôi đã gặp được hai *Super Scrooge!* Một ông Việt nam, có *business* làm ăn, thèm một lon *Coke* khi trời nóng. Ông lục lọi khắp các ngăn kéo, kiếm ra được đủ 99 xu tiền chì loại 1 xu. Ông đưa cho cô nhân viên bảo đi mua cho ông. Cô nhân viên dở khóc dở cười. Không đi thì sợ mất *job*, mà đi thì... xấu mặt quá. Vác 99 đồng xu hạng bét này ra trả mất mặt bầu cua là cái cẳng. Đành phải móc túi hy sinh một đồng để cứu cái mặt! Ông kia là một ông Do Thái, có địa vị quan trọng trong một hãng xưởng của ông anh. Cúi lượm một xu do tên nhân viên nào đó làm rớt là chuyện... bắt buộc đối với ông. Không lượm lỡ trời sập thì mần răng! Một tên cắc cớ, thấy bóng ông, bèn làm như lỡ đánh rơi một xu vào trong ổ khóa cửa, rồi bỏ đi. Ông lúi húi móc, cậy, thọc mà cái đồng xu chết tiệt nhất định không thèm ló mặt ra. Mặt ông đỏ bừng, chạy xuống xưởng thợ, lấy đủ thứ đồ nghề lên kéo đồng xu ra. Rút cuộc, ông cũng được một xu, nhưng phải bán một trận cười thoải mái cho nhân viên mà chẳng thu về được... một xu nào cả!

Hà tiện, cần gì phải học. Nhân chi sơ tính... hà tiện. Hà tiện thường đi với tham lam. Một bà nằm mơ thấy được gặp Thượng Đế, liền hỏi:

"Thưa Ngài, trăm năm của hạ giới bằng bao nhiêu ngày trên thượng giới?"

"Con ơi! Không thể tính được bằng ngày mà chỉ bằng một phút thôi."

"Thưa, thế trăm triệu đồng thì sao?"

"Chỉ đáng một xu trên thượng giới mà thôi."

Bà xuống giọng...con cá:

"Vậy xin Ngài rủ lòng thương ban cho con một xu! Con sống nghèo khổ lắm."

"Được, con hãy đợi ta một phút nhé!"

Thượng Đế giỡn với bà cho vui vậy thôi chứ thực sự Ngài đâu có xu nào. Thu nhập của Ngài cũng gian truân lắm. Các "đệ tử" của Ngài ở trần gian, người nào cũng khôn hơn Ngài cả. Một Linh Mục, một Mục Sư và một Giáo Sĩ Do

Thái Giáo đàm đạo với nhau. Linh mục nói:

"Tôi vẽ một vòng tròn dưới đất, vứt tiền lên trời. Phần nằm trong vòng tròn là của Chúa, còn lại là của tôi!"

Vị Mục Sư nói:

"Tôi vẽ một đường thẳng, vứt tiền lên trời. Số tiền nằm bên kia vạch là của Chúa, nằm ở bên này vạch là của tôi."

Vị Giáo Sĩ khoác tay nói:

"Tôi tung tất cả tiền lên trời. Đồng nào Chúa muốn thì Ngài chụp lấy, còn những đồng rơi lại xuống đất là của tôi!"

Nói chuyện tiền bạc với Thượng Đế, nản chết. Cứ gửi thư cho những vị quyền thế dưới đất này, xin số tiền họ... không thèm đếm xỉa tới cũng được rồi. Ở Canada, quý vị có thể gửi cho những vị sau. Trong thư bạn nhớ chỉ hỏi xin số tiền... lẻ họ bỏ quên trong các chương mục ngân hàng cũng đủ rượu chè qua ngày. Cô ca sĩ hái ra tiền Céline Dion đã cho ngủ trong ngân hàng *National Bank* ở Farnham, Québec, số tiền 42,79 Gia kim từ năm 1984 tới giờ mà không thèm sờ tới. Cựu Thủ Tướng Brian Mulronay quên 144,83 Gia kim tại ngân hàng *CIBC* ở Calgary; Thủ Tướng vừa tái đắc cử Paul Martin đãng trí bỏ quên tới ba chương mục. Hai ở Montréal: 5833,70 Gia kim và 1302,73 Gia kim, và một ở Windsor 38,04 Gia kim; cựu Thủ Tướng Joe Clark chẳng thèm biết đến 1685,77 Gia kim tại ngân hàng *CIBC* ở Ottawa. Tổng cộng số tiền bị bỏ quên của 767.590 chương mục mà chủ nhân coi như vứt đi lên tới 204 triệu Gia kim. Chương mục "ngủ" lâu nhất là từ năm 1990 tới giờ!

Vứt tiền đi như vậy sao người ta cứ giàu? Càng ngày

càng giầu hơn. Xó xỉnh nào cũng có người giầu. Cứ nhắm mắt cũng biết nước Mỹ là quê hương của nhiều triệu phú nhất, 2 triệu 270 ngàn vị lận! Nước Anh có 383 ngàn, Trung Quốc 236 ngàn, Canada 200 ngàn, Tây Ban Nha 129 ngàn, Nga 84 ngàn, Ấn Độ 61 ngàn, Hongkong 45 ngàn. Cả thế giới có 7 triệu 700 ngàn vị có tài sản bạc triệu Mỹ kim trở lên! Số triệu phú mới ngoi lên được trong năm 2003 tăng 7.7% so với năm 2002. Trong số đó Hongkong đạt 30%, Ấn Độ 22%, Tây Ban Nha 18%, Mỹ 14%, Trung Quốc 12%, Canada 11%. Tại Canada cứ 150 người dân thì có một triệu phú! Vậy tại sao không có tôi, không có bạn?

Câu hỏi nghe... nhức xương! Cái gì mình không với tới được thì... trăn trở lắm. Triệu phú, người là ai? Một nữ triệu phú Mỹ điển hình là người khoảng 49 tuổi, đã lập gia đình và có con cái. Họ thức dậy lúc 5 giờ 58 phút sáng sau một giấc ngủ dài 6 tiếng rưỡi. Mỗi tuần họ làm việc 49 giờ 18 phút, tập thể dục 36 giờ 30 phút. 98% làm chủ ít nhất một căn nhà, 34% đã trả xong tiền nhà. 58% bọc lại đồ đạc trong nhà thay vì mua đồ mới, 52% vá lại quần áo còn dùng được. 50% đã ly dị ít nhất một lần. Họ quyên góp 7% lợi tức đồng niên cho các hội thiện. Họ kiếm được 75% thu nhập của gia đình. Kiếm tiền nhiều như vậy, can chi họ phải ngửa tay hỏi tiền các anh chồng?

Hai ông chồng nói chuyện với nhau:

"Cậu có biết tại sao nếp nhăn trên trán đàn ông chúng ta lại nằm ngang, còn trên trán các bà vợ lại thẳng đứng không?"

"Không! Tại sao vậy?"

"Tại vì các bà thường cau mày lại hỏi "Tiền đâu?", còn các ông trố mắt ra hỏi lại: "Tiền nào?" "

Kiếm tiền, đó là mối bận tâm muôn thuở của con người. Muốn kiếm thật nhiều tiền mà chẳng tài cán gì như tôi thì chỉ còn cách cầu may. Xổ số, tôi nuôi số 6/49 gần hai chục năm. Cũng cay đắng lắm. Mỗi tuần hai lần cứ dài cổ ra coi người ta trúng. Mình chưa tới lượt. Còn chờ Thượng Đế sắp xếp. Cứ vững lòng trông cậy vào Ngài chắc cũng có ngày... tới số! Như mấy đồng hương của tôi ở Cali vừa được Ngài đoái nhìn tới trong cuối tháng 6/ 2004 vừa qua. Đó là các vị David Tô, Nguyễn Triệu và Đỗ Bích Nga vừa trúng lô độc đắc giải *Super Lotto* trị giá 37 triệu Mỹ kim. Phát ngôn nhân Sở Xổ Số California là Doyle Johnston nói rằng vé số may mắn này đã được mua tại tiệm bán thuốc lá *Mike Tobacco*, số 1174 đường Diamond Bar Boulevard thuộc thành phố Diamond Bar ở miền nam Cali.

Một ông Việt Nam khác, ông Trung Dung lại khác. Ông chẳng thèm số xiếc gì. Tiền do cái đầu mình làm ra chứ ở đâu! Năm 1984 ông vượt biển tỵ nạn và năm sau, ông được nhận vào Mỹ trong túi chỉ có 2 Mỹ kim. Chỉ 15 năm sau, nhờ khối óc tinh tế, sự lanh lợi, sự cần cù, và cơ hội may mắn mà gia sản của ông lên tới 1 tỷ 700 triệu đô la! Đó là tiền chuyển nhượng Công Ty *OnDisplay* của ông cho *Vignette Corp*. Tiền nhiều như vậy, ông vẫn chưa chán tiền. Ông dùng số vốn này thành lập Công ty nhu liệu *Fogbreak Software* chuyên đáp ứng nhu cầu tài chánh và điều hành liên quan đến những công ty muốn chuyển việc làm ra thị trường ngoại quốc. Khi tới Hoa Kỳ, tiếng Anh của ông còn... đơn giản lắm. Ông dùi mài để thi đậu kỳ thi tương đương trung học và học tiếp để lấy được hai bằng Đại Học về Toán và *Computer Science*, và sau đó hoàn tất một phần lớn chương trình Cao Học tại Đại Học Massachusetts tại Boston. Giữa một bối cảnh kinh tế chưa hồi phục, ông thành lập công ty nhu liệu trước sự can gián của bạn bè và người thân. Nhưng ông nhìn thấy cơ hội và cứ... húc đầu vào thương trường đầy xáo trộn. Ông thành công và trở thành tỷ phú nhờ dám đương đầu trước thách thức của cuộc sống!

Mỗi người đều có một cái đầu, tròn méo tuy có khác nhau, nhưng đầu nào cũng nghĩ tới tiền. Bởi vì tiền, như một bài "đồng dao" tân thời ở Việt nam, là... hết chỗ chê!

Tiền là Tiên là Phật
Là sức bật của tuổi trẻ
Là sức khỏe của tuổi già
Là cái đà của danh vọng
Là cái lọng của công lý
Tiền là...hết ý!

Đồng tiền nào cũng có hai mặt. Mặt sáng và mặt tối. Có những người dễ tính coi mặt nào cũng là mặt... tiền. Có những người chỉ bỏ vào túi mặt sáng của đồng tiền. Đó là vấn đề... nhân tâm. Hay là vấn đề... mạng mỡ? Tùy!

06/2004

Ghi thêm: Sau khi bài này được đăng báo, một độc giả, ông Lê Bảo Tâm ở Winnipeg, có viết thư cho biết như sau về bài gọi là "đồng dao" Tiền:

"Đây là bài hát vè của đất Quảng Nam, tác giả là một bác nông dân nghèo đã quá cố ở làng Giáo Ái, tục danh Bốn Sỏi. Bài hát này đã được truyền khẩu trong dân gian từ trước năm 1975, nguyên văn như sau:

Tiền là tiên là Phật
Tiền là sức bật của quan to
Tiền là thước đo lòng người
Tiền là nụ cười tuổi trẻ
Tiền là sức khỏe người già
Tiền là cái đà danh vọng
Tiền là cái lọng che thân
Tiền là cán cân công lý
Tiền là...hết ý!

Sau 1975, có người tự viết lại tựa đề bài vè này là: 'Chín Cửa Tiền'. Bài vè này phản ánh rất sâu sắc thực trạng xã hội Việt Nam ngày nay."

TIỆN

Cho tới bây giờ vẫn có giả thuyết cho Trạng Quỳnh là một nhân vật không có thực tuy rõ ràng là ở Saigon có đường Cống Quỳnh. Ông là một người thông minh, tinh quái, giỏi thơ văn. Nếu ông sống vào thời nay chắc sẽ được gắn cho cái mác... ma lanh! Chuyện về ông rất nhiều, toàn những chuyện... ma lanh. Có một chuyện được kể như thế này. Có một lần sứ Tầu sang Việt Nam, ông được cử ra đối đầu. Ông giả làm người lái đò chở sứ Tầu. Khi đò đang rong ruổi trên sông nước, anh sứ Tầu lỡ chột bụng tạo ra một tiếng kêu. Để chống đỡ, anh bèn ngạo mạn đọc : "Sấm động Nam Bang!" Trạng Quỳnh chơi lại anh sứ xấu bụng này bằng cách ra mũi đò, tụt quần, đi một đường cầu vồng và đối lại: "Vũ qua Bắc Hải!" Anh sứ Tầu ngẩn tò te. Một tên lái đò mà đối hay đến như vậy thì dân khoa bảng của nước Nam phải giỏi đến mức nào! Bèn rét, hết nghênh ngang.

Trạng Quỳnh đi một đường tiện nhỏ chống lại cái tiện giữa của anh sứ Tầu. Thường tiện nhỏ, người ta không ngang nhiên hoạt động giữa trời như vậy. Trừ những đứa trẻ nghịch ngợm. Trong truyện ngắn *Đường Xuống Vực*, nhà văn Ngô Nguyên Dũng đã cho Bân, một cậu bé nhà quê có anh bạn cùng lớp, lớn tuổi hơn, tên Sáo, đã có vợ, lên đỉnh đồi , thực tập... tác xạ: *"Bân trèo lên đỉnh đồi cát, đứng thở dốc. Nó mắc tiểu, vạch quần, nâng vòi, cố rặn để phun thành vòng cao và xa, tập cho... quen để có dịp thi đái xa với lũ bạn. Có lần Bân đứng thi đái cạnh thằng Sáo, lén nhìn sang, thấy... không giống của mình. Vòi nước của nó có đầu trơn láng, nhúm lông chìa ra giữa mấy ngón tay kẹp. Còn của Bân nhỏ xíu như trái ớt. Bân ngượng chín người, giữa chừng đái không ra. Vòng nước đang cong chợt gẫy ngang, rớt xuống xém ướt chân."* Tiện nhỏ, nó có chỗ đàng hoàng. Ông bạn Luân Hoán của tôi, thơ cũng nghênh ngang phát khiếp, vậy mà trên đường di tản sang Canada, máy bay ghé lại một phi trường của Ý, bụng đang rối bời vì vừa dứt bỏ quê hương, cũng... kỷ luật như ai.

tàu bỏ ta trên đất Ý
vài giờ đợi đổi đường bay
ngồi không bỗng dưng mắc đái
bỗng thèm rửa mặt rửa tay

kéo nhau đi vào toilette
gởi đây chút kỷ niệm này
biết đâu thấm vào thớ đất

nuôi mầm sống nứt lên cây

Hồi còn viết "phim" cho các báo Saigon, tôi có một lần quá tay đến ân hận. Số là bữa đó, trên đường đi làm, tôi bắt gặp quả tang một ông Cảnh Sát đang tưới cây bên đường. Tưới cây bên đường? Chuyện nhỏ! Người ta làm hà rầm.

cùng Cao Bá Quát Tú Xương...
Ngâm thơ uống rượu đái đường Huyền Trân...
đâu cần thề thốt trăm năm
vỗ mông Thị Điểm nựng cằm Xuân Hương...

(Lê Vĩnh Thọ)

Nhưng Cảnh Sát đứng thực thi sự bình đẳng với thân cây thì thành... phiếm! Có lẽ ông đang đứng gác đường, nhìn ông đi qua bà đi lại, thấy anh dân nào vi phạm luật là thổi tu huýt ghi phạt, bỗng cái bụng sinh chuyện óc ách, đô thành lại còn hà tiện chưa làm những nhà tiểu công cộng nên ông phải... tự phát huy sáng kiến. Chuyện khá tréo cẳng ngỗng. Một anh chuyên môn rút viết ghi phạt những anh bị bệnh... *diabete* bỗng bị bắt gặp cũng đang... đái đường! Phải phiếm là cái... cẳng. Độc giả thích phải biết. Vì "bạn dân" chẳng bao giờ được dân coi như bạn cả! Tôi... phiếm liền. Để nói có sách mách có chứng, tôi ghi rõ địa điểm và thời gian hoạt động... ngầm của ông Cảnh sát. Bài báo làm Xếp Chúa Cảnh Sát nổi giận vì quá mất mặt bầu cua. Viên Cảnh Sát được triệu về lãnh phạt. Hình như hình phạt rất nặng. Nghe được chuyện, tôi thấy hối hận vì đã vô tình hại một người làm một chuyện bất khả kháng. Đang đứng đường, chỗ đâu mà... kín đáo!

Trong ba anh em nhà họ... Tiện, tiện nhỏ thường có chỗ có chàng đàng hoàng. Tiện lớn cũng vậy, trừ phi có những anh chàng ngẳng đời thích làm... quận công! Riêng cái chú tiện giữa thì số phận hẩm hiu, chẳng nhà chẳng cửa nên tiện đâu ghé vào đó. Lông bông như vậy nên mới bị nhiều thị phi.

Bà đang mải mê chơi với cháu nhỏ lẫm chẫm biết đi. Bỗng cháu làm rơi một tiếng kêu khá chất lượng. Mắt cháu trợn lên, rồi phá ra cười. Bà cũng lăn ra cười. Tiếng cười còn to hơn tiếng cười của cháu. Hai bà cháu rũ rượi mãi mới dứt được. Bà mắng yêu: "Mẹ mày! Cứ chịu khó đi theo mày chắc cũng nhặt được một rổ!"

Già trẻ lớn bé, ai cũng như có họ hàng với cái anh tiện giữa này. Anh ẩn nấp trong mỗi chúng ta và tùy hoàn cảnh xuất hiện một cách lặng lẽ hay ồn ào. Ẩn nấp bằng cách nào? Bằng những thức ăn hàng ngày, bằng sự thiếu vận động hay bằng một hội chứng y khoa gọi là hội chứng nhột bụng. Trong những thức ăn tạo ra nhiều hơi, giữ chức vô địch là sữa và các chất có sữa. Theo sau là giá, các thức ăn có chất cám, các loại đậu, bắp cải, các loại đường nhân tạo, các loại nước có ga, và rượu. Nếu bạn thích nhai kẹo cao su, cũng nên coi chừng! Nếu bạn hút thuốc và nuốt khói, cũng cần đề phòng! Căng thẳng trong người cũng nguy hiểm lắm.

Một anh chàng có tính cả thẹn, có người yêu đã lâu rồi mà chưa biết... hôn là gì. Anh chàng than thở với bạn và được bầy kế:

"Thế này này, cậu rủ cô bồ đi chơi, đưa vào chỗ vắng vắng. Tới lúc nào muốn hôn thì cậu nói: "Em ơi! Trăng đêm nay cao quá!". Khi cô bồ của cậu ngước mắt lên trời nhìn thì cậu tiếp: "Anh hôn em vào má!".

Tối đó, y như lời chỉ dẫn, chàng rủ nàng đi chơi nơi vắng người. Đến thời khắc quan trọng nhất thì đột nhiên chàng run và câu thơ biến thành: "Em ơi! Trăng đêm nay cao... tít!" ".

Ai cũng là một nhà máy tiềm tàng chất hơi nên mọi người dễ thông cảm với nhau. Sự lỡ bụng là... ba cái lẻ tẻ. Có chi mà nghiêm trọng! Cứ coi như là chuyện vui đùa thì đời... dễ thở biết mấy!

Hồi nhỏ, mỗi mùa gặt, căn nhà ngang của gia đình tôi đầy nhóc các tá điền về gặt lúa. Họ đều là những người khỏe mạnh, chân chất. Cơm ăn mỗi người mỗi bữa vài chục bát là thường. Buổi tối rỗi rảnh, họ tụ nhau lại nói chuyện, hút thuốc lào, uống nước vối. Chuyện của họ vui lắm. Lũ nhóc chúng tôi ưa la cà nghe chuyện. Có những tối họ hè nhau... thi đua. Một loại thi đua cây nhà lá vườn. Họ luộc một nồi khoai lang lớn, chia nhau ăn. Xong, họ thi... tít. Có những kiện tướng sản xuất được cả trăm tiếng. Đoạt chức vô địch rồi, còn chầu thêm vài tiếng *bonus*!

Cái việc có thể làm đỏ mặt nhiều người sao lại biến thành một trò chơi cộng đồng ồn ào như vậy? Có lẽ họ thiếu trò giải trí. Nhưng nói là ồn ào chứ thực ra chẳng ồn ào một chút nào cả. Các đối thủ phải hết sức hà tiện... sức, chỉ ghi điểm bằng những tiếng nhỏ nhẹ vừa đủ nghe. Cái lối vui chơi "nhà quê" đó có xuất hiện ở thành phố không?

Trong một lần vào tiệm *Dollarama*, một tiệm chuyên môn bán đồ... một đô, tôi đã bắt gặp một thứ rất lạ mắt. Đó là một thứ hình thù như chiếc bánh tiêu làm bằng cao su mềm, ở giữa có một cái lỗ nhỏ, được gói trong bao nhựa trong đẹp mắt, có in tên hiệu, hình vẽ và... ghi chú đàng hoàng. Đọc kỹ mới biết đó là thứ đồ chơi giả làm anh tiện giữa. Máu tếu trong người tôi nổi dậy, tôi nhẩm đếm số cháu nhỏ của khắp các gia đình quen biết, nhân đôi lên, lựa một bọc, ra quầy trả tiền trước cái cười nửa miệng nhiều ý nghĩa của cô thâu ngân. Tôi phát cho mỗi cháu hai cái. Các cô các cậu thích như bắt được... vàng. Nhà inh ỏi lên những âm thanh khi thì sầu muộn, khi thì oai dũng, khi thì nỉ non, khi thì khép nép tùy theo tay bóp nhẹ hay mạnh. Trẻ con quả có nhiều sáng kiến. Chúng dấu những bao cao su này trong nệm ghế, người lớn vô ý ngồi xuống liền... ngơ ngác trước những tiếng nổ phụ hình như do mình gây ra mà trong người không có một triệu chứng đáng nghi ngờ nào cả. Khi phát giác ra cớ sự thì lớn bé đều cười với nhau. Huề!

Nhạc phụ tôi, cố Giáo Sư Lê Nguyên Diệm, nguyên Hiệu Trường trường Hàm Nghi (Huế) và trường Võ Tánh (Nha Trang) là một ông Hiệu Trưởng rất nghiêm khắc. Nghiêm khắc là do tính tình ông như vậy. Không phải chỉ với học trò, ông nghiêm khắc cả với những người khác và nghiêm khắc ngay cả với bản thân ông. Học trò sợ ông một phép. Chắc không ít cô cậu coi ông là... hắc ám! Là Giáo Sư Toán nhưng ông lại thích ngâm vịnh, bàn chuyện thơ văn với bạn bè, và... làm thơ. Trong số thơ ông để lại, có những câu khá tinh nghịch, chứng tỏ trong cái vỏ nghiêm khắc cũng có một tâm hồn dí dỏm ra phết. Ông giỡn cả với anh tiện giữa.

Súng nổ nghe ra mình tưởng dữ

Ai ngờ mưa nhẹ gió hiu hiu!

Anh tiện giữa hư quá nhé! Chẳng chừa một ai mà anh không rủ tham gia vào... cuộc vui. Ấm ức với anh, không nên! Hậu quả dám là... *lay-off* lắm!

Bà già bảo cô con gái:

"Tao không ưa cái con nhỏ bay mới mướn săn sóc cho tao."

Cô con gái biết tính mẹ già, nhỏ nhẹ hỏi:

"Con nhỏ đó vừa ngoan vừa chịu khó, sao mẹ không ưa? Con thấy nó đẩy xe lăn đưa mẹ đi chơi rất cẩn thận. Khó mà mướn được một đứa như nó mẹ à!"

Bà già lắc đầu:

"Bây thử nghĩ coi. Tao làm gì nó cũng cản tao hết. Tao nhấc người lên là nó vội đè xuống. Bên trái bên phải gì nó cũng không cho hết. Tức cái bụng muốn chết! Muốn xả một cái cho nhẹ mà con ranh đó không cho!"

Cái bụng muốn nhẹ, chẳng phải chỉ có cách nhấc một bên người lên. Còn có nhiều cách khác làm bớt hơi trong bụng. Chẳng hạn như khi ăn nên ăn chậm và nhai kỹ. Vì đầy hơi là kết quả của thức ăn không được tiêu hóa tốt. Nhai chậm là nghiền kỹ cho nát thức ăn và giúp cho các loại men trong nước bọt góp phần tối đa vào việc tiêu hóa. Ăn uống thoải mái, tránh căng thẳng cũng tránh được đầy hơi. Đi bộ, vận động nhẹ nhàng sau khi ăn và tập thể dục thường xuyên cũng giúp đẩy hơi xuống phần dưới của ruột. Nếu bị đầy hơi nhiều và thường xuyên có thể tập động tác thể dục như sau: Nằm ngửa, co đầu gối phải lên ngực, ép xuống, giữ khoảng 10 giây, rồi đổi qua bên trái, lập đi lập lại nhiều lần.

Tự túc tự cường như vậy mà không xong, anh tiện giữa vẫn cứ tự tung tự tác, đành phải cầu viện tới thuốc. Thông thường nhất, không cần toa bác sĩ, là dùng những thứ thuốc chứa chất *simethicone* có thể giúp làm vỡ các bóng hơi trong phần trên của hệ thống tiêu hóa. Chất này có trong các thứ thuốc như *Di-Gel, Mylanta Gas, Maalox*... Chất *lactase* làm giảm sự đầy hơi do các thức ăn có chất sữa có trong các loại thuốc như *Lact-Aid, Lactrase* hay *DairyEase*. Ngoài ra, trong thuốc *Beano* có chất men *alpha galactosidase* giúp tiêu hóa các loại bột, chất đường có trong các loại đậu và một số rau trái. Chất *bismuth* trong thuốc *Pepto Bismo*, than hoạt tính, hoặc nước ấm hay nước trà có pha vào vài giọt dầu bạc hà, quế hay gừng, uống vào sau khi ăn cũng đỡ ấm ách cái bụng lắm. Muốn thứ... xịn hơn, phải có toa bác sĩ. Đi bác sĩ? Cũng ngại lắm chứ!

Một phụ nữ đến găp bác sĩ, vòng vo giải thích rằng mình mắc bệnh xì. Cô ta nói:

"Nhưng cũng may là chúng không bốc mùi và không kêu thành tiếng. Thực ra, nãy giờ ngồi nói chuyện với bác sĩ mà tôi đã... hai lần rồi đó!"

Bác sĩ kiên nhẫn chờ bệnh nhân kể dông dài về hết các triệu chứng xong, viết đơn thuốc rồi đưa cho cô. Cô đọc, ngạc nhiên hỏi:

"Cái gì? Thuốc nhỏ mũi à?"

Bác sĩ gật đầu:

"Vâng, tôi cần chữa khứu giác cho cô trước, sau đó sẽ tới thính giác!"

Mùi, đó là cái phần bất tiện nhất của anh tiện giữa. Nó là kẻ nội thù giấu mặt. Đi tầu ngầm mà cứ bị địch quân phát giác ra hoài.

Một cặp tình nhân đi du dương với nhau bằng xe hơi.

Bỗng nghe trong xe phảng phất có mùi. Anh liếc sang chị. Chị nhìn xéo qua anh. Tình thế hết sức căng thẳng. Cứ làm một con tính loại thì đích danh thủ phạm phải đang lù lù một đống bên cạnh. Cuộc tình có lẽ chẳng cách gì thơm tho được. Nhưng, khổ một nỗi là cả hai người tế nhị đáng thương chẳng thể ngờ được, là cái máy xe hơi vào mùa đông nhiều khi chơi khó nhau như vậy!

Hai cái xe không người lái *Spirit* và *Opportunity* vừa được Cơ Quan Hàng Không Và Không Gian Hoa Kỳ NASA thả xuống Hỏa Tinh. Trong số các dữ kiện do hai chiếc xe thám hiểm này gửi về, có những dữ kiện để các nhà khoa học dự đoán được mùi của Hỏa Tinh. Hỏa Tinh có rất nhiều lưu huỳnh nằm ở dạng quặng muối *sulfate*. Điều đó chứng tỏ là đá trên Hỏa Tinh không những được hình thành trong nước mà còn trong một môi trường có nồng độ *acid* rất cao. Khi có đủ mặt *acid*, kim loại, lưu huỳnh dưới bầu khí quyển đầy thán khí của Hỏa Tinh thì mọi thứ bắt đầu... bốc mùi! Jim Garvin, Trưởng Dự Án Thám Hiểm Mặt Trăng và Hỏa Tinh, cho biết : "Chúng ta có lưu huỳnh và một môi trường oxy hóa tốt để tạo ra muối *sulfate*. Kết hợp với nồng độ *acid* cao, chúng ta thu được *acid sulfuric* H2SO4. Đồng thời một sản phẩm phụ xuất hiện, *acid sulfitre* H2S, và mọi thứ bắt đầu bốc mùi." Mùi như thế nào? Đó là mùi thum thủm như mùi trứng ung.

Mùi thum thủm? Nghe sao mà quen quen. Chẳng lẽ cái anh sứ Tầu xấu bụng đã lẻn được lên tới Hỏa Tinh!

04/2004

TÓC

Khoảng thập niên 60, nhiếp ảnh nghệ thuật Việt Nam thắng lớn. Những huy chương vàng huy chương bạc kéo nhau ùn ùn về tay những Nguyễn Cao Đàm, Phạm Văn Mùi, Trần Cao Lĩnh, Nguyễn Mạnh Đan, Nguyễn Ngọc Hạnh... từ các cuộc triển lãm ảnh quốc tế khắp nơi. Trong nhiều lý do của sự được mùa này, mái tóc của các thiếu nữ người mẫu có lẽ là một trong những lý do nổi bật. Cứ tưởng tượng một mái tóc mượt mà, đen tuyền, trải ra như một dòng suối huyền trên những tấm ảnh đen trắng. Thấy đã mê. Mái tóc huyền đó lại đi với chiếc áo dài trắng, vạt áo bay bay trong dáng đi, vạt áo e ấp trong dáng ngồi, lại kèm thêm chiếc nón lá hờ hững bên cạnh. Ăn đứt!

Rồi một chiều nắng nhỏ
Mái tóc thề rưng rưng
Ôi mái tóc thề rưng rưng nàng trao người gởi tặng
Ôi mái tóc huyền mơ xanh màu thầm lặng
Nàng dùng chôn tiếng khóc
Nàng dùng chôn tuổi ngọc
Nàng dùng chôn cuộc đời theo nắng nhỏ chơi vơi

(Từ Thế Mộng)

Mái tóc thề là mái tóc hớp hồn. Nó có chỗ, rất nhiều chỗ, trong thơ, trong nhạc, trong văn, trong tranh, trong ảnh. Nó mang theo cái tươi mát, trinh trắng, hồn nhiên, trẻ trung, hiền dịu, tha thướt, thơm tho. Nó là nỗi nhớ khôn nguôi.

Nhớ người mái tóc mênh mông
Mông lung vô lượng vun trồng cỏ cây
Chóc chim về múa tháng ngày
Cuồng ca túy vũ năm dài theo năm
Nhớ người suốt một nguyệt rằm
Mười phương chín dấu tơ tằm nghìn yêu

(Bùi Giáng)

Mấy tháng nay, một mái tóc khác cũng của Việt Nam đang làm chấn động làng... tóc thế giới. Mái tóc dài 6 thước 20 của ông Nguyễn Văn Hay, cư ngụ tại ấp Hòa An, xã Mong Thọ, huyện Châu Thành, tỉnh Kiên Giang. Mái tóc này đang là mối đe dọa cho một mái tóc Thái Lan. Theo *website* của sách Kỷ Lục Thế Giới *Guinness*, một cuốn sách chưa bao giờ chấp nhận cái gì... nhì cả, thì mái tóc đang giữ kỷ lục thế giới về chiều dài là mái tóc của ông Hoo Sateow, cư ngụ tại Chieng Mai, Thái Lan. Nó dài 5 thước 15. Vậy thì ăn nhằm gì với mái tóc của ông Nguyễn Văn Hay của chúng ta! Còn thua tới 1 thước 5 phân lận! Nếu những chuyên gia của *Guinness* không ăn gian hoặc không nghếch mặt làm ngơ thì mai mốt, chắc chắn Việt Nam chúng ta sẽ có thêm một kỷ lục *Guinness* khác sau những kỷ lục về bánh chưng, bánh dầy, giò chả gì đó. Kỷ lục này sẽ oai hơn vì tóc là thứ quốc tế, ai cũng có, chứ không phải là thứ... chuyên ngành Việt Nam, thế giới chẳng tìm đâu ra!

Mái tóc của ông Nguyễn Văn Hay làm... ngơ ngẩn các ông phó cạo, những ông chuyên đè đầu đè cổ thiên hạ. Xem như nghề nghiệp của họ là thừa thãi. Bốn chục năm rồi, mái tóc của ông chưa hề biết mùi tông đơ. Sự thể khá lạ lùng. Sau khi lấy vợ được vài năm, có được đứa con đầu lòng, mỗi lần ông cắt tóc là sinh bệnh, chẳng làm ăn gì được. Ông xin phép vợ để...cúp cúp tóc. Vợ dễ dãi gật đầu. Vậy là sinh ra mái tóc dài nhất thế giới. Đội trên đầu mái tóc dài 6 thước 20, coi bộ khá bất tiện. Ông Hay bảo có hề chi, chỉ khó chịu chút đỉnh khi đạp xe đạp bị gió ngược. Còn thì cũng... thường thôi. Lúc ngủ ông để mái tóc nằm một bên trông giống như một con trăn lớn; khi thức dậy, ông khoanh tròn bó tóc trên đầu rồi dùng chiếc khăn bó chặt gọn gàng; khi ngồi tĩnh tâm, ông để búi tóc khoanh tròn trên đùi; khi tắm, ông bó chặt tóc trên đầu. Còn khi gội đầu? Trong bốn chục năm qua, ông chỉ gội đầu có vài lần. *Bây giờ qua quyết định không gội nữa. Mà chú em tiếp xúc với qua, thấy tóc qua đâu có hôi, cũng không có chấy rận chi cả!*

Vậy là tóc ông sạch hơn tóc chị Hoài trong tùy bút nổi tiếng Tóc Chị Hoài của Nguyễn Tuân. Tóc chị Hoài, dài chỉ một sải rưỡi tay, đôi khi còn phải chải chấy. Nhưng tóc chị Hoài chắc chắn phải đẹp hơn tóc của ông Nguyễn Văn Hay, tuy ngắn hơn. *"Chị Hoài nằm xuống để cho tôi được thấy rõ mớ tóc. Chị vốn tự biết rằng tất cả cái đẹp ở người chị đều kết tụ vào một mớ tóc mây. Chị Hoài có một lối nằm nghiêng mặc cả áo dài mà tôi tin rằng không thiếu phụ nào ở cái thời này bắt chước được. Nằm rất nũng nịu mà không hớ hênh, cũng như đã nhiều lần, chị làm dáng, làm đỏm mà vẫn không ra ngoài nết đoan trang, buồn mà không tẻ, vui mà không ồn, và lúc phải thô thì không tục. Có cái tài nhất là chị Hoài mỗi lúc vừa nằm xuống rất nhẹ nhàng thì cả một mớ tóc trần quấn rất chắc ấy đổ tung xuôi xuống như một trận mưa rào đen nhánh. Rồi mớ tóc mây dài như một sải rưỡi ôm lấy gáy, áp lấy bả vai. Cái người nào trong suốt một đời người mà không được ngắm một mớ tóc cho tử tế, thì cái thẩm mỹ quan của người ấy còn lung lay lắm, chưa lấy gì làm định....Trong phòng, không một tiếng động. Tôi giở sách ra đọc. Cứ hết mỗi trang, ngước lên, tầm mắt tôi lại hạ đúng vào cái mớ tóc soai soải. Hai ngón tay tháp bút chị Hoài đang vuốt xuôi những sợi tóc và giả vờ tuốt trứng chấy, lúc thưa, lúc mau. Tôi không nói gì. Người chị đẹp đang xoay mặt vào phía trong ấy cũng không nói gì. Chỉ có tôi đang nói chuyện với một mớ tóc mây. Chỉ có hai ngón tay chị Hoài đang nói chuyện với những sợi chỉ tơ thâm một mớ tóc sõa".*

Tóc dài như tóc chị Hoài ngày nay coi bộ khó kiếm. Cái "đám thanh xuân" quanh chúng ta hầu như đều... xuống tóc. Cắt xoẹt một cái là tha hồ làm tội tóc. Kiểu nọ kiểu kia, bôi xanh bôi đỏ, gian truân cho tóc lắm. Lấy tóc làm chuẩn, chẳng thấy được người. Vì lần này gặp, tóc khác. Lần sau gặp, tóc khác. Tóc không còn là nét yêu kiều riêng của từng người mà đã thành một thứ...quần chúng. Cũng như cái mặt đã qua các... Viện Thẩm Mỹ! Cứ như các chị em song sanh. Sau một chuyến đi Cali về, thằng con tôi thắc mắc. *Con chẳng nhận ra được bác nào với bác nào cả. Mặt mũi bác nào cũng giống nhau!*

Uốn tóc là cái mốt. Tóc mà cứ... thiên nhiên thì quê tới mấy cục. Nhưng coi chừng, có những người chẳng nên uốn tóc. Như các phụ nữ mang thai hoặc mới sinh trong vòng nửa năm chẳng nên giao du với các tiệm uốn tóc. Trong thời kỳ làm mẹ này, trạng thái sinh lý cơ thể, và cả các chất nội tiết trong người đều khác lúc bình thường. Tóc thường giòn, yếu, rất dễ gẫy hoặc rụng. Nếu uốn tóc, và ngay cả sấy tóc nữa, những hóa chất độc hại và sức nóng sẽ làm tổn thương tóc và da đầu. Tóc dễ bị gẫy, rụng hàng loạt, chất tóc không giữ được xanh đen, óng mượt nữa.

Những người chuyên làm việc ngoài trời trong một thời gian dài hoặc thường xuyên phơi đầu ra nắng gió, cũng chẳng nên uốn tóc. Các tia tử ngoại trong ánh nắng gắt của mùa hè dễ làm tổn hại chất tóc, làm cho tóc trở nên khô, giòn, dễ gẫy, dễ rụng. Về mùa đông, giá rét dễ làm cho các huyết quản trong da đầu luôn ở trạng thái co lại, không cung cấp đủ chất dinh dưỡng. Việc dùng hóa chất và nhiệt độ để uốn, sấy tóc sẽ làm tổn hại tóc hơn.

Những người mới chữa khỏi bệnh truyền nhiễm trong vòng hai tháng cũng rứa. Lúc này, tình trạng sức khỏe toàn thân tương đối kém, đầu tóc cũng ở trong tình trạng dinh dưỡng kém hơn bình thường, chất tóc khô cằn. Nếu uốn sấy, tóc sẽ càng nhanh chóng gẫy rụng, biến màu, biến chất.

Những người đã rụng tóc nhiều do bệnh tuyến giáp, nội tiết mất điều hòa, thiếu chất sắt hoặc bị khối u buồng trứng... thường rất dễ rụng tóc hàng loạt. Nếu uốn hoặc sấy tóc, không những có hại cho tóc mà còn có hại cho cả sức khỏe.

Tóc như một thứ thân thuộc, là một phần của con người. Nó là một dấu ấn cho cái tôi riêng rẽ. Cái răng cái tóc là gốc con người. Các cụ đã dậy như vậy. Sởn tóc đi, như cảm thấy lấn cấn. Cứ như đã mất một phần thân thể. Ngày xưa, đó là một thứ hình phạt. Các cô gái chửa hoang thường bị làng bắt vạ, gọt đầu bôi vôi. Ngày nay, các tù nhân nhiều nơi còn bị cạo đầu trọc lốc. Trông rất ra dáng...tội phạm!

Ngày nhập Trung Tâm 3 Tuyển Mộ và Nhập Ngũ, tôi cứ trì hoãn chạy quanh mãi chẳng chịu để cho cái tông đơ đi ba đường trên đầu. Nhìn những mớ tóc của bạn bè rơi rụng xuống sàn từng mảng, lòng tôi cứ thấy khó chịu. Tới lúc chẳng thể chần chừ được lâu hơn nữa, tôi đành phải ngồi vào chiếc ghế không lưng dựa, không tấm gương trước mặt, tai nghe tiếng lách cách của tông đơ rào rạo nhai tóc mà nghe như tiếng lục lạc ma quái trong đầu. Nhìn từng chùm tóc ngã xuống người, nước mắt muốn ứa ra. Chiếc đầu trọc lốc sau đó hóa ra lại tiện trong đời sống quân trường. Chẳng mất công gì cả. Cứ xối nước thoải mái lúc tắm táp, cứ tự do lau chùi khi mồ hôi vã ra trong những buổi tập, cứ mặc sức chui vào lau lách, húc vào đất cát. Nhiều khi, trong cái bận rộn không kịp thở của những ngày lính tập, tôi chẳng nhớ là tôi có một cái đầu nữa!

Cái đầu trọc lông lốc bình vôi có lúc trở thành mốt. Nhất là từ khi ông tài tử lầm lì Yul Brynner đóng phim bằng cái đầu gáo dừa. Đóng phim, bỏ túi bạc triệu, thì lý chi tới ba sợi tóc lẻ tẻ. Như cô đào Demi Moore, khi cần cái đầu trọc lốc trong phim bèn mời tóc đi chỗ khác chơi liền một khi. Đó là... hy sinh vì nghệ thuật. Danh thủ quần vợt Agassi đi từ mớ tóc... thề ra sân phải cột lủng lẳng cái đuôi tới cái đầu không tóc giơ tay xoa nhẵn thín. Tại giải Túc Cầu Thế Giới Euro 2004 vừa qua , hai chàng Henrik Larson và David Beckham chơi hai cái đầu trọc lốc trong khi chàng Totti của đội cầu Ý lại độc đáo với kiểu kết tua rất công phu. Thanh niên ngày nay, nhiều người cho tóc tai thay đổi theo mùa. Mùa đông tóc dài, mùa hè tóc... zéro. Tóc dường như bị coi thường. Có lẽ bởi vì tóc mọc lên một cách... nhưng không, chẳng tốn tiền tốn bạc gì cả chăng?

Chẳng nên quyết đoán hồ đồ như vậy! Có những người phải bỏ tiền ra để mua tóc mà chưa chắc đã... tóc tai. Đó là các vị bị bệnh hói. Thấy người ta có tóc, mình mênh mông biển không, bức xúc lắm chứ! Có ông chỉ lai rai năm ba sợi lấy có cũng mân mê chải chuốt. Lỡ rụng một sợi tóc tiếc hùi hụi như mất một sợi vàng. Không có tóc cũng... ngộ nhận chua chát lắm. Trông như chồng chất thêm tuổi trên đầu. Một ông bạn tôi có cái phi đạo mỗi ngày mỗi dài thêm, đã vượt trên mặc cảm, giễu. *Thì máy bay mỗi ngày mỗi lớn, mỗi mạnh, phi đạo cũng phải dài ra theo chứ!* Một nhân vật nào đó, tôi không nhớ tên, khi bị mọi người châm chọc cái đầu láng coóng, cũng giễu. *Tôi thấy tôi hơn mọi người. Vì sớm tối tôi có tới hai cái mặt để rửa!* Trong làng báo Saigon trước 75, ký giả Tô Văn là người có cái đầu nhẵn thín. Đồng nghiệp của ông đã...đồng dao: "Đầu Tô Văn, mông Thẩm Thúy Hằng". Toàn những chuyện giễu rất thương tâm. Nhưng chưa thương tâm bằng chuyện giễu sau:

Một anh hói suốt ngày bị đồng nghiệp trêu vì cái đầu nhẵn bóng của mình. Trong giờ nghỉ, một cậu nhân viên trẻ liều lĩnh xoa đầu anh , nói:

"Tôi có cảm giác như đang rờ vào mông vợ tôi vậy!"

Chàng hói sờ lên đầu mình và công nhận:

"Cậu nói đúng! Giống thật!"

Đầu hói làm chi cho hết hói được không? Thuốc dân gian xưa bày là cứ lấy vỏ bưởi, bóp mạnh cho xịt nước vào đâu thì râu tóc mọc tới đó. Vỏ bưởi, vốn trông đã trần trụi, khó nhờ cậy được lắm. Văn minh hơn, có thuốc bôi đâu mọc đấy. Quảng cáo rêu rao như vậy, còn mọc được hay không thì hạ hồi phân giải. Văn minh hơn nữa là cấy tóc. Cấy tóc như thế nào, kết quả ra sao, tôi mù tịt. Vì tôi thuộc hạng cứ tháng tháng phải trả tiền cho thợ hớt tóc mà đầu vẫn cứ xum xuê rậm rạp. Nhưng trong số những người quen, tôi thấy một vài ông đang thưa thớt tóc bỗng thấy đầu đen nháy, chải chuốt điệu nghệ. Hẳn là mọc hay không... tùy người đối diện!

Khoa học ngày nay đã đi xa hơn là cấy tóc. Họ *clone* tóc. Nhưng các ông bà...đói tóc đừng vội mừng. Phải ngóc đầu chờ tới 10 năm nữa mới có cơ *clone* tóc. Sự thể như thế này. Ông Kevin McElwee, Tiến Sĩ ngành "hair biology", thuộc Đại Học British Columbia ở Vancouver, Canada, vừa bay qua Bá Linh để trình bày công cuộc khảo cứu của ông tại Đại Hội Các Hội Nghiên Cứu Về Tóc. Theo nghiên cứu của ông thì phần chân tóc nằm trong da là một nhóm những tế bào. Nếu người ta cô lập được những tế bào này và nhân bản chúng lên trong phòng thí nghiệm rồi trồng lại vào đầu, chúng sẽ tạo ra được những chân tóc mới và sản xuất ra những đám tóc mới. Nếu lý thuyết này áp dụng có kết quả thì chỉ khoảng 10 sợi tóc có thể sản xuất ra vài triệu tế bào, đủ để tạo ra vài ngàn sợi tóc. Đây là một tin mừng cho quá nửa các ông trên 50 tuổi bị tóc nghỉ chơi và khoảng 20% quý bà bị bệnh rụng tóc. Các nhà khoa học đã cho biết kết quả trong phòng thí nghiệm rất khả quan nhưng cũng còn cần thêm 10 năm nữa để nghiên cứu thêm, làm thí nghiệm lâm sàng và thử nghiệm điều chỉnh trước khi...mở phòng mạch!

Từ nay tới cái ngày... huy hoàng đó, chúng ta vẫn có thể xí xọn được bằng cách chơi một bộ tóc giả. Tóc giả khó đẹp vì nó... giả. Nhưng tiền nào của đó. Đắt tiền hơn thì vẫn cứ coi được hơn. Còn tùy cặp mắt!

Một cô giận dữ xông vào văn phòng một bệnh viện tư, quát tháo ầm ỹ. Bác sĩ trực nhã nhặn hỏi cô có chuyện gì mà ồn ào lên vậy. Cô đập bàn.

"Có ai đó ở đây đánh cắp bộ tóc giả của tôi trong khi tôi đang mổ mắt ngày hôm qua!"

Bác sĩ lại ôn tồn.

"Tôi chắc chắn với cô làkhông ai trong kíp mổ của tôi lại làm một việc tồi tệ như thế. Mà tại sao cô lại nghĩ là bộ tóc giả của cô bị lấy cắp ở đây?"

Cô gái vẫn bực bội.

"Sau ca mổ, tôi thấy mình đang đội trên đầu bộ tóc giả rẻ tiền và xấu xí vô cùng!"

Bác sĩ tiếp tục ôn tồn.

"Tôi nghĩ... Điều đó có nghĩa là ca mổ cho cô đã thành công!"

Những ngọn tóc nơi chứa phần nhạy cảm
Bụi thời gian từng lớp phủ trắng dày
Phần em thích ngày xưa giờ thê thảm
Như trái táo tầu bán ngoài chợ nhăn nheo

(Quan Dương)

Này ông Quan Dương, có phải ông đang nói về tóc không đấy?

08/2004

VỢ CHỒNG

Vợ là vơ vào. Chồng là xếp lên trên. Vợ chồng là keo sơn gắn bó. Có âm có dương trời đất mới thuận hòa, có âm có dương vợ chồng mới... trăm năm. Âm dương là luật sinh tồn của vũ trụ, con người cũng là một vũ trụ nhỏ, thế nên trai mới nhú đầu, gái mới phổng phao là đã muốn vợ muốn chồng. Muốn có phải là được ngay đâu, còn phải vượt biết bao gian nan, trải qua muôn vàn cay đắng mới tới được bến bờ hôn nhân. Bến bờ tưởng mượt mà một mầu cỏ hiền hòa nhưng nằm trên cỏ mới thấy chẳng phải chỉ có cỏ không mà còn biết bao nhiêu gai góc của cây dại cây hoang.

Vậy là biết bao nhiêu "ranh ngôn" tức tưởi ra đời.

"Lấy vợ cũng giống như đi ăn ở nhà hàng với bạn bè. Bạn gọi món ăn bạn thích, nhưng khi nhìn vào đĩa của người

khác, bạn lại tiếc là mình không gọi giống như vậy!"

"Hôn nhân hạnh phúc là vấn đề cho và nhận. Người chồng cho và người vợ nhận!"

"Người đàn ông cầm tay người đàn bà trước khi cưới nhau, đó là tình yêu, sau khi cưới là tự vệ!"

"Khi một người vừa cưới vợ xong trông có vẻ hạnh phúc, chúng ta hiểu tại sao. Nhưng khi một người đã lấy vợ được 10 năm trông có vẻ hạnh phúc, chúng ta ngạc nhiên tự hỏi tại sao!"

"Sau hôn lễ, vợ và chồng trở thành hai mặt của một đồng tiền. Họ không thể quay mặt vào nhau được nhưng vẫn cứ phải dính với nhau!"

Toàn là những câu đậm đặc vẻ ngậm ngùi. Bạn Ngọc Thủy còn luận bàn về vợ chồng bằng chữ *Bất* rất dài, tới 36 câu lận, đành chỉ xin trích một vài câu.

Vợ chồng bên nhau mãi mãi là Bất Tử
Vợ chồng cãi lộn là Bất Hòa
Vợ giận không nói là Bất Hợp Tác
Vợ chồng giận nhau là Án Binh Bất Động
Vợ chồng đánh nhau là Bất Phân Thắng Bại
Bị vợ đánh mỗi ngày mà không sợ là Bất Khuất
Ý vợ nói là Bất Di Bất Dịch

....

Em gái vợ là Bất Khả Xâm Phạm
Khen gái đẹp trước mặt vợ là Bất Tiện
Vợ được người ta khen nhiều là Bất Ổn
Vợ không cho lại gần là Bất Thường
Vợ không cho ngủ chung là Bất Mãn

....

Lương đưa hết cho vợ là Luật Bất Thành Văn

Tiền đưa cho vợ và tiền của vợ là Bất Đẳng Thức

....

Nói chung, lấy vợ là chuyện Bất Đắc Dĩ

Nhưng lại là chuyện Bất Khả Kháng!

Lấy vợ có phải là chuyện bất đắc dĩ không? Làm gì có chuyện đó! Bằng chứng là ngày làm chú rể, mặt anh nào anh nấy cứ hơn hớn như bắt được của. Hình như lấy chồng mới là chuyện bất đắc dĩ vì trong ngày cưới cô dâu không thút thít ngậm ngùi thì cũng nước mắt lưng tròng. Đó là nói chuyện ngày xưa chứ ngày nay chẳng thấy cô dâu nào nhỏ một giọt nước mắt mà chỉ thấy cười đến cứng miệng, nhất là khi đứng chụp hình với khách tới dự.

Lấy vợ lấy chồng có phải là chuyện phiêu lưu không? Ngày xưa, cha mẹ đặt đâu con ngồi đấy, hai người trong cuộc bị cột vào nhau mà chẳng biết gì nhau, may nhờ rủi chịu. Mà chịu thật. Vì có bất ưng ý thì cũng phải ngậm bồ hòn làm ngọt, chẳng dám hó hé. Lấy vợ lấy chồng là lấy cho gia đình, trước con mắt khắt khe của chòm xóm, làng nước. Cá nhân tự thu mình lại thành một con số không. Ngày nay, hôn nhân là chuyện giữa hai người trong cuộc trước, gia đình sau, bà con chỉ vỗ tay vào ngày cưới sau đó mạnh ai người nấy sống. Trông vừa mắt nhau, tán tỉnh nhau, yêu nhau, tìm hiểu nhau chán chê rồi mới quyết định lấy nhau, cuộc hành trình dài ngày như vậy không hẳn là không có sự... phiêu lưu. Dăm bữa nửa tháng có, một vài năm có, thậm chí vài chục năm cũng có, người ta mới thấy mình... lộn. Dò sông dò biển thì dễ, dò lòng người thì thiên nan vạn nan. Muốn chắc ăn, người ta có thể dựa vào... toán học!

Nhà nghiên cứu John Gottman vừa trình làng trong Hội Nghị của *American Association for the Advancement of Science* được tổ chức tại Seattle, một bản tham luận giúp tiên đoán được sự bền vững trong hôn nhân nhờ vào toán học. Được sự bảo trợ của Viện Đại Học Washington và *Relationship Research Institute,* ông đã nghiên cứu trên 600 cặp vợ chồng trong vòng 20 năm qua dựa vào sự tương tác giữa hai người rồi lập thành công thức cho biết cuộc hôn nhân của họ sẽ xuôi chèo mát mái hay gặp giông tố bão bùng. Yếu tố chủ chốt trong cuộc nghiên cứu này là dựa vào cách giải quyết những sự khác biệt giữa hai người. Để thu thập dữ kiện, nhóm nghiên cứu đã coi những cuốn băng thu hình những cuộc phỏng vấn của các cố vấn hôn nhân và ghi nhận những đối xử hỗ tương giữa người vợ và người chồng, từ cách nói, lời nói đến điệu bộ, vẻ mặt. Sự giận dữ, cứng cỏi, nóng nảy, ghét bỏ... được cho điểm âm. Thái độ vui vẻ, khôi hài, dí dỏm, yêu thương tỏ bầy trong cách nói được cho điểm dương. Đưa những điểm âm và dương này vào một biểu đồ sẽ có được một đường biểu diễn dưới hoặc trên một đường chuẩn. Dựa vào sự lên xuống của đường biểu diễn, nhóm nghiên cứu có thể tiên đoán được thời gian bền vững của cuộc hôn nhân. Họ cũng đã theo dõi và kiểm chứng trong nhiều năm để xác nhận kết quả. Phương pháp này đã tỏ ra rất chính xác, đúng tới cả từng chặng thời gian đã được tiên đoán trước!

Một công thức khác rất dễ kiểm chứng là hạnh phúc

chồng vợ là tổng hợp của tình yêu và tình dục. Chẳng cần phải là nhà nghiên cứu hay nhà toán học, chỉ với một suy đoán thông thường, chúng ta cũng phải gật đầu công nhận. Hai thứ tình đó như hai chân trên thân thể con người, nó giữ cho tình vợ chồng vững vàng. Tình dục là thân xác và tình yêu là linh hồn. Thân xác là thứ cụ thể, sờ mó được nên thường có khuynh hướng lấn sân hơn. Không có nó, phiền hà phải biết!

Một cô gái xinh đẹp vừa kết duyên với một nhà kinh doanh cỡ bự. Cô bạn gái gặp cô đon đả hỏi:

"Chúc mừng bồ! Số bồ hên thật!"

"Tưởng vậy mà không phải vậy đâu, bồ ơi! Ông ấy mất ... khả năng rồi!"

"Thật hay giỡn đấy? Thế trước khi cưới ông ấy không nói gì với bồ à?"

"Có chứ! Ông ấy có nói một điều gì đó có chữ bất động, nhưng tớ cứ tưởng là ông ấy nói về... bất động sản!"

Vợ chồng chỉ đứng có một chân, té chết! Nếu chỉ cần một cái gối ôm thì ngoài tiệm thiếu gì. Rất êm ái, mềm mại, đúng tầm cỡ lại không biết... ngáy! Một ông chồng tối tối trên giường chỉ vui thú với tiếng ngáy thì rất nản.

Người đàn bà đứng trước gương ngắm nhìn và tỏ vẻ hài lòng vì chiếc áo lông thú mới mua, thì cậu con trai đi học về.

"Đẹp quá! Có phải ba mua cho mẹ cái áo này không?"

Bà mẹ bĩu môi:

"Ba nào mua? Cứ chờ ba mày thì đến cả mày cũng chẳng có nữa là áo!"

Vợ chồng như đôi giầy cũ, càng quen chân đi càng êm. Êm chân, cũng được đi, nhưng tại sao đi qua cửa hàng giầy dép, thấy đôi giầy kiểu mới, vẫn thấy thích? Ấy, chỉ một cái thích nho nhỏ là thích mang giầy mới, thế mà cũng ra chuyện.

Anh chồng "buôn bán" vui quá, đến ngày hẹn không muốn về, *mail* cho vợ: "Chưa về được! Còn đang mua mấy thứ"

Bà vợ thấy vậy liền *mail* lại ngay lập tức: "Về gấp! Sắp bán cái đang mua!"

Cơm nhà quà vợ, yên tĩnh biết mấy. Nhiều anh chồng ưa hoạt động thể dục lại không thích ngồi yên bình ở nhà. Lâu lâu phải đổi món. Ăn cơm chán thỉnh thoảng cũng phải đi ăn phở. Nhiều khi chưa tới tiệm phở đã ngửi thấy mùi phở!

Ông chồng xem chương trình trượt băng nghệ thuật trên TV, bỗng buột miệng khen:

"Chà! Cô này trẻ lâu thật! Mấy năm rồi trông chẳng thay đổi chút xíu nào."

Bà vợ bực mình:

"Thì thịt để trên đá lạnh bao giờ chẳng tươi lâu hơn!"

Nhiều ông, giầy thì vẫn xỏ chân vào giầy cũ, nhưng đầu thì đang lâng lâng diện giầy mới. Chán cơm, vẫn cứ ăn cơm, nhưng tâm hồn thì ăn phở. Ăn phở... hàm thụ như vậy cũng là một trò... tự giải phóng!

Bà vợ mắc chứng đau đầu kinh niên, được bạn bè giới thiệu tới một nhà thôi miên để chữa bệnh. Bệnh hết, bà vui mừng bảo chồng:

"Anh có biết là em hết nhức đầu rồi không? Bao nhiêu

năm khốn khổ, bây giờ được giải thoát, nhẹ cả người!"

"Em đi bác sĩ nào vậy?"

" Chẳng có bác sĩ nào cả. Em tới một nhà thôi miên, ông ấy bảo em đứng trước gương, tập trung nhìn vào hình ảnh của mình trong đó và nhắc đi nhắc lại câu "Tôi không bị đau đầu! Tôi không bị đau đầu! Tôi không bị đau đầu!" Thế là hết."

"Tài tình nhỉ?"

Cô vợ đỏ mặt rụt rè nói:

"Này anh! Hồi này em thấy anh không nóng bỏng với em trên giường như hồi mới lấy nhau. Hay anh thử tới nhà thôi miên xem ông ấy có phương cách nào hâm nóng anh lên lại được không?"

Người chồng đồng ý. Sau cuộc điều trị với nhà thôi miên, trở về nhà, anh bế bổng vợ đưa vào phòng ngủ, đặt lên giường, cởi quần áo cho vợ và bảo:

"Em cứ nằm yên như thế nhé! Anh trở lại ngay."

Anh chạy vội vào phòng tắm, rồi trở lại, ân ái cuồng nhiệt với vợ. Cô vợ sung sướng thì thào:

"Mình thật tuyệt vời! Em hạnh phúc quá, mình ơi!"

Anh chồng hôn vợ:

"Em cứ nằm yên đó nhé, anh sẽ trở lại tức thì."

Anh ta lại chạy vào phòng tắm, vài phút sau trở lại, ân ái như vũ bão với vợ. Cô vợ rên rỉ:

"Thật là em nằm mơ cũng không thể thấy anh như vậy được."

Anh chồng hăng hái, trước khi chạy vào phòng tắm, lại dặn vợ:

"Em chờ anh nhé, anh trở lại ngay!"

Lần này, khi anh ta đi vào phòng tắm, cô vợ lẻn đi theo và qua lỗ khóa cửa thấy ông chồng đang phùng mang trợn má trước tấm gương: "Cô ta không phải vợ tôi! Cô ta không phải vợ tôi! Cô ta không phải vợ tôi!"

Thời đại chúng ta đang sống, chiếc chân tình dục của hôn nhân được xoa bóp nhiều hơn nên vạm vỡ hơn, lấn át chiếc chân tình yêu. Màn ảnh, truyền hình, sân khấu, quảng cáo, báo chí, sách vở... đều là những anh thợ xoa bóp lành nghề và mẫn cán. Chúng thi nhau đập vào mắt, vào tai, vào đầu chúng ta những điều nóng bỏng làm sục sôi cái nửa ma quỷ của cây sậy người.

Trong giờ văn học, giáo sư hỏi một sinh viên:

"Anh hãy cho biết làm thế nào để phân biệt được một tác phẩm văn học cổ điển với một tác phẩm văn học hiện đại?"

"Thưa thầy, trong tác phẩm văn học cổ điển ta chỉ thấy được nụ hôn của nhân vật chính từ trang 99 trở đi, còn trong tác phẩm văn học hiện đại thì họ đã có con với nhau ngay ở trang đầu!"

Đời sống bây giờ cứ đục ngầu lên. Đời đục thì ta cũng đục, chuyện chẳng có gì đáng nói. Đời đục mà ta trong, đó mới là điều đáng quý. Nhiều người trong chúng ta vẫn biết ngâm mình sảng khoái trong cái ấm áp của tình vợ chồng.

trộn chút tình ta vào trong bột giặt
vò nhẹ nhàng bởi lo sợ em đau
vải còn đượm mùi thịt da em thơm ngát
tay bùi ngùi như đang vuốt ve nhau

(Luân Hoán)

Tình chồng vợ, nó là món quà quý giá của cuộc sống dành cho những ai biết trân quý nó. Hai cụ Ted và Brenda Beament, cư dân của thủ đô Ottawa của Canada, đã chồng vợ với nhau trong suốt 63 năm qua. Họ hạnh phúc bên nhau trong hơn sáu thập niên, không bao giờ rời xa nhau. Ted là một chiến binh trong quân đội Canada, có mặt trong ngày lịch sử *D-day* trong Thế Chiến Thứ Hai. Ông gặp Brenda vào ngày lễ Giáng Sinh năm 1940 ở Anh. Ngay ngày hôm sau, ông cầu hôn và hai tháng sau lễ cưới được tổ chức một cách đơn giản. Cuộc sống lứa đôi của họ cũng đơn giản: họ chỉ biết có nhau! Bốn tháng trước đây, vì quá yếu, họ đành phải vào nhà già. Hai người ở hai nhà già khác nhau. Trong bốn tháng, họ bị dằn vặt chịu không nổi với sự xa cách, họ cố gắng tìm cách để lại được ở gần nhau. Cuối cùng họ cũng được toại nguyện khi nhà già *Perley and Rideau Veterans' Health Center,* một nhà già dành cho các cựu chiến binh, nơi cụ ông Ted đang ở, đồng ý cấp một giường cho cụ bà Brenda. Khi bà ngồi trên xe lăn vào phòng ông, bà tươi cười chào *Hello darling!* Bà cụ 90 tuổi nói với các phóng viên: "Càng biết một người đáng yêu lâu chừng nào, người ta càng nhớ chừng nấy!" Cụ ông Ted Beament thêm vào: "Điều quan trọng nhất trong cuộc sống là được sống bên nhau!"

Tuổi già, tưởng như đã mòn mỏi với cuộc sống, vẫn sáng lên thứ tình yêu được thời gian tôi luyện thành kim cương, vàng ròng.

Hai vợ chồng già tổ chức lễ cưới vàng cho cuộc sống vợ chồng êm đẹp của họ. Chỉ có hai người và tình yêu. Giữa bữa tiệc, men tình say đắm lại nổi lên như ngày mới yêu nhau, hai người từ từ trút bỏ y phục trên người.

Bà vợ thầm thì:

"Mình ơi! Em lại thấy bầu ngực nóng ran chờ đón mình như ngày hai đứa mới cưới nhau!"

Ông chồng mỉm cười:

"Không nóng làm sao được! Một bên ở trong bát súp, một bên ở trong tách cà phê!"

04/2004

XE ĐẠP

Khi được sáng chế ra, xe đạp là một món quà tuyệt vời. Nó giúp người ta nuốt những đoạn đường dài nhanh hơn cái thứ... vừa bằng lá đa đi xa về gần. Nó có giá trị bằng... một con bò! Một anh nông dân được mời mua một chiếc xe đạp đã khăng khăng lắc đầu:

"Thà tôi bỏ tiền mua một con bò sữa còn hơn!"

Anh gạ bán xe cố gắng thuyết phục:

"Hãy thử nghĩ xem! Trông anh thộn tới mức nào nếu cưỡi con bò ấy mà đi!"

"Nhưng nếu tôi cố vắt chiếc xe đạp ấy cho ra sữa thì trông còn thộn gấp bội!"

Cái anh nông dân này ham uống sữa, nói làm chi! Trên đường đi, xe đạp ăn đứt con bò, dĩ nhiên! Nhưng thời của xe đạp cũng ngắn như những vòng đạp pê-đan. Xe gắn máy, xe mô-tô, xe hơi, xe lửa, xe điện... thứ nào cũng có thể cho xe đạp ngửi bụi. Từ một thứ xe tiện ích nhanh nhẹn, xe đạp xuống cấp thành một thứ... đồ chơi! Kỳ vọng hơn vào chiếc xe mảnh khảnh có hai bánh nhẹ nhàng là không thực tế.

Thành phố Montréal của tôi, cứ khi những vạt nắng hè nhuộm vàng những đám cỏ vừa bắt đầu xanh, là xe đạp lại được mang ra chơi. Nhiều đường phố được xẻo một dọc sát lề làm đường đi riêng cho xe đạp. Cũng hai chiều đi lên đi xuống, tấp nập những dân khoái đạp xe chạy đi chạy về như mắc cửi, mặt mũi rạng rỡ như nắng hè. Bạn đừng mất công tìm tôi trong số người này. Không bao giờ có tôi đâu! Mười năm kẹt lại Việt Nam sau 75 là mười năm... đạp. Đạp xe đi làm đã đành, ngày nghỉ còn... cua-rơ tới tận Củ Chi, Bình Dương, Hóc Môn... để kiếm gạo! Hồi đó Saigon gạo hiếm và đắt, có giờ rảnh rỗi là vọt đi các nơi lân cận kiếm về một hai chục kí gạo với giá tương đối rẻ hơn cũng đỡ cho những cái dạ dầy lép kẹp của vợ con lắm. Đạp xe đường dài, chở nặng, gian truân thì có gian truân nhưng vẫn còn... hạnh phúc chán. Nỗi cực nằm trong những mánh khóe qua mặt được sự kiểm soát của không biết cơ man nào là các thứ chức quyền đứng chặn đường đón bắt. Khi thì phải bỏ đường lộ men theo đường ruộng, khi thì phải canh giờ nghỉ của... các thầy để vọt qua, khi bị vào rọ thì kể lể năn nỉ van xin, khi phải lì mặt ngồi hàng giờ để... bảo toàn gạo. Đã có một liên hệ thiếu thân ái với xe đạp như vậy, dễ gì còn can đảm leo lên xe đạp khi xe hơi vun vút qua lại. Ngồi xe hơi dĩ nhiên hạnh phúc hơn chổng mông trên yên xe đạp. Xe đạp, cuối cùng, chỉ có một điểm khả ái là nó giúp cho cặp mắt yêu chuộng những hình ảnh khỏe đẹp có dịp chiêm ngưỡng những cặp đùi tròn trịa đầy sức sống nhún nhẩy trên đường phố! Cái vẻ đẹp... thể thao đó, tuy cũng thích thú nhưng khác xa với những dáng vẻ ẻo lả trên những chiếc xe *mini* của các nữ sinh áo dài của thuở xa xưa.

cô bắc kỳ nho nhỏ
tóc "demi garcon"
chiều đạp xe vô chợ
mắt như trời bao dung
anh vì mê mải ngó
nên quên thù đám đông!

(Nguyễn Tất Nhiên)

Cuối tháng 5, đầu tháng 6 mỗi năm là dân xế độp Montréal mở cờ trong bụng. Họ tấp nập đóng tiền tham dự cuộc đạp xe vòng quanh thành phố mang tên *Tour de l'Ile*. Cuộc đạp xe... hội đồng được tổ chức vào hai ngày Chủ Nhật liên tiếp. Một dành cho trẻ em và một dành cho người lớn. Ngồi trên yên xe đạp là dân ái mộ xế độp từ nhiều nơi trên thế giới đổ về. Trẻ em đạp 21 cây số, người lớn nuốt 45 cây số. Ai đạp không nổi tới đích thì cứ tự động... tan hàng. Số người tham dự lên tới nhiều ngàn người mỗi năm. Trong số người lúc nhúc hì hục chổng mông này, không có tôi. Vậy mà tôi cũng chưa bằng lòng vì còn phải lầu bầu với nạn cấm đường. Ngày các anh các chị nhấp nhổm trên yên xe đạp là ngày tôi ngồi... viết phiếm! Ra đường làm chi! Không lái xe vòng vèo mua đường cũng phải chờ đợi đến phát điên người lên. Vừa tốn xăng, vừa tốn mồ hôi!

Tháng 7, tháng linh đình của dân Canada, với nắng, với nhiệt độ lên phơi phới, với tắm biển, với phơi nắng, với... chuồng cời. Edmonton, thủ phủ của tỉnh bang Alberta, góp vui với cuộc thi Vô Địch Quốc Tế Đưa Thư Bằng Xe Đạp. Khoảng 500 tay đua từ 18 quốc gia đổ về. Cuộc đua diễn ra khoảng vài tiếng đồng hồ để chọn nhà vô địch giao thư nhanh nhất từ 8 đến 12 điểm đến ở khu trung tâm thành phố.

Chạy xe đạp chuồng cời? Ở đâu? Mấy ông bạn tôi nhẩy nhổm lên hỏi. Montréal nè,Victoria nè,Vancouver nè, Toronto nữa nè! Đó chỉ mới nói ở Canada, còn ở Mỹ, Anh, Tô Cách Lan, Đức, Tây Ban Nha và, không thể thiếu được, Hà Lan. Cuộc chạy hấp dẫn này mang tên *World Naked Bike Ride,* khởi đầu ở Montréal vào ngày 12 tháng 6 này. Tại sao xe đạp phải cõng một thân hình trần trụi như vậy? Có nhiều lý do. Một là để nhắc nhở mọi người nên dùng một phương tiện chuyên chở không cần xăng nhớt. Thứ nữa là để phản đối sự áp đặt tiêu thụ áo quần. Lý do lớn nhất là đạp xe cởi truồng... *fun* lắm! Đó là... biện chứng pháp chuồng cời của Rebecca McMackin, Trưởng ban Tổ Chức cuộc đạp ở Victoria!

Hà Lan, vương quốc của xe đạp thì tháng nào cũng là tháng... đạp xe. Mùa xuân 2002, nhà văn Mai Kim Ngọc cũng... góp chân với dân hoa *tulip* bằng cuộc du lịch *Barge And Bike*. Ban ngày đạp xe, ban đêm ngủ thuyền. Trên tạp chí Văn Học, số tháng 8 và 9 năm 2003, tác giả đã kể lại trong bài "Hà Lan Du Ký Xe Đạp": *"Mặc dầu văn minh bậc nhất Âu Châu, dân nước này sống gắn bó với xe đạp, từ em bé mới ngồi vững trên poóc-ba-ga được mẹ chở tới nhà giữ trẻ, cho đến vị đương kim thủ tướng đạp xe đến sở làm. Tính theo đầu người, họ nhiều xe đạp hơn Việt Nam. Dân chúng tuổi đạp xe mỗi người trung bình có hai chiếc, một tiện nghi chắc chắn để đi làm, một nhẹ và nhanh để tiêu khiển... Hà Lan quả là thiên đường của xe đạp. Ngay cả vỉa hè bến cảng, từ đầu phố này đến đầu phố kia là bãi đậu xe cho cả ngàn chiếc xe. Phần lớn là xe hạng trung, gia dụng, chắc chắn và có vẻ hơi nặng... Xe đạp có lối đi riêng, chỗ nào gặp đường lớn là được xe hơi nhường".* Không hiểu trong cái thiên đường xe đạp này có bao nhiêu xe đạp Việt Nam? Năm 2003, Việt Nam đã xuất cảng 1 triệu 311 ngàn xe đạp qua Thị Trường Chung Âu Châu. Nói là Việt Nam chứ trong 9 xí nghiệp sản xuất xe đạp xuất khẩu qua thị trường này thì đã có tới 6 xí nghiệp có 100% vốn Đài Loan! Và xe đạp Việt Nam đang bị Hiệp Hội các Nhà Sản Xuất Xe Đạp Âu Châu kiện vì bán phá giá!

Thiên đường xe đạp Hà Lan, có cho không tôi cũng chẳng thèm! Tôi nhất định không... nhập quốc tịch Hà Lan. Cố Tổng Thống Trần Văn Hương có lẽ là người Hà Lan. Khi được bổ nhiệm làm Đô Trưởng Saigon, ông đã đạp xe tới Tòa Đô Chánh nhận chức. Anh gác cửa nhất định không cho vào. Đô Trưởng gì mà chẳng... máy móc chút nào cả!

Xe đạp, chẳng phải cứ nhảy lên là đạp phăng phăng được đâu. Phải tập đi. Có ai trong chúng ta chẳng bị xe đạp vật xuống đường xây xước, máu me, sưng mặt sưng mày ngày tập đạp xe hồi nhỏ không? Những ngày Hà Nội thời đó, lũ trẻ chúng tôi cứ để dành được đồng bạc nào là lo cúng vào các cửa hàng cho thuê xe đạp. Dắt được chiếc xe ra khỏi cửa tiệm, mừng như bắt được của, móc trong túi ra hai chiếc kẹp phơi quần áo bằng gỗ kẹp hai ống quần dài cho xích xe khỏi nghiến, hăm hở leo lên, nhờ một đứa bạn tay giữ yên xe, tay giữ ghi-đông vừa chạy theo vừa đẩy. Lạng quạng như anh say rượu một vài ngày rồi cũng đạp được một mình, sau khi đã hoan hỉ nhận vài cái té. Tập xe đạp, *fun* lắm!

Trên sân sau của một trường nội trú nữ sinh, các cô đang cười đùa hò hét tranh nhau một chiếc xe đạp. Quá ồn và ngứa mắt, bà Giám Thị bước ra quát to:

"Này các chị! Có bé cái miệng lại được không! Tôi mà lắp cái yên xe vào là mất vui đi đấy!"

Thành thạo đạp xe vẫn không bảo đảm xe không cho đo đất dù là... Tổng Thống. Tháng 5, mùa hè năm nay, Tổng Thống Bush của Hoa Kỳ chán ngồi *limousine*, đạp 17 dặm xe đạp cho vui. Tới dặm thứ 16, Tổng Thống ngã ngựa! Phát Ngôn Viên Tòa Bạch Ốc Trent Duffy cho biết là Tổng Thống bị trầy da, bầm tím ở cằm, môi trên, mũi, tay phải và cả hai đầu gối! Đủ món ăn chơi! Sau đó Tổng Thống can đảm leo lên xe đạp tiếp cho hết đoạn đường 17 dặm. Chỉ còn 1 dặm chót, suýt soát tới đích, Tổng Thống... thọ hình. Đời ông hình như chỉ là những suýt soát. Bốn năm trước, ông đắc cử Tổng Thống với số phiếu chỉ nhỉnh hơn số phiếu của ông Gore chưa đầy... một dặm! Đối thủ của ông trong cuộc chạy đua vào Tòa Bạch Ốc năm nay, ứng cử viên Đảng Dân Chủ John Kerry cũng... té xe đạp. Ông đang cùng các nhân viên mật vụ đạp xe qua Conrad, cách Boston khoảng 18 dặm thì lăn quay khi chiếc xe đạp của ông đâm vào một đụn cát. Xe đạp, dễ chừng chúng có liên quan đến... quốc sự!

Hươu thì có liên quan gì đến xe đạp, vậy mà có! Gần

10 năm nay, năm nào cũng vậy, cứ đến mùa hoa hồng là vợ chồng Djoern và Monica Helemb lại... phiền. Vườn hồng đẹp đẽ của họ ở Vuoggatjalme thuộc phía bắc Thụy Điển, luôn luôn được một vị khách không mời tới... thưởng thức. Vị khách có 4 chân, hai tai bị méo mó, không yêu hoa nhưng thích ăn hoa. Năm nay, hai vợ chồng Helamb nghĩ ra một diệu kế: chắn vườn hoa bằng một chiếc xe đạp. Chú hươu tai méo thản nhiên chui đầu qua khung xe đớp hoa như điên. Ăn xong, không rút được đầu ra khỏi khung xe, chú chôm luôn chiếc xe đi bằng cách... cõng xe trên cổ! Khi hai vợ chồng đi tìm xe mới thấy nó nằm cách vườn hoa gần nửa cây số. Chiếc xe bị cong veo, gẫy nát!

Uổng chưa! Ở Việt Nam, sau 75, đã có thời xe đạp là... vàng! Các anh cán bộ từ Nam về Bắc, anh nào cũng thủ một chiếc khung xe và một xách phụ tùng xe đạp. Dân chúng thì quý xe còn hơn thân mình. Đó là chiếc cần câu cơm. Nhiều nơi có thể kiếm bạc được bằng... xe ôm.

Hai anh đàn ông nói chuyện với nhau. Một người bảo:

"Này, có tiền và không có tiền đúng là khác nhau một trời một vực cậu ạ!"

"Cậu nói thế là có ý gì?"

"Này nhé! Ai có tiền thì đi xe hơi, uống bia ôm. Còn ai không tiền thì cố lắm cũng chỉ đi xe ôm và uống bia hơi thôi!"

Xe đạp còn cõng trên lưng đủ thứ hầm bà làng. Ôm đồm như vậy nên nó rất nghênh ngang trên đường phố. Những chiếc xe đạp thồ rất... sáng tạo có thể làm xiếc với vài chiếc lu sành loại lớn ngất ngưởng hai bên xe. Xe chở rơm thì kín mít và phồng ra như một chiếc xe hơi với bác tài chìm mất trong đống rơm. Xe chở than kềnh càng những bao than no tròn như một nàng heo nái nằm chen nhau từ đầu tới... quá đuôi xe. Xe chở gạo cõng bẩy tám tạ trên mình ì ạch bò trên đường phố. Xe chở người, nguyên một gia đình vợ chồng con cái bốn năm trự ép vào nhau... phi thân trên xe!

Xe đạp cần câu như vậy kiếm đâu ra ở các nước khác? Ngay cả vương quốc xe đạp Hà Lan chắc cũng chịu thua. Nói chi tới... đảo quốc Montréal, nơi mỗi năm tiêu thụ khoảng 200 ngàn xe đạp, phần lớn nhập cảng từ Trung Quốc. Martin Schwartz, Chủ Tịch Công Ty *Dorel Industries* chuyên nhập cảng và bán sỉ xe đạp, cho biết là thị trường xe đạp càng ngày càng phình ra. Nhu cầu thì nhiều mà số lượng xe sản xuất thì có hạn. Sau 41 năm hoạt động, Công Ty mới đạt được mức doanh thu 1 tỷ đô la một năm vào năm 2003. Năm nay, họ dự định bán ra từ 1,6 tỷ đến 1,8 tỷ qua các cửa hàng bán lẻ *Costco, Wal Mart* và *Target* ở Mỹ và Canada. Từ 1 tỷ tới 2 tỷ, đoạn đường chắc ngắn hơn đoạn đường 41 năm nhiều, rất nhiều. Ngày nay, dân chúng đang được khuyến khích dùng xe đạp đi làm để vừa làm sạch môi trường vừa cho các anh chủ các hãng xăng hết làm eo làm sách. Thành phố Montréal đang phát động phong trào này dưới tên *Ride-to-Work* với khoảng 70 ngàn viên chức có thể mượn xe đạp tại 19 địa điểm tại trung tâm thành phố. Muốn mượn xe, dễ ợt!. Chỉ cần xuất trình một giấy căn cước và cho biết nơi làm việc. Nếu đi xe riêng thì rất *welcome.* Các phương tiện chuyên chở công cộng sẽ sẵn sàng cõng xe đạp vào thành phố. Các chuyến tầu ngoại ô có khoảng 1000 chỗ cho xe đạp, 15 lộ trình xe buýt cũng nhận chở xe đạp và thành phố có chừng 100 tắc xi có giá để xe đạp.

Xe đạp nhiều khi... đạp nhầm ngôn ngữ! Một vị truyền giáo bỏ ra nhiều năm để truyền bá nền văn minh cho một bộ lạc thổ dân. Bỗng một hôm, ông nghĩ là nên dậy họ nói tiếng Anh. Ông dắt vị tù trưởng đi bộ vào rừng, chỉ một thân cây và nói:

"This is a tree."

Vị tù trưởng nhìn cây, lẩm bẩm: *"Tree!"*

Họ đi thêm vài bước, vị truyền giáo chỉ một hòn đá và nói:

"This is a rock."

Nghe thế, vị tù trưởng nhắc lại: *"Rock!"*

Nhà truyền giáo rất hài lòng. Khi ông nghe tiếng sột soạt trong một bụi cây bèn ngó trộm vào trong và thấy một đôi nam nữ đang quấn lấy nhau. Ông hết sức bối rối và nhanh chóng phản ứng:

"Riding a bike!"

Vị tù trưởng thoáng nhìn đôi nam nữ, lập tức lôi cây súng ra và bắn chết họ. Nhà truyền giáo nổi giận và la mắng vị tù trưởng tại sao đã học lối sống văn minh mà còn giết người một cách dã man như vậy. Vị tù trưởng lạnh lùng nói:

"My bike!"

Xe đạp của tôi! Tôi bỗng nhớ chiếc xe đạp những ngày Trung Học. Chiếc xe *dura* được chùi thuốc đánh đồng lúc nào cũng bóng loáng như gương là niềm tự hào đối với bạn bè. Những vòng quay lấp lánh đã đưa lũ học sinh vừa chín tuổi mộng mơ chúng tôi thân cận với những chiếc xe *mini* nhỏ nhắn dễ thương. Đường phố Saigon vàng óng lá me như những mặt thảm êm ái đưa chúng tôi vào những cuộc tình đầu đời. Và khi những cuộc tình vụng dại vụn vỡ làm nhức nhối những con tim còn rất khờ khạo, những vòng quay đã đưa người tình si đi tìm lại tiếc nuối.

Anh nhớ nhà em có cửa sơn xanh
Có một hàng rào, có thầy, có mẹ...
Có ngựa chạy trong trường đua, người đi ngoài phố
Nên anh đạp xe đi
Rồi đạp xe về
Mà chẳng có đôi ta...
Mùa xuân buồn lắm em ơi
Mỗi lần đạp xe về anh vẫn nghe lòng bỡ ngỡ
Chiếc xe còn nguyên màu sơn xanh
Nhưng tâm hồn đã ngả sang màu sắt rỉ
Bởi vì từ Saigon lên tận trường đua Phú Thọ
Hết cả tiền uống một ly nước mía
Mà cũng không gặp em
Nên khát đắng linh hồn.

(Nguyên Sa)

06/2004

CÙNG MỘT TÁC GIẢ:

Bỏ Chốn Mù Sương

(tập truyện, Kinh Đô, Houston, Hoa Kỳ 1993)

Đong Đưa Cuộc Tình

(tập truyện, Ngày Nay, Houston, Hoa Kỳ 1996)

Còn Đó Bóng Hình

(tập truyện, Văn Mới, Los Angeles, Hoa Kỳ 1997)

Chân Mang Giầy Số 6

(tập truyện, Văn Mới, Los Angeles, Hoa Kỳ 1999)

Cuối Ngày, Một Lần Ngồi Lại

(tập truyện, Văn Mới, Los Angeles, Hoa Kỳ 2000)

Bên Lưng Những Con Chữ

(tập truyện, Văn Mới, Gardena, Hoa Kỳ 2003)

Phiếm

(Văn Mới, Gardena, Hoa Kỳ 2005)

(tái bản: Nhân Ảnh, Toronto, Canada, 2006)

Phiếm 2

(Văn Mới, Gardena, Hoa Kỳ 2005)

Nhà xuất bản NHÂN ẢNH
3359 Scotch Pine Gate
Mississauga, ON L5N 7M9 - Canada
Điện thoại: 416-550-5857

Liên lạc với tác giả:
TẠ TRUNG SƠN
7805 Claire Fauteux, #1
Montréal, PQ H1K 5B6 - Canada
Điện thoại: 514-354-5338
Email: *tatrungson@hotmail.com*

Ấn Phí: 17 Mỹ Kim